INSIGHT PUBLICA ®

INSIGHT PUBLICA®
Nadakkavu, Kozhikode, Kerala
Tel:0495 4020666
www.insightpublica.com
e-mail: insightpublica@gmail.com
Nakba Driksakshikal
(Malayalam)
(Translation of ***Nakba Eyewitnesses*** by *Ala Abu Dheer*)
Translated by Usman Karimpil
First Edition: March 2021

ISBN 978-93-90535-74-3

നക്ബ ദൃക്സാക്ഷികൾ

Nakba Eyewitnesses

അല അബു ദീർ

വിവർത്തനം: ഉസ്മാൻ കരിമ്പിൽ

INSIGHT PUBLICA®

കണ്ണൂർ ജില്ലയിലെ പേരാവൂർ സ്വദേശി, പാലക്കാട് എൻ.എസ് .എസ് എഞ്ചിനീയറിംഗ് കോളേജിൽ നിന്നും സിവിൽ എഞ്ചിനീയറിംഗ് ബിരുദം. 'അബ്സാൻ' (നോവൽ), 'നേർച്ചച്ചോറ്' (ചെറുകഥകൾ) എന്നിവ പ്രസിദ്ധീകരിച്ചു.

email: usmankarimpil@gmail.com

ഉസ്മാൻ കരിമ്പിൽ

സമർപ്പണം

എന്റെ അച്ഛനും,

മുഴുവൻ അഭയാർഥികൾക്കും

ആമുഖം

ലോകം നേരിടുന്ന ഏറ്റവും വലിയ, ഇതുവരെ ശാശ്വതമായ പരിഹാരം കാണാൻ കഴിയാത്ത പ്രശ്നമാണ് പലസ്തീൻ അഭയാർഥികളുടേത്. അഭയാർഥികളുടെ തിരിച്ചുപോക്ക്, അവർക്ക് ലഭിക്കേണ്ട നഷ്ടപരിഹാരം, നഷ്ടപ്പെട്ട പൈതൃകങ്ങളുടെ പുന:സ്ഥാപനം തുടങ്ങി എല്ലാം ഇപ്പോഴും ചർച്ച ചെയ്തുകൊണ്ടിരിക്കുന്നു എന്നല്ലാതെ ഒരു തീരുമാനത്തിലും എത്താൻ കഴിഞ്ഞിട്ടില്ല.

ഇരുപതാം നൂറ്റാണ്ടിന്റെ തുടക്കത്തിൽ പലസ്തീനിലെ ജൂത ജനസംഖ്യ നാമമാത്രമായിരുന്നു. അറബി സംസാരിക്കുന്ന ക്രിസ്ത്യാനികളും മുസ്ലിങ്ങളും ആയിരുന്നു ഭൂരിപക്ഷവും. 1914ന്റെ ആരംഭത്തിൽ, അതായത് ഒന്നാം ലോക മഹായുദ്ധത്തിന്റെ തുടക്കത്തിൽ ഓട്ടോമൻ ഭരണത്തിൽ നിന്നും സ്വാതന്ത്ര്യം നൽകാം എന്ന വാഗ്ദാനം വിശ്വസിച്ച് പലസ്തീൻ ബ്രിട്ടീഷ് പക്ഷം ചേർന്നു. 1916ൽ ബ്രിട്ടനും ഫ്രാൻസും സൈക്സ്-പിക്കോ കരാർ ഒപ്പിട്ടു. അത് അറബ് ദേശത്തെ രണ്ടായി വിഭജിച്ചു. ലബനോനും സിറിയയും ഫ്രാൻസിനെ പിന്തുണയ്ക്കുന്ന കക്ഷികളും, ജോർദാനും ഇറാഖും ബ്രിട്ടനെ പിന്തുണയ്ക്കുന്ന കക്ഷികളുമായി.

1917ൽ ബാൽഫൂർ പ്രഖ്യാപനത്തിലൂടെ പലസ്തീനിൽ ജൂത രാഷ്ട്രം സ്ഥാപിക്കാനുള്ള ശ്രമം ബ്രിട്ടൻ തുടങ്ങി. ലോകത്തിന്റെ വിവിധ ഭാഗങ്ങളിൽ നിന്നും ജൂത കുടിയേറ്റം ആരംഭിച്ചു. എല്ലാം വളരെ പെട്ടെന്നായിരുന്നു. അതിലുപരി നാടകീയവും. 1919ൽ പലസ്തീൻ ആദ്യത്തെ ദേശീയ കോൺഫറൻസ് വിളിച്ചു ചേർത്ത് ബാൽഫൂർ പ്രഖ്യാപനത്തോടുള്ള പ്രതിഷേധം രേഖപ്പെടുത്തി.

ഒന്നാം ലോക മഹായുദ്ധത്തിന് ശേഷം 1920ൽ സാൻ റിമോ ഉച്ച കോടിയിൽ ബ്രിട്ടൻ പലസ്തീന് വേണ്ടി ഒരു മാൻഡേറ്റ് തയ്യാറാക്കി. ജൂതരെ പലസ്തീനിൽ കുടിയിരുത്തുന്നതിന് വേണ്ടിയുള്ളതായിരുന്നു അത്. ഇതിൽ ബാൽഫൂർ പ്രഖ്യാപനത്തിലെ എല്ലാ നിർദ്ദേശങ്ങളും ഉൾപ്പെടുത്തിയിരുന്നു. 1922ൽ ലീഗ് ഓഫ് നാഷൻസ് അതിന് അംഗീകാരവും നൽകി. അന്നത്തെ പ്രധാന സയണിസ്റ്റായിരുന്ന ഹെർബെർട്ട് സാമുവേലിനെ ഹൈകമ്മീഷണറായി ബ്രിട്ടൻ പലസ്തീനിലേക്ക് അയച്ചു.

ബ്രിട്ടന്റെ ചതി തുറന്നു കാട്ടുന്നതിന് 1936ൽ ആറ് മാസം നീണ്ട് നിൽക്കുന്ന ഒരു സമരം പലസ്തീനിൽ നടന്നു. തങ്ങളുടെ ഭൂമി ജൂതർ കയ്യേറുന്നതിലുള്ള പ്രതിഷേധം ഈ സമരത്തിലൂടെ പലസ്തീനികൾ അധികാരികൾക്ക് മുമ്പിൽ അവതരിപ്പിച്ചു. 1939ൽ ജൂത കുടിയേറ്റത്തെ നിയന്ത്രിക്കുന്നതിന് വേണ്ടി ബ്രിട്ടൻ ധവള പത്രം പുറത്തിറക്കി. അത് പ്രകാരം പത്ത് വർഷത്തിനുള്ളിൽ പലസ്തീനിന് സ്വാതന്ത്ര്യം നൽകാനുള്ള തീരുമാനവും ഉണ്ടായി. പക്ഷെ ഈ നിർദ്ദേശങ്ങൾ അംഗീകരിക്കാൻ വിവിധ സയണിസ്റ്റ് ഗ്രൂപ്പുകൾ തയ്യാറായില്ല. അവർ വിവിധ തീവ്രവാദ സംഘടനകൾ രൂപീകരിക്കുകയും ബ്രിട്ടീഷ്, പലസ്തീൻ സ്ഥാപനങ്ങൾക്ക് നേരെ ആക്രമണം അഴിച്ചുവിടുകയും ചെയ്തു. അവരുടെ ലക്ഷ്യം ബ്രിട്ടനേയും പലസ്തീനികളെയും തുരത്തി ഒരു ജൂതരാഷ്ട്രം സ്ഥാപിക്കുക എന്നതായിരുന്നു.

1947 ൽ ബ്രിട്ടൻ പലസ്തീൻ വിട്ടുപോവാൻ തീരുമാനിച്ചു. അത് യുണൈറ്റഡ് നാഷൻസിനെ അറിയിക്കുകയും തീരുമാനം അവരുടെ അഭിപ്രായത്തിനു വിടുകയും ചെയ്തു. 1949 മെയ് മാസത്തിലും സെപ്റ്റംബർ 29നും ചേർന്ന യോഗങ്ങളിൽ പലസ്തീനെ ജൂത രാഷ്ട്രം എന്നും അറബ് രാഷ്ട്രം എന്നും രണ്ടായി വിഭജിക്കാൻ യു.എൻ തീരുമാനിച്ചു. 1948ലെ യുദ്ധത്തിന് ശേഷം ജൂതരുടെ കുടിയേറ്റം ക്രമാതീതമായി വർദ്ധിക്കുകയും, ജൂത-അറബ് ജനസംഖ്യ അനുപാതം അസന്തുലിതാവസ്ഥയിലെത്തുകയും ചെയ്തു. സയണിസ്റ്റുകൾ പലസ്തീനികൾക്ക് നേരെ ആക്രമണം ആരംഭിച്ചു. 1947 നവംബർ 29 നായിരുന്നു പലസ്തീനികൾക്ക് നേരെ കൃത്യമായ ആക്രമണങ്ങൾക്ക് തുടക്കമിട്ടത്. ആ ദിവസത്തെ 'നക്ബ' അഥവാ മഹാ ദുരന്തം എന്ന പേരിൽ വിശേഷിപ്പിക്കപ്പെടുന്നു. നക്ബക്ക് ശേഷം പലസ്തീനികൾ സ്വന്തം രാജ്യത്ത് അഭയാർഥികളായി മാറി. മൂന്നിൽ രണ്ട് പലസ്തീനികളും അവരുടെ ജന്മഭൂമിയിൽ നിന്നും പുറത്താക്കപ്പെട്ടു. ഇപ്പോഴും അവർക്ക് തിരിച്ചുവരാനുള്ള സാഹചര്യം ഇല്ല.

അഭയാർഥികളാക്കപ്പെട്ടവരുടെ ഭൂമി പിടിച്ചെടുക്കാൻ ജൂത ഭരണകൂടം നിയമം കൊണ്ടുവന്നു. അവരുടെ വീടുകൾ കുടിയേറിയ ജൂതർക്കായി പതിച്ചു നൽകി. അവരുടെ കൃഷിഭൂമിയിലൂടെ റോഡുകൾ പണിതു. പല കെട്ടിടങ്ങളും പള്ളികളും പൊളിച്ചുമാറ്റുകയോ അല്ലെങ്കിൽ അവയിൽ മറ്റു സ്ഥാപനങ്ങൾ ആരംഭിക്കുകയോ ചെയ്തു.

ലോകത്തെമ്പാടുമുള്ള അഭയാർഥികളുടെ പ്രശ്നങ്ങൾ ഏറ്റെടുക്കുന്നത് UN ഹൈകമ്മീഷൻ ഫോർ റെഫ്യൂജീസ് (UNHCR) ആണെങ്കിൽ പലസ്തീനിൽ അത് UNRWA (United Nations Relief and Works Agency for Paltseine refugees in the near east) ആണ്. അഭയാർഥികൾക്കാവശ്യമായ എല്ലാവിധ ആശ്വാസ നടപടികളും ഇവരുടെ നേതൃത്വത്തിൽ നടത്തിവരുന്നു. വിദ്യാഭ്യാസം, സാമൂഹിക പരിരക്ഷ, ആരോഗ്യം തുടങ്ങി വിവിധ മേഖലകളിൽ ഇവരുടെ പ്രവർത്തനം വ്യാപിച്ചിരിക്കുന്നു. ഗാസാ, വെസ്റ്റ് ബാങ്ക്, ജോർദാൻ, ലെബനോൻ എന്നിവിടങ്ങളിൽ താമസിക്കുന്ന നാൽപ്പത് ലക്ഷത്തോളം പലസ്തീൻ അഭയാർഥികൾക്ക് ഏറെ ആശ്വാസപ്രദമാണ് ഇവരുടെ പ്രവർത്തനം. അഭയാർഥികളുടെ അവകാശം സംരക്ഷിക്കാൻ 1948 ഡിസംബർ 11ന് UN ഒരു നിയമം പാസ്സാക്കി. ആർട്ടിക്കിൾ 13 (Resolution 194) 'ഏതൊരാൾക്കും അയാളുടെ മാതൃദേശം വിട്ടുപോവാനുള്ള അവകാശം, അത് പോലെ മാതൃദേശത്തേക്ക് തിരിച്ചു വരുവാനുള്ള അവകാശം".

പലസ്തീനിൽ അക്രമം തുടർന്ന് കൊണ്ടിരിക്കുന്നു. ആയിരം വർഷങ്ങളുടെ സാംസ്കാരിക പൈതൃകങ്ങൾ ഇപ്പോൾ ഓർമ്മകളിൽ മാത്രമാണുണ്ടാവുക. എല്ലാം നശിപ്പിക്കപ്പെട്ടുകൊണ്ടിരിക്കുന്നു. നക്ബ കാരണം പുറത്താക്കപ്പെട്ട, നക്ബയുടെ പീഡനം പേറുന്നവർ ഇപ്പോൾ വളരെ കുറച്ച് പേരേയുള്ളൂ. ആ തലമുറയിൽപ്പെട്ട മിക്കവരും കാലയവനികക്കുള്ളിൽ മറഞ്ഞു. എങ്കിലും പുതിയ തലമുറയ്ക്ക് അവരെ പറ്റിയുള്ള ഓർമപ്പെടുത്തലുകൾ വീണ്ടുമൊരു നക്ബ ഇല്ലാതാക്കാൻ സഹായമാവും. നക്ബ പലസ്തീനിൽ ഉണ്ടാക്കിയ ആഘാതം പറഞ്ഞറിയിക്കാൻ കഴിയാത്തതാണ്. എന്നിരുന്നാലും നക്ബക്ക് ശേഷം സ്വന്തം ദേശത്ത് എന്ത് വില കൊടുത്തും നിലനിൽക്കണം എന്നവർ തീരുമാനിച്ചിരുന്നു. അതുകൊണ്ട് തന്നെ 1948ലെ നക്ബയിൽ പുറത്താക്കപ്പെട്ടവരേക്കാൾ എത്രയോ കുറവായിരുന്നു 1967ലെ യുദ്ധത്തിനു ശേഷം പുറത്താക്കപ്പെട്ടവർ.

പലസ്തീനിൽ ഇനി പുതിയ അദ്ധ്യായങ്ങൾ തുറക്കേണ്ടിയിരിക്കുന്നു. നക്ബയുടെ ക്രൂരതയെ കുറിച്ചും, ആ തലമുറയിലെ ആളുകൾ അനുഭവിച്ച വേദനയെക്കുറിച്ചുമെല്ലാം പുതിയ തലമുറയ്ക്ക് പറഞ്ഞു

കൊടുക്കേണ്ടിയിരിക്കുന്നു. 1917 ബാൽഫൂർ ഉടമ്പടിക്ക് ശേഷമാണ് കാര്യങ്ങൾ എല്ലാം കുഴഞ്ഞുമറിഞ്ഞത്. തുടർന്ന് 1947 നവംബർ 29ന് പലസ്തീൻ വിഭജനത്തിനു യുണൈറ്റഡ് നാഷൻസ് തയ്യാറായി. അതോടു കൂടി ലക്ഷക്കണക്കിന് പലസ്തീനികൾക്ക് അവരുടെ വീടും ഭൂമിയും ഉപേക്ഷിക്കേണ്ടി വന്നു -ജന്മഭൂമിയിൽ അഭയാർഥികളാവേണ്ടി വന്നു. രാജ്യത്തിന്റെ വിവിധ ഭാഗങ്ങളിൽ അഭയാർഥി ക്യാമ്പുകൾ ഉയർന്നു. ഗാസാ, ജോർദാൻ, സിറിയ, ലെബനോൻ തുടങ്ങി യൂറോപ്പിലും, നോർത്ത്-സൗത്ത് അമേരിക്കയിൽ പോലും അവർ എത്തിപ്പെട്ടിരിക്കുന്നു.

ആളുകളിൽ നിന്നും അവരുടെ അനുഭവങ്ങൾ വാമൊഴിയായി രേഖപ്പെടുത്തുക എന്നത് എളുപ്പമുള്ള ഒരു ജോലിയായിരുന്നില്ല. പേടികൊണ്ട് പുറത്തുപറയാൻ മടിക്കുന്നവർ, നിസംഗത കൊണ്ട് പുറത്തു പറയാൻ ഇഷ്ടപ്പെടാത്തവർ അങ്ങനെ പലരും, അവരുടെ പ്രായവും ഞങ്ങളുടെ ജോലിയെ കൂടുതൽ വിഷമകരമാക്കി. പലസ്തീനിൽ നിന്നും വെളിയിലുള്ളവരെ കണ്ടെത്തി അവരിൽ നിന്നും എന്തെങ്കിലും വിവരം ശേഖരിക്കുക എന്നത് തീർത്തും പ്രയാസകരമായിരുന്നു. പ്രായാധിക്യം മൂലം ബുദ്ധിമുട്ടുകൾ അനുഭവിക്കുന്നവരിൽ നിന്നും, രോഗബാധിതരുടെ പക്കൽ നിന്നുമൊക്കെ മൊഴിയെടുക്കൽ ഏറെ ദുഷ്കരവുമായിരുന്നു. അവർക്ക് അത് മറ്റൊരു പീഡനമാവുമോ എന്ന് ഭയന്ന് ഞങ്ങൾ പിന്മാറിയ നിരവധി സംഭവങ്ങൾ ഉണ്ട്. ഈ പുസ്തകത്തിനായി ഇന്റർവ്യൂ ചെയ്യപ്പെട്ട പലരുടെയും ഭാഷ അറബിയാണെങ്കിലും വ്യത്യസ്ഥമായ നാട്ടുപദങ്ങൾ മനസ്സിലാക്കാൻ വളരെ ബുദ്ധിമുട്ടായിരുന്നു. ഗാസാ, വെസ്റ്റ് ബാങ്ക്, സിറിയ, ലെബനോൻ തുടങ്ങി എല്ലായിടത്തും ആളുകളുടെ സംസാര ഭാഷ ഞങ്ങളെ ബുദ്ധിമുട്ടിച്ചു. പല വാക്കുകളും തിരിച്ചറിയാൻ തന്നെ കഴിഞ്ഞില്ല. എങ്കിലും അവരുടെ കൊച്ചുമക്കളും മക്കളും അത് മനസ്സില്ലാക്കിത്തരാൻ ഒരുപാട് സഹായിച്ചു.

അമ്പത്തിയെട്ടു വർഷം മുമ്പുണ്ടായിരുന്ന പലസ്തീൻ രാഷ്ട്രീയമാണ് ഈ പുസ്തകത്തിൽ ഉൾപ്പെടുത്താൻ ഞങ്ങൾ കാര്യമായും ശ്രമിച്ചത്. വാമൊഴി രേഖകൾ തയ്യാറാക്കുന്നതിന് സഹായിച്ച ഡോ. ശരീഫ് കനാന- അദ്ദേഹമാണ് വാമൊഴി രേഖപ്പെടുത്തുന്നതിന് കൃത്യമായും സ്പഷ്ടമായും ഉള്ള ഒരു രീതി തയ്യാറാക്കി തന്നത്. ബിർസീറ്റ് യൂണിവേഴ്സിറ്റിയിലെ ഡോ. സലിഹ് ആബിദ് അൽ ജവാദ് ഞങ്ങൾക്കായി ഒരു ചോദ്യാവലി തയ്യാറാക്കി നൽകി. ആ ചോദ്യാവലിയാണ് മുഴുവൻ ആളുകളെയും ഇന്റർവ്യൂ ചെയ്യാൻ ഉപയോഗിച്ചത്. കൂടാതെ പബ്ലിക് റിലേഷൻസ് വിഭാഗത്തിലെ മുഴുവൻ സന്നദ്ധ സേവകർ, സജൽ

യുവജന വിഭാഗത്തിലെ ആളുകൾ, അൽ നജ നാഷണൽ യൂണിവേഴ്സിറ്റിയിലെ ഡോ. നബിൽ അലാവി, കിമ അവില, നൂർ കരസ് തുടങ്ങി ഈ പുസ്തകത്തിന്റെ വിജയത്തിനായി ഞങ്ങളോട് സഹകരിച്ച മുഴുവൻ ആളുകൾക്കും നന്ദി രേഖപ്പെടുത്തുന്നു.

അല അബു ദീർ
പലസ്തീൻ മീഡിയ യൂണിറ്റ് (സജൽ)
പബ്ലിക് റിലേഷൻസ് ഡിപാർട്മെൻറ്
അൽ-നജ നാഷണൽ യൂണിവേഴ്സിറ്റി
നാബ്ലുസ് പലസ്തീൻ

പേര്: അബു ഖാലിദ് അൽ രിഫായി

ജനനം: 1941

ജന്മസ്ഥലം: യാഫ സിറ്റി

ഇപ്പോൾ താമസം: - അസ്കർ അഭയാർഥി ക്യാമ്പ് - നാബ്ലസ്.

ആർക്കും ഒന്നും ഓർത്തെടുക്കാൻ കഴിയുന്നില്ല, വിശന്നും ദാഹിച്ചും മരണത്തിനു കീഴടങ്ങിയവർ, നഗ്നപാദരായി ഒരിറക്ക് ദാഹജലം പോലുമില്ലാതെ ദീർഘ ദൂരം താണ്ടിയവർ.

കഫോർകാസിം നഗരത്തിനു സമീപത്തെ റാസ് അൽ ഇൻ റെയിൽവേ സ്റ്റേഷന് അടുത്തായിരുന്നു ഞങ്ങൾ താമസിച്ചിരുന്നത്. ഞങ്ങൾക്ക് ചെറിയ ഒരു കടയുണ്ടായിരുന്നു. റാസ് അൽ ഇന്നിന് ചുറ്റുവട്ടത്ത് താമസിച്ചിരുന്ന പലസ്തീനികളും, ഇംഗ്ലീഷുകാരും യഹൂദന്മാരുമൊക്കെയായിരുന്നു ഞങ്ങളുടെ പ്രധാന ഇടപാടുകാർ. അവിടെ പന്ത്രണ്ട് ഏക്കറോളം സ്ഥലത്ത് മനോഹരമായ ഒരു കൃഷി തോട്ടവും സ്വന്തമായുണ്ടായിരുന്നു. യാഫ സിറ്റിയിലെ ആളുകൾക്കിടയിൽ ഞങ്ങളുടെ സ്ഥലം വളരെ പ്രസിദ്ധമായിരുന്നു. ഒഴിവു ദിവസങ്ങളിൽ യാഫക്കാർ പലരും തോട്ടം സന്ദർശിക്കാൻ വരുകയും ദിവസങ്ങളോളം അവിടെ താമസിക്കുകയും പതിവായിരുന്നു. വസന്ത കാലത്ത് പച്ചപ്പണിഞ്ഞ ഈ തോട്ടം ഏവരുടെയും മനം കവർന്നു. ഞങ്ങളുടെ കുട്ടിക്കാലത്ത് വൈകുന്നേരങ്ങളിൽ ഇവിടെയായിരുന്നു കളിച്ചിരുന്നത്.

പുലർകാലങ്ങളിൽ വിരുന്നെത്തുമായിരുന്ന പ്രാവുകൾ തോട്ടങ്ങളിൽ പാറിക്കളിക്കുന്നത് എത്ര നേരം നോക്കി നിന്നാലും മതിവരില്ല.

റാസ് അൽ ഇന്നിന് സമീപത്തുകൂടെയായിരുന്നു റാസ് അൽ ഓജ നദി ഒഴുകിയിരുന്നത്. ഈ നദിയിലെ ജലം ശുദ്ധീകരിച്ചാണ് ജെറുസലേം നഗരത്തിൽ വിതരണം ചെയ്തിരുന്നത്. മിക്ക ദിവസങ്ങളിലും രാത്രി പത്തിനും പതിനൊന്നിനും ഇടയിൽ ആയുധധാരികളായ ജൂത പട്ടാളക്കാർ കുറച്ച് ആളുകളുമായി റാസ് അൽ ഇന്നിലെ ഞങ്ങളുടെ വാഴത്തോട്ടത്തിൽ വരാറുള്ളത് എന്റെ ശ്രദ്ധയിൽ പെട്ടു. പട്ടാളക്കാർ അവരെ പിടിച്ചുകൊണ്ടുവന്ന് വെടിവെച്ചു കൊല്ലുകയാണ്. ചില ദിവസങ്ങളിൽ പട്ടാളക്കാരുടെ എണ്ണം വളരെ കൂടുതലായി കണ്ടു.

ഗോതമ്പ് വയലുകൾ വിളവെടുപ്പുകാലമായാൽ അവിടെയെത്തുന്ന പണിക്കാരെ പലപ്പോഴും യഹൂദർ ക്രൂരമായി ആക്രമിച്ചു. അവരുടെ ആക്രമണങ്ങളിൽ നിന്നും രക്ഷപെടാനായി ആളുകൾ കാവൽ നിൽക്കേണ്ട അവസ്ഥ. ഒരിക്കൽ തോട്ടത്തിൽ വെച്ച് ഒരു പാമ്പിനെ കണ്ട് ഞാൻ പേടിച്ച് നിലവിളിച്ചു കൊണ്ട് ഓടി. ഇതുകണ്ട ജൂത പട്ടാളക്കാർ ഞങ്ങൾക്ക് നേരെ വെടിവപ്പാരംഭിച്ചു. ഭാഗ്യം കൊണ്ട് മാത്രമായിരുന്നു അന്ന് ഞങ്ങൾ അവിടെ നിന്നും രക്ഷപെട്ടത്. പിന്നീട് ഒരുപാട് സമയം കാത്തിരുന്ന ശേഷമാണ് ഞങ്ങൾ പാടത്തേക്കു പോയത്. 'അറബ് വിമോചന സേന' എത്തിയതും അവർ ഞങ്ങളുടെ പക്കലുണ്ടായിരുന്ന എല്ലാ തരം ആയുധങ്ങളും തിരികെ വാങ്ങി. സ്വയരക്ഷക്കായി ഇനി ഞങ്ങളുടെ കയ്യിൽ ഒന്നും ഇല്ല. ഒരുദിവസം ഉച്ചകഴിഞ്ഞ് ഏകദേശം നാലുമണിയോടടുത്ത സമയം. അറബി സൈനികരുമായി ഒരു വണ്ടി നഗരത്തിലേക്ക് നീങ്ങുന്നതായി ഞാൻ കണ്ടു. പട്ടാളക്കാരുടെ സാന്നിധ്യം അച്ഛനെ വല്ലാതെ നിരാശപ്പെടുത്തിയതായി എനിക്ക് തോന്നി. കടയിൽ ഒരുപാട് സാധനങ്ങൾ സംഭരിച്ച് വച്ചിരുന്നു. ഞങ്ങളുടെ സംരക്ഷണത്തിന് പകരം പട്ടാളക്കാർ സാധനങ്ങൾ കൈവശപ്പെടുത്തുമോ എന്ന ഭയമായിരുന്നു അച്ഛന്. എന്നാൽ സൈന്യം അവിടം വിട്ടുപോവാനുള്ള ഒരുക്കത്തിലായിരുന്നു. എത്രയും പെട്ടന്ന് അവിടം വിട്ടു പോവാനുള്ള ഉത്തരവ് അവർക്ക് കിട്ടിയിരിക്കുന്നു. ഇറാഖി പ്രസിഡന്റായിരുന്ന അബ്ദുൽ കരീം ഖാസിമിന് റാസ്-അൽ-ഇന്നിലെ കുടിവെള്ള വിതരണ സംവിധാനം താറുമാറാക്കണം എന്നുണ്ടായിരുന്നു. അതിനു വേണ്ടിയായിരുന്നു അവർ പട്ടാളത്തെ അയച്ചത്. പക്ഷെ എന്തോ കാരണത്താൽ അവർക്ക് അതിന് കഴിഞ്ഞില്ല.

കാര്യങ്ങൾ വഷളാകവേ ഞങ്ങളും യാഫയിൽ നിന്നും മജ്ദൽ സാദി ഖിലേക്ക് പോവാൻ തീരുമാനിച്ചു. 1948ൽ ഞങ്ങളുടെ അയൽവാസിക ളായ, തോട്ടത്തിൽ പണിയെടുത്തിരുന്ന 'റ്റെറ്റെ' കുടുംബത്തിലെ നാല് പേർ കൊല്ലപ്പെടുകയുണ്ടായി. ആ കുടുംബത്തിലെ ബാക്കിയുള്ളവരെല്ലാം മജ്ദൽ സാദിഖിലേക്കുള്ള യാത്രയിൽ ഞങ്ങളുടെ കൂടെ ഉണ്ടായിരുന്നു. മജ്ദൽ സാദിഖിൽ ഞങ്ങൾ രണ്ടു മാസത്തോളം താമസിച്ചു. എന്നാൽ ജൂത പട്ടാളക്കാർ അവിടെയും വെടിവപ്പാരംഭിച്ചു. അപകടകരമായ ആ അവസ്ഥയിൽ നഗരത്തിന്റെ പടിഞ്ഞാറു ഭാഗത്തേക്ക് പോകുന്നതാണ് ഉചിതമെന്നു ഞങ്ങൾക്കെല്ലവർക്കും തോന്നി. അങ്ങോട്ട് യാത്രയായി. ഒരുപാട് ദൂരം വെള്ളമോ ഭക്ഷണമോ വിശ്രമമോ ഇല്ലാതെയുള്ള യാത്ര. അവസാനം ലിഡയിൽ എത്തിച്ചേർന്നു. അവിടെ ആറ് മാസത്തോളം താമസിച്ചു.

ഞങ്ങൾ കയ്യിൽ ഒന്നും കരുതിയിരുന്നില്ല. എല്ലാ കാര്യത്തിലും വളരെ ശ്രദ്ധിച്ചിരുന്ന അച്ഛൻ ദിവസവും രാത്രി കൊച്ചുവീടിന്റെ എല്ലാ വാതിലുകളും ഭദ്രമായി അടച്ചുപൂട്ടി, വാതിലിനു കുറുകെ ഒരു വിറകു കഷ്ണം കയറുകൊണ്ട് കെട്ടിവക്കുകയും ചെയ്യുമായിരുന്നു. ഞങ്ങളെ ആരും ആക്രമിക്കാതിരിക്കാനുള്ള അച്ഛന്റെ ഒരു പാഴ്ശ്രമം. ലിഡയിലെ ആളുകൾ അവരുടെ നഗരത്തെ സംരക്ഷിക്കാൻ നന്നായി പൊരുതിയി രുന്നു. പക്ഷെ നീണ്ട് നിൽക്കുന്ന, അതിരൂക്ഷമായ ആക്രമണമായിരുന്നു ജൂതരുടേത്. അവരുടെ നൂതന ആയുധങ്ങളെ നേരിടാൻ പലസ്തീനിക ളുടെ നാടൻ ആയുധങ്ങൾക്ക് കഴിയുമായിരുന്നില്ല. വിലകൂടിയ ആയു ധങ്ങൾ വാങ്ങുവാനുള്ള ശേഷിയും പലസ്തീനികൾക്ക് ഇല്ലായിരുന്നു. പലസ്തീനിന്റെ അതിർത്തികളെല്ലാം ബ്രിട്ടീഷ് പട്ടാളക്കാരായിരുന്നു നിയന്ത്രിച്ചിരുന്നത്. അതുകൊണ്ട് തന്നെ അതിർത്തി വഴിയുള്ള എല്ലാ വ്യാപാരവും നിലച്ചു. ബ്രിട്ടീഷുകാർ തിരികെ പോയപ്പോൾ അവരുടെ മുഴുവൻ ആയുധങ്ങളും ജൂതർക്ക് കൈമാറി. ബ്രിട്ടീഷ് പട്ടാളക്കാർ ട്രെയിനിൽ ഹൈഫയിലേക്കും അവിടെ നിന്ന് തുറമുഖത്തേക്കും പോകുന്നത് നിർവികാരതയോടെ നോക്കി നിൽക്കുവാനേ ഞങ്ങൾ ക്കായുള്ളൂ.

ലിഡയിൽ നിന്നും വീട്ടാവശ്യത്തിന് കുറച്ച് സാധനങ്ങൾ വാങ്ങിയി രുന്നു. എന്നാൽ അവിടെ നിന്നും തിരികെ പോവുമ്പോൾ അവ ഒന്നും തന്നെ കൊണ്ടുപോകുവാൻ ഇസ്രയേൽ സൈന്യം അനുവദിച്ചില്ല. ഒരു വാഹനം ലഭിക്കാൻ തന്നെ ഏറെ ബുദ്ധിമുട്ടി. കുറെ സമയത്തെ കാത്തി രിപ്പിന് ശേഷം അതുവഴി വന്ന ഒരു ട്രാക്ടറിൽ സാധനങ്ങൾ കയറ്റി. ദേർ ഗസാനയിലേക്ക് പോവുകയായിരുന്നു അയാൾ. ഞങ്ങളും അതിന്

പിന്നിൽ കയറി യാത്രയായി. ട്രാക്ടർ പലയിടത്തും പോലീസുകാർ തടഞ്ഞു നിർത്തി പരിശോധിച്ചു. എങ്കിലും വൈകുന്നേരത്തോടെ രാമള്ള ക്ക് സമീപം ദേർ ഗസാനയിൽ എത്തിച്ചേർന്നു. അവിടെ എത്തിയതും അവിടത്തെ മേയർ ഞങ്ങളെ സ്വീകരിച്ചു. അയാളുടെ വീട്ടിലേക്കു കൊണ്ടുപോയി. കാര്യങ്ങൾ എല്ലാം നേരെയാവുന്നത് വരെ അവരുടെ കൂടെ താമസിക്കുവാൻ അദ്ദേഹം ഞങ്ങളെ അനുവദിക്കുകയും ചെയ്തു. ധാരാളം പൈൻ മരങ്ങൾ നിറഞ്ഞ മനോഹരമായ ഒരു തോട്ടത്തിനു നടുവിലായിരുന്നു മേയറുടെ വീട്.

ഞങ്ങൾ യാത്ര തിരിച്ച ആ രാത്രി തന്നെ ലിഡ ജൂതർ പിടിച്ചെടു ത്തതായി വാർത്ത പരന്നു. അതിനടുത്ത ദിവസം അമ്മ ഒരു ആൺ കുഞ്ഞിന് ജന്മം നൽകി. ജൂത സൈന്യം ലിഡയിലേക്കുള്ള റോഡിന് സമീപം ഒരു കാർ ഉപേക്ഷിച്ചിരുന്നു. ദേർ അൽ ലെട്രോനിൽ രണ്ടു പൈൻ മരങ്ങൾക്കിടയിൽ ഒരു അടയാളം പോലെ ആ കാർ ഒരുപാട് വർഷം ഉണ്ടായിരുന്നു.

'അറേബ്യൻ സുരക്ഷാ സൈനികർ' പലസ്തീനിലേക്ക് വന്നത് സഹാ യത്തേക്കാളേറെ ഒരു ദുരന്തമായിരുന്നു. ഞങ്ങളിൽ നിന്നും എല്ലാ ആയു ധങ്ങളും എടുത്ത് മാറ്റി നിരായുധരാക്കുക മാത്രമായിരുന്നു അവരുടെ ലക്ഷ്യം. ലിഡ വീണതും അമ്മ താമസിക്കുന്ന മജ്ദയിൽ പോയി കുറച്ചു പാത്രങ്ങൾ കൊണ്ടുവരാൻ അച്ഛൻ എന്നോട് ആവശ്യപ്പെട്ടു. അന്ന് രാത്രി അവിടെ തന്നെ നിൽക്കാനും പറഞ്ഞു. രാവിലെ തന്നെ പുറ പ്പെട്ടു എങ്കിലും ഉച്ചയോടെയാണ് അമ്മയുടെ അടുത്തെത്തിയത്. തുടർ ച്ചയായ നടത്തം കാരണം വളരെ ക്ഷീണിതനായിരുന്നു. അതുകൊണ്ട് തന്നെ എനിക്ക് രണ്ടു ദിവസം തങ്ങേണ്ടതായി വന്നു. കുറച്ചു പാത്രങ്ങളും വളരെ അത്യാവശ്യം വേണ്ട മറ്റുപകരണങ്ങളും തയ്യാറാക്കി വച്ച് ഞാൻ ഉറങ്ങി. പിറ്റേന്ന് കാലത്ത് ഒരു മിസൈലിന്റെ ശബ്ദം കേട്ടാണ് ഉണർ ന്നത്. സമയം ഏകദേശം മൂന്ന് മണി. ഇറാഖി സൈന്യം കുഫോർ ഖാസിം പ്രദേശത്ത് നിന്നും ജൂതരുമായി ഏറ്റുമുട്ടുകയാണ്. അവിടെ നിന്നും എത്രയും പെട്ടന്ന് രക്ഷപെടണം. രണ്ടു സഹോദരങ്ങളും ഉമ്മയു മായി യാത്രയായി. ഒരുപക്ഷെ ജീവിതത്തിലെ ഏറ്റവും പ്രയാസമേറിയ ഒരു യാത.

ഞങ്ങൾ സൽഫിറ്റ് എന്ന സ്ഥലത്തിന് സമീപത്തുള്ള ദേർ ബല്ലൂറ്റ് ഗ്രാമത്തിലെത്തി. അവിടെയുള്ളവർ റാസ്-അൽ-ഇന്നുമായി വളരെ അടു പ്പത്തിലായിരുന്നു. പരിചയക്കാരായ ആളുകൾ. അതുകൊണ്ട് തന്നെ അവിടെ ഞങ്ങൾക്ക് മറ്റു പ്രയാസങ്ങൾ ഒന്നും നേരിടേണ്ടി വന്നില്ല.

എങ്കിലും ദിവസങ്ങൾ കഴിയുംതോറും കാര്യങ്ങൾ വഷളായിക്കൊണ്ടിരുന്നു. കൊതുകും ഈച്ചയും നിറഞ്ഞ ഒരു തൊഴുത്തിനടുത്തായിരുന്നു ഞങ്ങൾക്ക് കിട്ടിയ താമസ സ്ഥലം. അൽപ നേരത്തെ വിശ്രമത്തിന് ശേഷം ഞങ്ങൾ വീണ്ടും യാത്ര തുടർന്നു. ദേർ ഗസനയും കഴിഞ്ഞു വൈകുന്നേരത്തോടെ നാബ്ലസിൽ എത്തിച്ചേർന്നു.

യാഫയിലെ ഓർമകൾ ജീവിത കാലം മുഴുവൻ മനസിനെ അലട്ടിക്കൊണ്ടിരുന്നു. നഗരത്തിൽ ചുമട്ടുകാരനായി ജോലി ചെയ്യുന്നതിനിടെ ആ നല്ല നാളുകളെ കുറിച്ചുള്ള ഓർമ്മകൾ പലപ്പോഴും എന്നെ വികാരാധീനനാക്കി. യാഫയിൽ ഞാൻ ജോലി ചെയ്തിരുന്നത് ഖാദർ സലിം എന്നരാളോടൊപ്പമായിരുന്നു. പലപ്പോഴും പല സ്ഥലത്തേക്കും ഞങ്ങൾ ഒന്നിച്ച് സാധങ്ങൾ എത്തിച്ചു കൊടുത്തു. നഗരത്തിലെ വിവിധ കച്ചവട സ്ഥാപനങ്ങളിൽ ചുമട്ട് തൊഴിലാളികളായി കുറേ കാലം ഒരുമിച്ച് ജോലി ചെയ്തു. അയാൾ ഇപ്പോൾ എവിടെയാണാവോ? നാബ്ലസിലെത്തി വീണ്ടും ചുമട്ടു തൊഴിൽ ചെയ്ത് ജീവിക്കുന്നതിനിടെ അയാളെക്കുറിച്ചുള്ള ഓർമ്മകൾ പലപ്പോഴും എന്റെ കണ്ണുകളെ ഈറനണിയിച്ചു. പള്ളികളിലും, സ്കൂളുകളിലും എല്ലാം താമസിച്ചിരുന്ന അഭയാർഥികളുടെ നില വളരെ ദയനീയമായിരുന്നു. കൊതുകും ഈച്ചയും നിറഞ്ഞ ചുറ്റുപാട്. മലമൂത്ര വിസർജ്ജനത്തിന് പോലും നല്ല സൗകര്യം ഇല്ലായിരുന്നു.

1970ൽ ഒരിക്കൽ ഞാൻ റാസ്-അൽ-ഇൻ സന്ദർശിച്ചു. റെയിൽവേ സ്റ്റേഷന് മാറ്റം ഒന്നും ഇല്ല. പക്ഷെ ഞാൻ ചെറിയ കുട്ടിയായിരുന്നപ്പോൾ പതിവായി കളിയ്ക്കാൻ പോയിരുന്ന അബു സമീർ നജീബ് നാസ്സറിന്റെ വീട് കമ്പി വേലി കെട്ടി സംരക്ഷിച്ചിരിക്കുന്നത് കണ്ടു.

UNRWA പല രീതിയിലും സഹായിച്ചു എങ്കിലും അവ ഒന്നും തന്നെ ഞങ്ങളുടെ നഷ്ടപ്പെട്ട ഭൂമിക്കോ ജീവിതത്തിനോ പകരമാവുന്നില്ല. ജൂതർക്ക് എല്ലാം നൽകി. ഞങ്ങളിതാ വെറും അഭയാർഥികൾ ആയിരിക്കുന്നു. ഞങ്ങൾ പിന്നിലുപേക്ഷിച്ച പച്ചപുതച്ച തോട്ടങ്ങളും, അതിലേറെ സന്തോഷം നിറഞ്ഞ ജീവിതവും എല്ലാം ഇന്ന് ഇല്ലാതായിരിക്കുന്നു. ഐക്യരാഷ്ട്ര സഭയുടെ ഇടപെടലല്ല ജന്മസ്ഥലത്തേക്കുള്ള തിരിച്ചു പോക്കായിരുന്നു ഞങ്ങളുടെ ആവശ്യം. അസ്കർ അഭയാർഥി ക്യാമ്പിലെ ജീവിതം ഇനി ഞങ്ങൾക്ക് വേണ്ട. ജോർജ് ബുഷ് ഞങ്ങളുടെ ആരുമല്ല. ഞങ്ങളെ കുറിച്ച് സംസാരിക്കാൻ ഞങ്ങൾ ആരെയും ചുമതലപ്പെടുത്തിയിട്ടുമില്ല. ഞങ്ങൾ തിരിച്ചു പോകുന്നതിനെ കുറിച്ചോ പോകാതിരിക്കുന്നതിനെ കുറിച്ചോ സംസാരിക്കാൻ അയാൾക്ക് യാതൊരവകാശവുമില്ല. എനിക്കുറപ്പുണ്ട് ലോകം ഒരിക്കൽ ഞങ്ങളുടെ നിലവിളി കേൾക്കും. അവർ സത്യം മനസ്സിലാക്കും.

പേര്: അബു ബസ്സാം അൽ-അർദ

ജനനം: 1930

ജന്മസ്ഥലം: യാസൂർ ഗ്രാമം / ജാഫ

ഇപ്പോൾ താമസം: - അൽ-ഈൻ അഭയാർഥി ക്യാമ്പ് - നാബ്ലസ്.

> *ശിശിരത്തിലെ തണുത്തുറഞ്ഞ രാത്രികളിൽ - പാദരക്ഷ പോലുമില്ലാതെ മുട്ടോളം ചെളിയിൽ- ഞങ്ങൾ കൂടാരം തീർക്കാനുള്ള മരക്കാലുകൾ കുഴിച്ചിടുകയായിരുന്നു.*

1948ൽ കേവലം പതിമൂന്ന് വയസ് മാത്രം പ്രായമുള്ള ഒരു ബാലനായിരുന്നു ഞാൻ. പലായനത്തെ കുറിച്ച് ചെറിയ ചില ഓർമ്മകൾ മാത്രമാണ് എന്നിൽ അവശേഷിക്കുന്നത്. അതും എന്റെ സ്കൂളിൽ വന്നിരുന്ന ചില സമര ഭടന്മാരുടെ സന്ദർശനം സംബന്ധിച്ച ഓർമ്മകൾ. അവർ സ്കൂളിൽ വന്നത് ബ്രിട്ടീഷുകാർക്കെതിരായുള്ള സമരത്തിൽ എല്ലാവരും അണിചേരണം എന്ന് പറയാനായിരുന്നു. ബ്രിട്ടീഷുകാർ നമ്മുടെ എല്ലാ അവകാശത്തെയും എടുത്തു കളയുകയും നമ്മുടെ പോരാളികളെ ഇല്ലാതാക്കുകയും ചെയ്യുന്നു. ഒരു തലമുറയെ മുഴുവനും അവർ ഒറ്റിക്കൊടുക്കുകയാണെന്നുമായിരുന്നു അവർ പ്രസംഗിച്ചിരുന്നത്. അവരുടെ പ്രസംഗം എല്ലാവരെയും ആവേശത്തിലാക്കി.

ജാഫയിൽ നിന്നും നാല് കിലോമീറ്റർ മാത്രം ദൂരെയായിരുന്ന യാസൂർ ഗ്രാമത്തിലുണ്ടായ ഒരു സംഭവം ഇപ്പോഴും ഓർക്കുന്നു. ബ്രിട്ടീഷ്

സൈന്യം ഇവിടെ വന്നിരുന്നത് ക്രൂറൻ ടാങ്കുകളിലായിരുന്നു. അവർ എത്തിയ ഉടനെ തന്നെ യാതൊരു പ്രകോപനവും കൂടാതെ വെടിവപ്പും ആരംഭിച്ചു. ഞങ്ങളുടെ ഗ്രാമത്തിൽ ആകെ നാല് കുടുംബം മാത്രമേ ഉണ്ടായിരുന്നുള്ളൂ. അവർക്ക് ഓരോരുത്തർക്കും ഓരോ മുഖ്താർ അഥവാ ഗ്രാമത്തലവനും ഉണ്ടായിരുന്നു. അതിൽ ഹജ്ജ് ഉസ്മാൻ ജിബ്രിൽ എന്നയാൾ ബ്രിട്ടീഷ് ടാങ്കുകൾക്ക് അരികിലേക്ക് പോയി അവരോട് കയർക്കുകയും, വെടിവപ്പിനെ ചോദ്യം ചെയ്യുകയും ചെയ്തു. പക്ഷെ അവർ മറുപടിയൊന്നും പറഞ്ഞില്ല, പകരം അയാളെ തള്ളി മാറ്റി വെടിവപ്പ് തുടർന്നു. ബ്രിട്ടീഷ് പട്ടാളക്കാരുടെ സഹായത്തോടെയാണ് ജൂതർ പലസ്തീൻ അധിനിവേശം നടത്തുന്നത് എന്നതിന് വ്യക്തമായ തെളിവായിരുന്നു അത്. മുമ്പിൽ മറ്റ് മാർഗ്ഗങ്ങൾ ഒന്നുമില്ലായിരുന്നെങ്കിലും ആയുധം കൊണ്ടും, തന്ത്രങ്ങൾ കൊണ്ടും ശക്തരായ ജൂതന്മാരോടേറ്റുമുട്ടി വിജയിക്കാൻ കഴിയുമെന്ന മിഥ്യാധാരണയിലായിരുന്നു മുഴുവൻ പലസ്തീനികളും.

എന്റെ കൂട്ടുകാരിൽ അധികം പേരും മുതിർന്നവർ ആയിരുന്നു. എല്ലാവരും ഇരുപത്തഞ്ചിലേറെ പ്രായം ചെന്നവർ. എനിക്കാകട്ടെ പതിമൂന്നും. അതുകൊണ്ട് തന്നെ കുടുംബത്തെ നാടുകടത്തിയപ്പോൾ എന്റെ ജീവിതം അവരുടെ കൂടെയായി. ഞങ്ങൾ ഇപ്പോൾ യാസൂരിലാണ്. ജറുസലേമിലെ അൽ ഖാസ്തൽ കുന്നുകളടക്കം വിവിധ സ്ഥലങ്ങളിൽ ജൂതരും അറബികളും തമ്മിൽ പോരാട്ടങ്ങൾ തുടങ്ങി. അൽ ഖാസ്തലിൽ ഉണ്ടായ ഏറ്റുമുട്ടലിൽ ഞങ്ങളുടെ പ്രിയപ്പെട്ട നേതാവ് അബ്ദുൽ ഖാദർ അൽ ഹുസൈനി കൊല്ലപ്പെട്ട വിവരം റേഡിയോയിലൂടെ അറിഞ്ഞത് ഞങ്ങളെ നിരാശയിലാഴ്ത്തി. അൽ ഖാസ്തൽ മലനിരകൾ ജൂതർ കീഴടക്കി. സ്ത്രീകളെയും കുട്ടികളെയും കൊന്നു തള്ളി. ഈ വാർത്ത എല്ലാവരെയും അങ്ങേയറ്റം ക്രുദ്ധരാക്കി. പക്ഷെ, തിരിച്ചൊന്നും ചെയ്യാൻ കഴിയാതെ, ആ നാട്ടും വിട്ടുപോവുകയെന്നല്ലാതെ മറ്റൊരു മാർഗവും ഞങ്ങൾക്കുണ്ടായിരുന്നില്ല.

ജൂതർ പതുക്കെ ഞങ്ങൾ വിട്ടുപോയ പ്രദേശങ്ങൾ കൈയടക്കാൻ തുടങ്ങി. രാത്രി കാലങ്ങളിൽ അവർ ഓറഞ്ച് തോട്ടങ്ങൾക്ക് തീയിട്ടു. നഗരത്തിന് ചുറ്റനിന്നും ആളുകൾ കൂടുതൽ സുരക്ഷിതമായ മധ്യഭാഗത്തേക്ക് മാറുവാൻ തുടങ്ങി. ഞങ്ങൾ മധ്യഭാഗത്ത് നിന്നും ഒരു കിലോമീറ്റർ തെക്കോട്ട് മാറി സുരക്ഷിതം എന്ന് തോന്നിയ ഒരിടം കണ്ടെത്തി. കുറച്ചു ജൂത വീടുകൾ ഞങ്ങളുടെ വീടിനു സമീപത്തുണ്ടായിരുന്നു. യാസൂരിലെ സവാഫി-അൽ-രംൽ എന്ന ഫാക്ടറിയുടെ ഉടമയും അതിനടുത്താണ് താമസിച്ചിരുന്നത്. ആ ഫാക്ടറി ആരോ

ഈ ജൂതന് നിയമവിരുദ്ധമായി വിറ്റതാണ്. കൃത്രിമ രേഖകൾ ചമച്ചായിരുന്നു കൈമാറ്റം. മുഴുവൻ സ്ഥലവും കൈക്കലാക്കിയ അയാൾ അത് ഭാഗങ്ങളായി വിഭജിച്ച് തന്റെ സുഹൃത്തുക്കൾക്ക് കൈമാറി.

ആളുകൾ പലവിധത്തിലും പോരാടാൻ തയ്യാറായി മുന്നോട്ടു വന്നു. സ്ത്രീകളുടെ ആഭരണങ്ങൾ വിറ്റ് കിട്ടുന്ന കാശ് കൊണ്ടായിരുന്നു ആയുധങ്ങൾ വാങ്ങിയിരുന്നത്. പുരുഷൻമാരിൽ ചിലർ ആയുധം സംഭരിക്കാൻ തുടങ്ങി. മറ്റുള്ളവർ ആഴത്തിലുള്ള ട്രഞ്ചുകൾ ഉണ്ടാക്കുവാനും. ട്രഞ്ചുകൾ ഉണ്ടാക്കുന്നതിൽ പ്രമുഖൻ അബു മഹ്മൂദ് ബരകാത് ആയിരുന്നു. വളരെ കാര്യശേഷിയുള്ള ഒരാളായിരുന്നു ബരകാത്. ആളുകളെ വിവിധ ജോലികൾ ഏൽപ്പിക്കുന്നതിലും തീരുമാനങ്ങൾ എടുക്കുന്നതിലും എല്ലാം അയാൾക്ക് നല്ല മിടുക്കുണ്ടായിരുന്നു. രാത്രികളിൽ ആരും ഉറങ്ങരുത് എന്നായിരുന്നു ഞങ്ങൾക്ക് കിട്ടിയ നിർദ്ദേശം. അത് പരിശോധിക്കാൻ അയാൾ പലപ്പോഴും ബാരക്കുകളിൽ വരുമായിരുന്നു.

ഞങ്ങൾ എല്ലാവരും എല്ലാ കാര്യത്തിലും വളരെ ഉത്തരവാദിത്തം പുലർത്തിയിരുന്നു എങ്കിലും ശാസ്ത്രീയമായ പരിശീലനത്തിന്റെ കുറവ് നികത്താനാവശ്യമായ ഒന്നും ഇല്ലായിരുന്നു. ഞങ്ങളിലെ ചെറിയ ചില സംഘങ്ങൾ പലപ്പോഴും ജൂതരുമായി ഏറ്റുമുട്ടി. ഇത്തരം ഒരേറ്റുമുട്ടലിൽ 'ജധാല' കുടുംബത്തിലെ ഒരംഗം മരിച്ചു. എന്റെ സുഹൃത്തായിരുന്ന അബുരിദിന്റെ അമ്മാവനും, അബുസഫിയ കുടുംബത്തിലെ ഒരാളും റെയിൽവേ സ്റ്റേഷന് സമീപം കൊല്ലപ്പെട്ടു. തുടർന്നുള്ള ദിവസങ്ങളിലും പലരും കൊല്ലപ്പെടുകയോ അംഗവൈകല്യം സംഭവിക്കുകയോ ചെയ്തു. ബരകാതിനും ഏറ്റുമുട്ടലിൽ പരിക്ക് പറ്റി. ജാബിർ കുടുംബത്തിലെ ഒരാളുടെ കൈ നഷ്ടപെട്ടു. ഞങ്ങളിൽ ആരെങ്കിലും എവിടെയെങ്കിലും ഉണ്ടെന്നറിഞ്ഞാൽ പിന്നെ അവിടേക്ക് ജൂത പട്ടാളം വരിക പതിവായി. വീടുകൾ വെടിവച്ചു തകർത്തു. പലവീടുകളും മൈനും ബോംബും വച്ച് തകർത്തു. അവർക്ക് ചില ബുദ്ധിമുട്ടുകൾ ഉണ്ട് എന്ന് പറഞ്ഞ് വീടുകളും, പോരാളികൾ ഒളിവിൽ കഴിയുന്നു എന്നാരോപിച്ച് ഫാക്ടറികളും എല്ലാം തകർത്തുകൊണ്ടേയിരുന്നു.

അറബ് സുരക്ഷാ സൈന്യം വരുന്നത് വരെ ദൈവ കൃപയാൽ ഞങ്ങൾ സുരക്ഷിതരായിരുന്നു. സിറിയൻ സൈന്യം ഞങ്ങളുടെ ഗ്രാമത്തിൽ വന്നതും, ഞങ്ങളുടെ ഗ്രാമം ജൂത പട്ടാളത്തിന് കീഴടങ്ങിയതും ഇന്നും ഞാനോർക്കുന്നു. അവർ എന്തോ പീരങ്കിയോ മറ്റോ കൊണ്ടുവന്ന് ടെൽ അവീവിന് നേരെ വെടിവക്കുകയും, സ്ത്രീകളും കുട്ടികളും ഉടനെ തന്നെ ഇവിടം വിട്ടു സുരക്ഷിതമായ കേന്ദ്രങ്ങളിലേക്ക് മാറണമെന്നും,

ഞങ്ങൾ നിങ്ങളുടെ രാജ്യത്തെ സംരക്ഷിക്കാം എന്നൊക്കെ പറയുകയും ചെയ്തു. യഥാർത്ഥത്തിൽ വളരെ കുറച്ച് സൈനികർ മാത്രമേ അവിടെ എത്തിയിരുന്നുള്ളൂ. അവരുടെ സാന്നിധ്യം തന്നെ ഞങ്ങൾക്ക് ആശ്വാസകരമായിരുന്നു. എന്നാൽ അവർ സൈനികരേ ആയിരുന്നില്ല എന്നതായിരുന്നു സത്യം. പലരും യാതൊരുവിധ പരിശീലനവും കിട്ടാത്ത പോലീസുകാരായിരുന്നു. അവസാനം സുരക്ഷാസേന യാസൂർ വിടാൻ തീരുമാനിച്ചു. ഞങ്ങളിൽ പലരും സ്വന്തം ആയുധങ്ങളുമായി ഗ്രാമത്തിന് ചുറ്റും കാവൽ നിൽക്കാനും തീരുമാനിച്ചു. എന്നാൽ അറബ് സൈന്യത്തിന്റെ വരവ് ഒരു ഗൂഢാലോചനയുടെ ഭാഗമായിരുന്നു എന്ന സത്യം വളരെ വൈകിയാണ് ഞങ്ങൾ തിരിച്ചറിഞ്ഞത്. ഞങ്ങളിലെ പോരാളികളെ ഒറ്റുകൊടുക്കാൻ വേണ്ടി മാത്രം അവതരിച്ചവർ. തീർച്ചയായും ആ കാര്യത്തിൽ അവർ പൂർണ്ണമായും വിജയിച്ചു.

ഒരു ജൂതൻ ഒരു പലസ്തീനി സ്ത്രീയെ ബലാത്സംഗം ചെയ്ത് കൊന്നു എന്നതായിരുന്നു ആ സമയത്ത് അവിടെ പ്രചരിച്ചിരുന്ന ഒരു പ്രധാന ആരോപണം. എന്നാൽ ആ വാർത്ത ശരിയാണെന്ന് ഞാൻ വിശ്വസിച്ചിരുന്നില്ല. എങ്കിലും ജൂതർ മറ്റ് സ്ഥലങ്ങളിൽ ആളുകളോട് ചെയ്തു കൂട്ടുന്ന ക്രൂരതയുടെയും, അക്രമത്തിന്റെയും കഥകൾ റേഡിയോയിലൂടെ കേൾക്കുമ്പോൾ അന്ന് പ്രചരിച്ചിരുന്ന കഥകൾ എല്ലാം സത്യമായിരുന്നു എന്ന് തോന്നുന്നു.

യാസൂർ യഹൂദർക്ക് കീഴടങ്ങുന്നതിന് മുമ്പ് തന്നെ പ്രധാന പട്ടണങ്ങളായ അൽ-ഖയരിയയും സലാമയും കീഴടങ്ങി. യാസൂർ കീഴടക്കാൻ അവരെന്തോ ഭയന്നതു പോലെ. ജാഫയിൽ നിന്നും ആളുകൾ ധാരാളമായി ഒഴിഞ്ഞു പോയിക്കൊണ്ടിരുന്നു. ബാക്കിയായവർ ഭയത്തോടെ ദിവസങ്ങൾ കഴിച്ചുകൂട്ടി. അവിടെ അപ്പോൾ വളരെ കുറച്ച് ആളുകൾ മാത്രമേയുണ്ടായിരുന്നുള്ളൂ. പ്രായമായ ആളുകൾ ഞങ്ങളെ പഠിപ്പിച്ചിരുന്നത് ജീവിതത്തിലെ മൂല്യങ്ങളെ ബഹുമാനിക്കാനായിരുന്നു. അതുകൊണ്ട് തന്നെ ബിറ്റ് ദജാനിയിലുള്ളവരേക്കാൾ ഞങ്ങൾക്ക് ജൂതരുമായി അടുപ്പമുണ്ടായിരുന്നു. എങ്കിലും എല്ലാവരും ഒഴിഞ്ഞു പോവുകയും, ഏത് നിമിഷവും ജൂതർ ഞങ്ങളുടെ സ്ഥലം കയ്യേറാൻ സാധ്യതയുമുള്ളതിനാൽ ഞങ്ങളും അവിടം വിട്ടുപോവാൻ നിർബന്ധിതരായി.

ജാഫ അപ്പോൾ ഏറെക്കുറെ ശൂന്യമായിരിരുന്നു. ഞങ്ങളും അവിടം വിടാൻ തീരുമാനിച്ചു. കുറേ നേരത്തെ പരിശ്രമത്തിനൊടുവിൽ ഒരു കാർ കിട്ടി. അത്യാവശ്യം സാധനങ്ങൾ കയറ്റി ലിഡയിലേക്ക് യാത്രയായി.

അയൽവാസിയായ മുഹമ്മദ് അശവാഫിയെ ഞാനപ്പോൾ ഓർത്തു പോയി. അയാളുടെ കുതിരവണ്ടിയിലായിരുന്നു ഞങ്ങൾ പതിവായി സാധനങ്ങൾ കൊണ്ടുപോയിരുന്നത്. അയാൾ എപ്പോഴും കുതിരവണ്ടി നിർത്തിയിടുന്ന സ്ഥലം ഇപ്പോൾ ശൂന്യമാണ്. എങ്ങോട്ടായിരിക്കും അയാൾ പോയിട്ടുണ്ടാവുക?

ലിഡയിൽ രണ്ട് മാസം താമസിച്ചു. അതിന് ശേഷം അവിടെ നിന്നും മാറാൻ തീരുമാനിച്ചു. അങ്ങനെ ഞങ്ങൾ രണ്ടായി പിരിഞ്ഞു - അമ്മയും സഹോദരനും സൽഫിറ്റ് ടൗണിനടുത്ത് ഖിറിലുള്ള ഒരു ബന്ധുവിന്റെ വീട്ടിലേക്കും, ഞാനും സഹോദരങ്ങളും ടുൽകാരേം എന്ന സ്ഥലത്തേക്കും. അവിടെയും ഞങ്ങൾക്ക് ബന്ധുക്കളുണ്ടായിരുന്നു. രണ്ടു മാസം അവിടെ നിന്നതിനു ശേഷം ഒരു കൊച്ചു കാലത്ത് വീണ്ടും നാബ്ലസിലേക്ക് പോയി. തുടരെത്തുടരെയുള്ള മാറി താമസവും, ദീർഘദൂര യാത്രകളും ഞങ്ങളെ സാമ്പത്തികമായും, മാനസികമായും തളർത്തി.

നാബ്ലസിൽ ഞങ്ങൾക്ക് ബുദ്ധിമുട്ടൊന്നും ഇല്ലായിരുന്നു. എല്ലാ കാര്യത്തിലും അയൽവാസികളുടെ സഹായം ലഭിച്ചു. എന്നാൽ പലരും പള്ളികളിലും, സ്കൂളുകളിലും ഒക്കെയായിരുന്നു താമസിച്ചിരുന്നത്. അവിടെ വച്ച് ബരകാത് കുടുംബത്തെ കാണുകയും അവരോടൊപ്പം ഒരുപാട് സമയം ചിലവഴിക്കുകയും ചെയ്തു. ചിലപ്പോൾ ഞങ്ങളുടെ പഴയ കുടുംബ സുഹൃത്തായ അബു അഷ്ഫദിന്റെ അടുത്തേക്ക് പോവുമായിരുന്നു.

1948ന് ശേഷം എനിക്ക് ഒരിക്കലും സ്കൂളിൽ പോവാൻ കഴിഞ്ഞില്ല. കാര്യങ്ങൾ എല്ലാം വളരെ പ്രയാസകരമായിരുന്നു. ആർക്കും കാര്യമായ ജോലിയൊന്നും ഇല്ലായിരുന്നു. ഉണ്ടെങ്കിൽ തന്നെ വളരെ ചെറിയ തുകയായിരുന്നു കൂലി. അതും രാത്രി വൈകുവോളം പണിയെടുത്താൽ മാത്രം. എങ്കിലും ദൈവകൃപയാൽ പ്രതിസന്ധികളെല്ലാം ഞങ്ങൾ തരണം ചെയ്തു. ഒരു മഞ്ഞു കാലം ഞാൻ ഓർക്കുന്നു. റെഡ് ക്രോസ് അവരുടെ അഭയാർഥി ക്യാമ്പുകൾ നിർമ്മിക്കുന്ന രംഗം. കാറ്റിൽ പൊട്ടി വീഴുന്ന തൂണുകൾ ഉറപ്പിച്ച് നിർത്താൻ നഗ്നപാദരായി ചളിയിലും മറ്റും ഇറങ്ങിയ സമയം. ദുരിതങ്ങൾ നിറഞ്ഞ ആ നാളുകൾ എങ്ങനെയാണ് ഞാൻ വിവരിക്കേണ്ടത്.

1967ലെ യുദ്ധത്തിനു ശേഷം ഒരിക്കൽ യാസൂരിലേക്ക് പോയി. അവിടുന്നായിരുന്നല്ലോ ഞങ്ങൾ കുടിയിറക്കപ്പെട്ടത്. അപ്പോൾ വല്ലാതെ മാറിയിരുന്നു. പ്രധാന മാറ്റം റോഡുകൾക്കായിരുന്നു. റോഡിൽ മിക്കയിടങ്ങളിലും ജൂതരുടെ സുരക്ഷ ഉറപ്പുവരുത്താൻ വേണ്ടി കാവൽക്കാർ. ഞാൻ പഠിച്ചിരുന്ന സ്കൂളിന് യാതൊരു മാറ്റവുമില്ല. അങ്ങിങ്ങായി ചില

വീടുകൾക്ക് രൂപാന്തരം സംഭവിച്ചിട്ടുണ്ട്. ചിലയിടങ്ങളിലെ വീടുകൾ മുഴുവനും അപ്രത്യക്ഷമായിരിക്കുന്നു. വീടുകൾക്ക് പകരം ചെറിയ ഫാക്ടറികൾ ഉയർന്നു വന്നു. വീടിന് സമീപത്തുണ്ടായിരുന്ന കുന്നിന് ഒരു മാറ്റവുമില്ല. വർഷങ്ങൾക്ക് മുമ്പ് ഞങ്ങൾ പോവുമ്പോൾ ഉണ്ടായിരുന്ന മരങ്ങൾ എല്ലാം ഞാൻ തിരിച്ചറിഞ്ഞു. അവിടെയുണ്ടായിരുന്ന ഒരു ഓറഞ്ച് തോട്ടം ഫാക്ടറി ആയി മാറി.

ഞങ്ങൾ വിട്ടുപോയ വീട്ടിൽ ഇപ്പോൾ താമസിക്കുന്നത് യെമനിൽ നിന്നും ഇറാഖിൽ നിന്നും വന്ന ജൂത കുടുംബങ്ങളായിരുന്നു. വാതിലിൽ മുട്ടി അൽപം വൈകിയെങ്കിലും അവർ വാതിൽ തുറന്നു. ഞാൻ അയാളോട് പറഞ്ഞു "ഇത് ഞങ്ങൾ താമസിച്ചിരുന്ന വീടായിരുന്നു". ഇത് കേട്ട ഇറാഖി ജൂതൻ വേഗം അകത്തേക്ക് പോയി ഞങ്ങൾക്ക് ചായയും വെള്ളവും തന്നു. "ഞങ്ങൾ ഒരിക്കൽ ഇറാഖിലേക്ക് പോവും. അപ്പോൾ നിങ്ങൾക്കും നിങ്ങളുടെ വീട്ടിലേക്കു വരാം." അയാളുടെ മറുപടി ഞാൻ എങ്ങിനെയാണ് സ്വീകരിക്കേണ്ടത്? വളരെ വേദനയോടെയായിരുന്നു ഞാൻ ആ വീടിനുള്ളിലേക്ക് നോക്കിയത്. ഒരുപാട് കാലം ഞങ്ങൾ ജീവിച്ച ആ വീട്ടിൽ ഇപ്പോൾ മറ്റാരോ താമസിക്കുന്നു. പക്ഷെ എന്ത് ചെയ്യാൻ കഴിയും? സഹിച്ചേ മതിയാവൂ എന്ന് എന്റെ മനസ്സ് മന്ത്രിച്ചു.

സ്ഥലത്തിന് പകരം പണം തരാം എന്ന് അവർ പറഞ്ഞു. പക്ഷെ അതെന്ത് ന്യായം? അവർ ഇത്ര കാലം ഉപയോഗിച്ചതിന് വല്ലതും ഇങ്ങോട്ട് തന്ന് ആ സ്ഥലം എത്രയും വേഗം ഞങ്ങളെ തിരികെ ഏൽപ്പിക്കുകയല്ലേ ചെയ്യേണ്ടത്? ഇപ്പോൾ അമ്പതോളം വർഷങ്ങൾ കഴിഞ്ഞിരിക്കുന്നു. ആ സ്ഥലവും അതിലെ ആദായവും എല്ലാം എനിക്ക് നഷ്ടപ്പെട്ടിരിക്കുന്നു. ആ സ്ഥലത്തിന്റെ രേഖകൾ എല്ലാം ഇപ്പോഴും എന്റെ കയ്യിൽ ഉണ്ട്. അത് പണത്തിനു പകരം നൽകാൻ എനിക്ക് ഒരിക്കലും കഴിയുമായിരുന്നില്ല.

നമുക്കിവിടെ നിർത്താം. അതിനു മുമ്പ്.. ഞങ്ങൾ നാടുവിട്ടതിനും, ലിഡയും വെസ്റ്റ് ബാങ്കും ജൂതർ കീഴടക്കിയതിനും ശേഷം അറബ് നേതാക്കളും, അറബ് രാജാക്കൻമാരും എല്ലാം പലസ്തീൻ കാര്യത്തിൽ ഇടപെട്ടു. എല്ലാം വിഫലം. വാസ്തവത്തിൽ അറബ് രാജ്യങ്ങളും പലസ്തീൻ നേതാക്കളും 'നക്ബ'ക്കും അതിന് ശേഷമുള്ള പലായനത്തിനും കാരണക്കാരാണ്.

അത് കൂടാതെ ഞങ്ങളുടെ നേതാക്കൻമാർ, അവർ ആകെ ചെയ്തത് ജെറുസലേമിലെ മുഫ്തിയായിരുന്ന അമിൻ അൽ-ഹുസൈനിയോട്

കാര്യങ്ങൾ സംസാരിക്കുക മാത്രമാണ്. ഒരു പക്ഷെ അവർക്കും ഞങ്ങളെ രക്ഷിക്കാമായിരുന്നു. പക്ഷെ ആരും അത് മാത്രം ചെയ്തില്ല. എല്ലാവരും ഞങ്ങളെ വഞ്ചിച്ചു. യാസൂരിലെ ഞങ്ങളുടെ കുടുംബത്തിലെ പല അംഗങ്ങളും ഇപ്പോൾ വിവിധ രാജ്യങ്ങളിൽ കഴിയുന്നു. മരണം വരെ അഭയാർഥിയായി കഴിയാനായിരിക്കും ഞങ്ങളുടെ വിധി. ആദ്യം അവർ ഞങ്ങളോട് പറഞ്ഞത് രണ്ടാഴ്ച കൊണ്ട് നിങ്ങൾക്ക് സ്വന്തം വീടുകളിലേക്ക് മടങ്ങാം എന്നായിരുന്നു. പിന്നെ, രണ്ടു മാസം? രണ്ടു വർഷം? ഇത്തരം മോഹന വാഗ്ദാനങ്ങൾക്ക് ഇപ്പോൾ ഞങ്ങൾ യാതൊരു വിലയും കൽപ്പിക്കാറില്ല. സ്വയം തൊഴിലുകൾ കണ്ടെത്തി ജീവിതം മുമ്പോട്ട് നീക്കുന്ന ഞങ്ങൾക്ക് ഭൂമിയില്ല. മേൽവിലാസമില്ല. ഇതൊന്നും ഇല്ലാത്തവർക്ക് പിന്നെ എന്തുണ്ടായിട്ടെന്ത്?

പേര്: ഹുദ അബു ദീർ

ജനനം: 1948

ജന്മസ്ഥലം: അൽ - മൻഷിയ / ജാഫ

ഇപ്പോൾ താമസം: - ഓൾഡ് സിറ്റി - നാബ്ലസ്.

ആ സമയം വരെയും ജൂതരും പലസ്തീനികളും തമ്മിലുണ്ടായിരുന്ന ബന്ധം വളരെ സൗഹാർദ്ദപരമായിരുന്നു. ഞങ്ങൾ സുഹൃത്തുക്കളും അയൽക്കാരുമാണ്, ഞങ്ങൾക്കിടയിൽ യാതൊരുവിധ പ്രശ്നങ്ങളുമുണ്ടായിരുന്നില്ല.

എനിക്ക് കേവലം പതിമൂന്ന് വയസ്സ് മാത്രം പ്രായമുള്ളപ്പോഴായിരുന്നു ഞങ്ങളുടെ കുടുംബം ജാഫയിൽ നിന്നും യാത്രയായത്. ആ കാലത്ത് വളരെ അപൂർവമായി ചില വീടുകളിൽ മാത്രമേ റേഡിയോ ഉണ്ടായിരുന്നുള്ളൂ. എന്നിരുന്നാലും അച്ഛൻ അടുത്തുള്ള ഒരു കടയിൽ നിന്നും റേഡിയോ കേട്ട് വാർത്തകളും മറ്റ് വിശേഷങ്ങളും വീട്ടിലുള്ള എല്ലാവരോടും പങ്കുവച്ചു. ഈ സമയത്തൊക്കെയും ജൂതരും പലസ്തീനികളും തമ്മിലുണ്ടായിരുന്ന ബന്ധം വളരെ ഊഷ്മളമായിരുന്നു. ഞങ്ങളെല്ലാം അയൽവാസികളും അതിലേറെ സുഹൃത്തുക്കളുമൊക്കെയായിരുന്നു. പറയത്തക്ക പ്രശ്നങ്ങൾ ഒന്നും തന്നെ ഞങ്ങൾക്കിടയിലുണ്ടായിരുന്നില്ല.

ടെൽ അവീവിനും ജാഫക്കും ഇടയിലെ അൽ മൻഷിയയിൽ ഹസൻ ബക് പള്ളിക്കും- അൽ കാർമൽ മാർക്കറ്റിനും വളരെ അടുത്തായിരുന്നു ഞങ്ങൾ താമസിച്ചിരുന്നത്. എന്റെ അച്ഛനും ഈ മാർക്കറ്റിൽ

തന്നെയായിരുന്നു ജോലി. അതുകൊണ്ട് തന്നെ സാധനങ്ങൾ വാങ്ങുവാനായി ഞാൻ സഹോദരിയെയും കൂട്ടി കാർമൽ മാർക്കറ്റിലും ചിലപ്പോൾ അച്ഛന്റെ ജോലി സ്ഥലത്തേക്കും ഒക്കെ പോവുമായിരുന്നു. ഞങ്ങൾ കടയിലെത്തുമ്പോൾ അച്ഛൻ അവിടെ നിന്നും പത്രം വായിക്കുന്നത് ഒരു പതിവ് കാഴ്ചയായിരുന്നു. 'റോബിൻ പ്രവാചകന്റെ പേരിൽ' എന്ന നാൽപ്പതു ദിവസം നീണ്ടു നിൽക്കുന്ന ഒരു പ്രാർത്ഥനാ യോഗം നാട്ടിൽ അക്കാലത്തു വളരെ പ്രസിദ്ധമായിരുന്നു. നാട് നീളെ ടെന്റുകൾ ഉണ്ടാക്കും, പതാക ഉയർത്തും, മധുരപലഹാര വിതരണവും ഉണ്ടാവും. ഞങ്ങൾ കുട്ടികൾ വളരെയധികം സന്തോഷത്തോടെയാണ് ഈ ദിവസങ്ങളെ കാത്തിരുന്നത്. ടെന്റുകളിൽ നിന്നും വിതരണം ചെയ്യുന്ന മധുരപലഹാരങ്ങൾ ശേഖരിക്കാനും ഒട്ടകപ്പുറത്ത് സവാരി ചെയ്യാനും ഞങ്ങൾ മത്സരിക്കുമായിരുന്നു.

"ജൂതന്മാർ ഈ രാജ്യത്തെ വിഭജിക്കാൻ പോവുകയാണ്. അവർ പാട്ടും നൃത്തവുമായി അതിന്റെ ആഘോഷങ്ങൾ തുടങ്ങിക്കഴിഞ്ഞു എന്ന്" -ഒരു ദിവസം ടെൽ അവീവിൽ നിന്നും വന്നയുടനെ മൂത്ത സഹോദരൻ എന്നോട് പറഞ്ഞതാണ്. എന്നാൽ ജൂതരുമായി വളരെ അടുത്ത് ഇടപഴകിയിരുന്ന ഞങ്ങൾക്ക് അവൻ പറഞ്ഞത് വിശ്വസിക്കാൻ കഴിഞ്ഞില്ല. അൽപനേരം കഴിഞ്ഞ് അടുത്ത വീട്ടിലെ ജൂത സ്ത്രീ ഞങ്ങളുടെ വീട്ടിൽ വന്നപ്പോൾ ഈ കാര്യം അവരോടെ സംസാരിച്ചു. "നിങ്ങൾ അറബികൾക്ക് ഒന്നും അറിയില്ല, ഈ രാജ്യം വിഭജിക്കാൻ പോവുകതന്നെയാണ്. ഉടനെ തന്നെ നിങ്ങൾ ഒന്നും ഇല്ലാത്തവരായി മാറും, അതും രണ്ടോ മൂന്നോ ദിവസത്തിനുള്ളിൽ." എന്നാൽ അവരുടെ മറുപടിയും ഞങ്ങൾക്ക് ഉൾക്കൊള്ളാൻകഴിഞ്ഞില്ല. അവർ വെറുതെ പറഞ്ഞതാണ് എന്ന് ഞങ്ങൾ പരസ്പരം ആശ്വസിപ്പിച്ചു. പക്ഷെ മൂന്ന് ദിവസത്തിനകം ആ സ്ത്രീ പറഞ്ഞത് പോലെ ഞങ്ങളുടെ രാജ്യം വിഭജിക്കപ്പെട്ടു. ടെൽ അവീവ് വീഥികളിൽ ജൂതർ ആനന്ദ നൃത്തം ചവിട്ടി.

എന്റെ സഹോദരൻ മുഹമ്മദ് ടെൽ അവീവിൽ ഒരു ജൂതൻ നടത്തിയിരുന്ന വർക്ക്ഷോപ്പിൽ മെക്കാനിക്കായിരുന്നു. ടെൽ അവീവിൽ ജൂതരും അറബികളും തമ്മിലുള്ള ബന്ധത്തിൽ അപ്പോഴേക്കും വിള്ളലുകൾ വീണിരുന്നു. ഒരിക്കൽ അൽ മൻഷിയയിലെ ഞങ്ങളുടെ വീടിനു സമീപത്തായി ഒരു ജൂതനെ കൊല്ലപ്പെട്ട നിലയിൽ ഞാൻ കണ്ടു. ഭയം കാരണം വീട്ടിലേക്ക് പോന്നു. ജ്യേഷ്ഠനെ ഫോൺ വിളിച്ച് കാര്യം പറഞ്ഞു. ഞങ്ങളിരുവരും ജീവിതത്തിൽ ഇന്നേവരെ അങ്ങനെ ഒരു കാഴ്ച കണ്ടിരുന്നില്ല. ജ്യേഷ്ഠൻ വന്ന ഉടനെ തന്നെ സംഭവ സ്ഥലത്തേക്ക് തിരിച്ചു. നിർഭാഗ്യവശാൽ അൽപം കഴിഞ്ഞ്

ബ്രിട്ടീഷ് പോലീസും അവിടെയെത്തി തെളിവെടുപ്പിനായി ജ്യേഷ്ഠനെ സ്റ്റേഷനിലേക്ക് കൊണ്ട് പോയി. എന്നാൽ ചോദ്യം ചെയ്യലുകൾക്ക് ശേഷം നിരപരാധിത്വം തെളിയുകയും ജ്യേഷ്ഠനെ മോചിപ്പിക്കുകയും ചെയ്തു. സ്റ്റേഷനിൽ നിന്നും വന്ന ശേഷം ജ്യേഷ്ഠൻ വർക്ക് ഷോപ്പിൽ ജോലിക്ക് കയറി. വിധിയുടെ വിളയാട്ടം എന്നല്ലാതെ എന്ത് പറയാൻ, വർക്ക് ഷോപ്പിൽ കൂടെ ജോലി ചെയ്തിരുന്ന ഒരു ജൂത സുഹൃത്ത് കാർ നന്നാക്കിക്കൊണ്ടിരിക്കെ ജാക്ക് വഴുതി മാറി തലയിൽ വീണ് സംഭവ സ്ഥലത്ത് മരിച്ചു. ദൗർഭാഗ്യകരമായ ഈ മരണത്തിന്റെ ഉത്തരവാദിത്വവും ജ്യേഷ്ഠന്റെ തലയിലായി. നാൽപ്പത് ദിവസത്തെ ചോദ്യം ചെയ്യലുകൾക്കും പീഡനങ്ങൾക്കും ഒടുവിൽ കേസ് ഒന്നും ചാർജ് ചെയ്യാതെ അവിടുന്നും അവനെ വിട്ടയച്ചു.

എന്റെ മറ്റൊരു സഹോദരൻ ഖാലിദ്, ടെൽ അവീവിൽ തന്നെ ഒരു ജൂതന്റെ കൂടെയായിരുന്നു ജോലിചെയ്തിരുന്നത്. രണ്ട് പേരും ചേർന്ന് ഒരു ചെറിയ കുതിര വണ്ടിയിൽ തെരുവുകൾ തോറും പച്ചക്കറി വിൽക്കും. പക്ഷെ യുദ്ധം തുടങ്ങിയതോടെ വണ്ടി തിരികെ നൽകണം എന്ന് പറഞ്ഞ് ജൂതൻ പ്രശ്നമുണ്ടാക്കി. ജീവിക്കാൻ മറ്റ് മാർഗം ഒന്നും കണ്ടില്ലെങ്കിലും ജൂതന്റെ പിടിവാശിക്ക് മുമ്പിൽ ജ്യേഷ്ഠൻ വഴങ്ങി. കുതിര വണ്ടി തിരികെ നൽകി.

ദിവസങ്ങൾ കഴിയുന്തോറും കാര്യങ്ങൾ വഷളായിക്കൊണ്ടിരുന്നു. അൽ-മൻഷിയയിൽ ഇനിയും പിടിച്ചു നിൽക്കാൻ കഴിയില്ല എന്നു ഞങ്ങൾക്ക് ബോധ്യമായി. തൊട്ടടുത്ത അൽ-നജമി എന്ന സ്ഥലത്തേക്ക് താമസം മാറ്റി. അറബികളും ജൂതരും പരസ്പരം ഏറ്റുമുട്ടി. തെരുവുകൾ ചോരക്കളമായി. സഹോദരങ്ങളെപ്പോലെ കഴിഞ്ഞവർ ശത്രുക്കളെപ്പോലെ പരസ്പരം പോരടിക്കുന്നത് വേദനയോടെ ഞാൻ നോക്കി നിന്നു. അയൽവാസികളാവട്ടെ പോരാളികൾക്ക് ഭക്ഷണവും മറ്റുമായി, അവരാൽ കഴിയുന്നത് പോലെ രണ്ടു കൂട്ടർക്കും പിന്തുണ നൽകി. എന്നും വൈകി ഉറങ്ങിയിരുന്ന ഞങ്ങൾ പലപ്പോഴും നേരത്തെ കിടന്ന് പുലർച്ചെ എഴുന്നേറ്റു. മറ്റൊന്നിനും വേണ്ടിയല്ല, ശത്രുക്കൾ വഴികളിലും പറമ്പുകളിലും വച്ചിരിക്കുന്ന ബോംബും മൈനും കണ്ടുപിടിച്ച് നശിപ്പിക്കാൻ.

അൽ-മൻഷിയയിൽ നിന്നും പോരുമ്പോൾ ഞങ്ങൾ അത്യാവശ്യം വേണ്ട സാധനങ്ങൾ അല്ലാതെ മറ്റൊന്നും എടുത്തിരുന്നില്ല. ഉടനെ തന്നെ കാര്യങ്ങൾ എല്ലാം നേരെയാവും എന്ന വിശ്വാസത്തിൽ ഫർണിച്ചറുകളും മറ്റ് ഉപകരണങ്ങളും എല്ലാം വീട്ടിൽ തന്നെ ഇരിക്കട്ടെ എന്ന് തീരുമാനിക്കുകയായിരുന്നു. പക്ഷെ ദിവസങ്ങൾ പലതു കഴിഞ്ഞിട്ടും

തിരികെ പോകാനുള്ള സാധ്യത ഒന്നും കാണാത്തത് കൊണ്ട് അച്ഛൻ ഇടയ്ക്കിടെ അൽ-മൻഷിയയിൽ പോയി എടുത്താൽ പൊങ്ങാവുന്ന ചെറിയ സാധങ്ങളുമായി തിരികെ വരും. അങ്ങിനെ ഒരിക്കൽ ഞങ്ങൾ അൽ-മൻഷിയയിലേക്ക് പോകുമ്പോൾ അനുജത്തി നാദയെയും കൂടെ കൊണ്ടുപോയി. വീട്ടിലെത്തിയതും അവളുടെ ഓമനയായിരുന്ന പൂച്ച വല്ലാതെ ബഹളം വെച്ച് അവൾക്ക് ചുറ്റും ഓടാൻ തുടങ്ങി. എന്നാൽ പൂച്ചയുടെ ശബ്ദം കേട്ട് ശത്രുക്കൾ ആരെങ്കിലും വരുമോ എന്ന ഭയമായിരുന്നു ഞങ്ങൾക്ക്. അധികം ശബ്ദം ഒന്നും ഉണ്ടാക്കാതെ ഞങ്ങൾ വീട്ടിൽ നിന്നിറങ്ങി. തിരിച്ചുപോരുമ്പോൾ, അരുമയായ പൂച്ചയെ നഷ്ടപ്പെട്ടതിലുള്ള ദു:ഖം അവളുടെ മുഖത്ത് നിഴലിച്ചിരുന്നത് എനിക്ക് കാണാമായിരുന്നു.

ദേർ യാസിം കൂട്ടക്കൊല നടക്കുമ്പോൾ ഞങ്ങൾ അൽ-അജമിയിൽ തന്നെ ആയിരുന്നു. ജൂതന്മാർ കുട്ടികളെയും സ്ത്രീകളെയും ബലാത്സംഗം ചെയ്തു, ഗർഭിണികളെയടക്കം കൊന്നു. അന്ന് രാത്രി, ദൂരെ എവിടെയെങ്കിലും പോയി രക്ഷപ്പെടുന്നതിനെക്കുറിച്ച് അച്ഛനും അമ്മാവനും തമ്മിൽ ആലോചിച്ചു. ഞങ്ങളുടെ സുരക്ഷിതത്വം അവർക്ക് ഇപ്പോൾ ഒരു ബാധ്യതയാണെന്ന് എനിക്ക് തോന്നി. ഞാനടക്കം നാല് പെൺകുട്ടികളായിരുന്നു അച്ഛന്. അമ്മാവനും അത് പോലെ നാല് പെൺകുട്ടികൾ. ചർച്ചയുടെ ഒടുക്കം ഉമ്മയടക്കം ഞങ്ങൾ സ്ത്രീകളെയെല്ലാം നാബ്ലുസിലെ ഒരു ബന്ധുവിന്റെ വീട്ടിലേക്ക് മാറ്റുവാനും, പുരുഷന്മാർ ജാഫയിൽ തന്നെ നിൽക്കുവാനും തീരുമാനമായി.

സത്യത്തിൽ അമ്മാവനും, അച്ഛനും ജാഫ വിട്ടു പോവാൻ ഒട്ടും താൽപര്യമില്ലായിരുന്നു. എനിക്കും അതുപോലെ തന്നെ. എങ്കിലും എല്ലാവരുടെയും സുരക്ഷ മുൻനിർത്തി എങ്ങോട്ടെങ്കിലും പോവുകയല്ലാതെ മറ്റ് മാർഗ്ഗങ്ങളൊന്നുമില്ലായിരുന്നു. ഒന്നോ രണ്ടോ ദിവസം മാത്രമേ അവിടെ തങ്ങൂ എന്നായിരുന്നു ഞങ്ങളുടെയെല്ലാം വിശ്വാസം. അങ്ങനെ ഞങ്ങളെല്ലാവരും ഒരു ദിവസം യാത്രാമധ്യേ കണ്ട ഒരു ട്രക്കിൽ നാബ്ലുസിലേക്ക് തിരിച്ചു. അതിന്റെ പുറകു വശത്ത് മണ്ണെണ്ണ നിറച്ച ഒരു കാനും ഉണ്ടായിരുന്നു. ട്രക്കിന്റെ വേഗതയും, കുലുക്കവും കാരണം കാൻ മറിഞ്ഞ് അമ്മയുടെ ദേഹം മുഴുവൻ മണ്ണെണ്ണ തെറിച്ചു. അമ്മയുടെ ശരീരത്തിലെ തൊലി മുഴുവൻ നീറുവാൻ തുടങ്ങി..

നാബ്ലുസിന്റെ വശ്യമായ സൗന്ദര്യം എന്നെ വല്ലാതെ ആകർഷിച്ചു. ജാഫയെക്കാൾ കൂടുതൽ സൗന്ദര്യം നാബ്ലുസിനു തന്നെയായിരുന്നു. നാബ്ലുസിൽ എത്തിയ ഞാൻ ആദ്യം പോയത് അൽ-ഖദ്ര പള്ളിക്കരികിലെ ഞങ്ങളുടെ മുത്തശ്ശന്റെ വീടിനടുത്തേക്കായിരുന്നു.

അമ്മാവനും, അച്ഛനും മൂത്ത സഹോദരനും അൽ-അജമിയിൽ തന്നെ താമസിക്കാൻ തീരുമാനിച്ചു. എന്നാൽ അവിടെ വെള്ളത്തിന്റെയും, വൈദ്യുതിയുടെയും സ്ഥിതി ദിനം കഴിയും തോറും വഷളായിക്കൊണ്ടിരുന്നു. ഒരിക്കൽ ജ്യേഷ്ഠൻ മുഹമ്മദ് ഭക്ഷണ സാധനം വാങ്ങാനായി പുറത്ത് പോകവേ പട്ടാളക്കാരുടെ വെടിയേറ്റ് കാലിൽ പരിക്ക് പറ്റി. പിറ്റേന്ന് പത്രത്തിൽ ഈ സംഭവം വലിയ വാർത്തയായി വന്നു. നാബ്ലുസിൽ നിന്നും ഇത് കണ്ട അമ്മ വളരെയധികം വിഷമിച്ചു. കുറച്ച ദിവസങ്ങൾക്കു ശേഷം പരിക്കുകൾ ഭേദമായപ്പോൾ ജ്യേഷ്ഠൻ അമ്മയുടെ അടുത്തേക്ക് വന്നു. അധികം വൈകാതെ, ദിവസങ്ങൾക്കുള്ളിൽ അച്ഛനും അമ്മാവനും കൂടി നാബ്ലുസിൽ ഞങ്ങളുടെ അടുക്കലേക്കു വന്നു. അൽ നജമിയിൽ നിന്നും ജന്മ സ്ഥലത്തേക്ക് പോകാനുള്ള ആഗ്രഹം ഇനി ഒരിക്കലും നടക്കാൻ പോകുന്നില്ല എന്ന നിരാശ അവരെ രണ്ടു പേരെയും വല്ലാതെ വിഷമിപ്പിച്ചിരുന്നു.

ഓൾഡ് സിറ്റി യിലെ അൽ- യാസ്മിനയിൽ മുത്തശ്ശന്റെ വീട്ടിലായിരുന്നു ഞങ്ങൾ താമസിച്ചിരുന്നത്. അമ്മാവനും കുടുംബവും അലാമുദ്ധിൻ എന്നയാളുടെ കൂടെയായിരുന്നു. അവിടെ ഒരു കൊച്ചു മുറിയിൽ ഞങ്ങൾ ഏട്ട് പേർ തറയിൽ പായും ഷീറ്റും ഒക്കെ വിരിച്ചു കിടന്നു. ആ മുറിയിൽ അലമാരയോ, കട്ടിലോ, മേശയോ, കസേരയോ അങ്ങനെ ഒന്നും തന്നെ ഉണ്ടായിരുന്നില്ല. പലപ്പോഴും നിലത്തു വിരിക്കാൻ ഷീറ്റ് ഇല്ലാതെ അമ്മാവനും കുടുംബത്തിനും വെറും തറയിൽ കിടന്നും ഉറങ്ങേണ്ടി വന്നു. നാബ്ലുസിലെ താമസം കുറച്ചു മാസങ്ങൾ പിന്നിട്ടപ്പോൾ ഞങ്ങൾ അത്യാവശ്യം വേണ്ട ചില ഫർണിച്ചറുകൾ വാങ്ങി. അങ്ങനെ നഷ്ടജീവിതം പതുക്കെ തിരിച്ചു പിടിക്കാൻ ആരംഭിച്ചു. ഭക്ഷണം പാകം ചെയ്യാനും കുളിക്കുവാനും ഉറങ്ങുവാനും ഞങ്ങൾ മുറികൾ ഭാഗിച്ചു. അൽപം ദൂരെയുണ്ടായിരുന്ന നീരുറവകളിൽ നിന്നും കുടിവെള്ളം ശേഖരിക്കാൻ തുടങ്ങി. വൈദ്യുതിക്ക് പകരം മണ്ണെണ്ണ വിളക്ക് ഉപയോഗിച്ചു. ഒരു പഴയ റേഡിയോ വാങ്ങി വാർത്തകളും മറ്റു പരിപാടികളും കേൾക്കുവാൻ തുടങ്ങി. റേഡിയോ നാടകങ്ങൾ ഉള്ള ദിവസങ്ങളിൽ ഞങ്ങൾ റേഡിയോക്ക് ചുറ്റും ഇരുന്ന് അത് ആസ്വദിച്ചു. അഭയാർഥി ക്യാമ്പിൽ ഞങ്ങൾക്ക് ഒരു മുറി അനുവദിച്ചെങ്കിലും അച്ഛന് അങ്ങോട്ട് പോകുവാൻ താൽപര്യമില്ലായിരുന്നു. മാത്രവുമല്ല, എന്തൊക്കെ അസൗകര്യങ്ങൾ ഉണ്ടെങ്കിലും പുതിയ ജീവിതത്തിൽ ഞങ്ങൾ എല്ലാവരും സന്തുഷ്ടരായിരുന്നു.

ദിവസങ്ങൾക്കകം ലിഡയിൽ നിന്നും രാമല്ലയിൽ നിന്നും കാൽനടയായി കൂടുതൽ കൂടുതൽ ആളുകൾ നാബ്ലുസിൽ എത്തുവാൻ തുടങ്ങി.

പലരും പള്ളികളിലും, സ്കൂളുകളിലും, അഭയാർഥി ക്യാമ്പുകളിലും ഒക്കെയായി താമസം ആരംഭിച്ചു. അവിചാരിതമായി ഒരു ദിവസം എന്റെ സഹോദരൻ ജാഫയിൽ ഞങ്ങളുടെ അയൽവാസികളായിരുന്ന അൽ-നകിബ് കുടുംബത്തെ കണ്ടു. ഭർത്താവ് ജയിലിലായ ഒരു സ്ത്രീ അവരുടെ മൂന്ന് കുട്ടികളുമായി നബ്ലുസിൽ എത്തിയത് ഞങ്ങളെ എല്ലാവരെയും വേദനിപ്പിച്ചു. അവരുടെ കയ്യിൽ ഭക്ഷണമോ, പുതപ്പോ എന്തിന് അത്യാവശ്യത്തിനുള്ള വസ്ത്രം പോലും ഉണ്ടായിരുന്നില്ല. സഹോദരൻ മുഹമ്മദ് പല കടകളിലും കയറി ചെറിയ ഒരു തുക സമാഹരിച്ച് അവർക്ക് കൊടുത്തു. അച്ഛൻ അൽപം ചീസ് കൊടുത്തു. അമ്മയുടെ വക ഒരു ചെറിയ ഉടുപ്പും, പുതപ്പും. ബന്ധുവിന്റെ വക ഒരുടുപ്പ് വേറെയും. അങ്ങനെ എല്ലാവരും അവരാൽ കഴിയുന്ന സഹായം ചെയ്തു. ജീവിതം ദുരിതപൂർണമായിരുന്നു എങ്കിലും ഞങ്ങൾ എല്ലാവരും കിട്ടിയ സൗകര്യങ്ങളിൽ പരമാവധി സന്തോഷം കണ്ടെത്താൻ ശ്രമിച്ചു.

1967ലെ അൽ നക്സക്ക് ശേഷം എനിക്ക് ജാഫയിലേക്ക് പോവണമെന്ന് തോന്നി. നാബ്ലുസിൽ താമസിക്കാൻ ഒട്ടും താത്പര്യമില്ലായിരുന്നു. അങ്ങനെ ഒരു ദിവസം അമ്മാവന്റെയും, അമ്മായിയുടെയും കൂടെ ഞാൻ ജാഫയിലേക്ക് യാത്ര തിരിച്ചു. പക്ഷെ അവിടെ എത്തിയ ഞങ്ങൾക്ക് ഒന്നും കാണാൻ കഴിഞ്ഞില്ല. വീട് നിന്നിരുന്ന സ്ഥാനത്ത് ഇപ്പോൾ പുതിയ കെട്ടിടങ്ങൾ. ശേഷം ഞങ്ങൾ അൽ കാർമൽ മാർക്കറ്റിലേക്ക് പോയി. അവിടം റഷ്യയിൽ നിന്നും ഇറാഖിൽ നിന്നുമുള്ള കുടിയേറ്റ ജൂതന്മാർ കയ്യടക്കിയിരിക്കുന്നു. ഞങ്ങൾ പതിവായി പോയിരുന്ന ഹസൻ ബെയ്ക്ക് പള്ളിയുടെ ഭൂരിഭാഗവും തകർക്കപ്പെട്ടിരുന്നു.

ഞാൻ ഇപ്പോഴും ഓർക്കുന്നു ആ നല്ല നാളുകൾ. അൽ-മൻശിയയ്ക്ക് അടുത്ത സലാമ ഗ്രാമത്തിലെ തോട്ടത്തിലേക്ക് നടത്തിയ യാത്ര. ജൂതരും-അറബികളും എല്ലാവരും ഒത്തൊരുമയോടെ കഴിഞ്ഞിരുന്ന ആ നല്ല കാലം. സലാമയിലെ ജൂതർ വളരെ നല്ലവരായിരുന്നു. അവരുമായി ഞങ്ങൾ നല്ല ബന്ധവും പുലർത്തിയിരുന്നു. സാബത് നാളിൽ വിളക്കുകൾ കത്തിക്കാൻ മതപരമായ വിലക്കുകൾ കാരണം അവർക്ക് കഴിയുമായിരുന്നില്ല. അപ്പോൾ ഞങ്ങളായിരുന്നു അവർക്ക് വേണ്ടി ആ ജോലി ചെയ്തിരുന്നത്. നാബ്ലുസിലേക്ക് പോയത് ഒരു ബദ്ധമായിരുന്നു എന്ന് എനിക്ക് പലപ്പോഴും തോന്നിയിരുന്നു. ജാഫയിലായിരുന്നെങ്കിൽ കുറച്ചു കൂടി മെച്ചപ്പെട്ട ജീവിതവും, ജോലിയും സുരക്ഷയും എല്ലാം കിട്ടിയേനെ. നാബ്ലുസിലെ ജീവിതം എന്തുകൊണ്ടോ എനിക്ക് മടുപ്പായിരുന്നു. അല്ലെങ്കിലും ഒരു അഭയാർഥിക്ക് സന്തോഷകരമായ ജീവിതം എന്നെങ്കിലും ഉണ്ടാവുമോ?

പേര്: അബു അനീസ് അൽ ഫഖൂരി

ജനനം: 1938

വീട്: ലിഡ

ഇപ്പോൾ താമസം: - രാസ് അൽഏൻ - നാബ്ലസ്.

വളരെ ദുരിതം പിടിച്ച ഒരു സമയമായിരുന്നു അത്. ആളുകൾ പള്ളികളിലും സ്കൂളുകളിലും ആയിരുന്നു താമസിച്ചിരുന്നത്.

ലിഡയിലെ മിക്കപേരും അടുത്ത നഗരമായ ജാഫയിലായിരുന്നു ജോലിക്ക് പോയിരുന്നത്. എന്റെ അച്ഛനും അങ്ങനെ തന്നെ. നാട് കടത്തപ്പെടുന്നത് വരെ അമ്മാവനും ജാഫയിലുണ്ടായിരുന്നു. അതിന് ശേഷം അമ്മാവൻ ലിഡയിൽ വന്ന് ഞങ്ങൾക്കൊപ്പം താമസിച്ചു. അതിനിടെ ലിഡയിലെ പോരാളികൾ എല്ലാവരും ചേർന്ന് ഒരു കമ്മിറ്റി രൂപീകരിക്കുകയും ലിഡയിൽ നിന്നും ജാഫയിലേക്ക് ജോലിക്കോ മറ്റ് ആവശ്യങ്ങൾക്കോ പോവുന്നതിൽ നിന്നും ആളുകളെ വിലക്കുകയും ചെയ്തു. നാടുവിട്ട് പോവുന്നവരുടെ ഭൂമി കയ്യേറാൻ ജൂതർക്ക് കൂടുതൽ എളുപ്പമാണല്ലോ. ഒരു പക്ഷേ അത് തന്നെയായിരുന്നു ജൂതർ ആഗ്രഹിച്ചിരുന്നതും. യഹൂദർ ഹൈഫയിലെ ടിയാരയിലും, ജെറുസ്സലെ മിനടുത്ത് ദേർ യാസീനിലും എത്തിയതിനെ പറ്റി പല വാർത്തകളും കേട്ടു. വരുന്ന വഴി അവർ പലരെയും കൊന്നൊടുക്കി. രാജ്യത്തിന്റെ വിവിധയിടങ്ങളിൽ ഭീതി വിതച്ചു. മരണ ഭയം കാരണം പലരും നാട് വിടാൻ നിർബന്ധിതരായി. പക്ഷെ ലിഡയിലുള്ളവർ അവിടം വിട്ടു

പോകാൻ തയ്യാറായില്ല. പകരം ജൂതന്മാരെ എതിരിടാൻ തീരുമാനിച്ചു. ലിഡയെ ഞങ്ങൾ 'സ്റ്റേറ്റ് നമ്പർ എട്ട്' എന്നായിരുന്നു വിളിച്ചിരുന്നത്. ലിഡക്കാർ പലസ്തീന്റെ മോചനത്തിനായി പരിശ്രമിച്ചു. എന്നാൽ അവരെ സഹായിക്കാൻ ആരുമുണ്ടായിരുന്നില്ല.

റമദാൻ മാസം തുടങ്ങുന്നതിന് മൂന്ന് ദിവസം മുമ്പായിരുന്നു നാലുപാട് നിന്നും ജൂതർ ആക്രമണ പരമ്പരയ്ക്ക് തുടക്കമിട്ടത്. തെക്ക് ഇന്നാബ,അബു സുഷേ, ദേർ താരീഫ്, അൽ അബ്ബാസിയ വഴിയും ജെസമോ- അൽ ഹദിത് മലകൾ വഴിയും വന്ന അവർ ബൈത് നബ്ബയിൽ തമ്പടിച്ചു. മുമ്പ് ജോർദാൻ പട്ടാളക്കാർ ഉപേക്ഷിച്ച ഒരു പഴയ ക്യാമ്പ് ഉണ്ടായിരുന്നു, അതും അവർ കയ്യേറി. നഗരത്തിലേക്കുള്ള എല്ലാ വഴികളും അടച്ചു. നഗരങ്ങളിലും ഗ്രാമങ്ങളിലും ഷെല്ലാക്രമണം തുടങ്ങി. എല്ലായിടങ്ങളിൽ നിന്നും ആളുകൾ ഉടനെ വിട്ടുപോവണം എന്നറിയിച്ച് ലഘുലേഖകളും വിതരണം ചെയ്തിരുന്നു. വിട്ട് പോവാൻ വിസമ്മതിച്ചവരോട് കീഴട ങ്ങാൻ ആവശ്യപ്പെട്ടു. ഈ ദുരിതങ്ങൾക്കിടയിൽ ഒരു അറബ് രാജ്യവും ഞങ്ങളെ രക്ഷിക്കാൻ മുന്നോട്ടു വന്നില്ല.

അവർ ലിഡയിലും ജാഫയിലും ജനസാന്ദ്രമായ ചന്തകളിലും ബോം ബാക്രമണങ്ങൾ നടത്തി. ആളുകളിൽ ഭയം ജനിപ്പിക്കുകയായിരുന്നു അവരുടെ ലക്ഷ്യം. ഞങ്ങൾക്ക് അവരെ തടയാൻ കഴിഞ്ഞില്ല. പക്ഷെ ലിഡയെ അവർക്ക് ഒന്നും ചെയ്യാൻ സാധിച്ചില്ല. ജനങ്ങൾ ഒറ്റക്കെ ട്ടായി തങ്ങളുടെ നഗരത്തെ സംരക്ഷിക്കാൻ ആവും വിധം പ്രതിരോധം തീർത്തിരുന്നു. ലിഡയിലായിരുന്നു പലസ്തീനിലെ ഏറ്റവും വലിയ കൃഷിത്തോട്ടം ഉണ്ടായിരുന്നത്. ഗോതമ്പ്, ചോളം, ബാർലി, എള്ള് അങ്ങനെ എല്ലാം കൃഷി ചെയ്തിരുന്നു. എന്നാൽ ജീവന് പോലും ഭീഷണി ഉയർന്നപ്പോൾ ആളുകൾ ഇവയെല്ലാം ഉപേക്ഷിച്ച് എങ്ങോ പോയി. ദേർ യാസീനിൽ അക്രമം ഉണ്ടായി എന്ന് കേട്ടപ്പോൾ മനസ്ഥൈര്യം കൈവിടാതെ പിടിച്ചു നിൽക്കാൻ എല്ലാവരും പരമാവധി ശ്രമിച്ചു, അഥവാ അതിനുള്ള ശക്തി ഉണ്ടെന്നു ഞങ്ങൾ പരമാവധി വിശ്വസിച്ചു. എന്നാൽ പലസ്തീൻ വിമോചനം എന്ന ആവശ്യവുമായി വന്ന അറബ് സൈന്യം ജൂതരുടെ കൂടെയായിരുന്നു നിലകൊണ്ടത്. എന്നിട്ടും ലിഡ പിടിച്ചെടുക്കാൻ അവർക്ക് കഴിഞ്ഞില്ല.

എന്റെ അമ്മാവനും പിതാവും അബ്ദുൾ ഖാദർ അൽ ഹുസ്സൈൻ എന്ന 'പലസ്തീൻ പ്രതിരോധ മുന്നണി'യുടെ അനിഷേധ്യനായ നേതാ വിനോടൊപ്പമായിരുന്നു രാഷ്ട്രീയ പ്രവർത്തനം നടത്തിയിരുന്നത്. തങ്ങളെ രക്ഷിക്കാൻ അറബ് സൈന്യം വരുന്നുണ്ട് എന്ന വാർത്ത

അദ്ദേഹത്തെ പോലെ ഞങ്ങളെയും സന്തോഷിപ്പിച്ചു. 'പലസ്തീന് പട്ടാള ക്കരല്ല, യുദ്ധോപകരണങ്ങളും സാമ്പത്തിക സഹായവുമാണ് ആവശ്യം' എന്നായിരുന്നു അദ്ദേഹത്തിന്റെ നിലപട്. എന്നാൽ സമയം വളരെ വൈകിയിരുന്നു. അറബ് സൈന്യം വരുന്നതിന് മുമ്പ് തന്നെ പലസ്തീൻ യഹൂദികളുടെ കയ്യിൽ അകപ്പെട്ട് കഴിഞ്ഞിരിന്നു.

ലിഡയിലെ അൽ മോരബ എന്ന പഴയ സിറ്റിയിലായിരുന്നു ഞങ്ങൾ കഴിഞ്ഞിരുന്നത്. ഒരു ചെറിയ ചന്തയും പള്ളിയും സരയയും (സർക്കാർ ഗസ്റ്റ് ഹൗസ്) മാത്രമുള്ള കൊച്ചു നഗരം. ജാഫക്കും ലിഡക്കും ഇടയിൽ ഹസ്ബൂൻ എന്ന മറ്റൊരു സ്ഥലവും ഉണ്ടായിരുന്നു. അവിടെയായിരുന്നു യഹൂദ പട്ടാളക്കാർ തോക്കേന്തി നിന്നിരുന്നത്. ആർക്കെങ്കിലും ആ വഴിയിലൂടെ പോവണം എന്നുണ്ടെങ്കിൽ അവർ പരമാവധി വേഗത്തിൽ കടന്നു പോവണമായിരുന്നു. ഇല്ലെങ്കിൽ ജൂത പട്ടാളക്കാരുടെ തോക്കിനു ഇരയാവും. അങ്ങനെ എത്രയോ പലസ്തീനികൾ അവിടെ അവരുമായി ഏറ്റുമുട്ടി മരണപ്പെട്ടിരിക്കുന്നു.

ഹസ്ബൂനിൽ ധാരാളം ബ്രിട്ടീഷ് ക്യാമ്പുകളും ഉണ്ടായിരുന്നു. ബ്രിട്ടിഷുകാർ അവരുടെ പല ക്യാമ്പുകളും യഥാർത്ഥത്തിൽ യഹൂദന്മാർക്കു നൽകുകയായിരുന്നു. അറബ് രാജ്യങ്ങൾക്ക് സമീപത്തുള്ള ക്യാമ്പുകൾ ഒഴിപ്പിച്ചെങ്കിലും മറുവശത്തുള്ള ക്യാമ്പുകൾ ഒഴിഞ്ഞിരുന്നില്ല. അറബികളും യഹൂദരും തമ്മിലുള്ള യുദ്ധത്തിനു മുമ്പ് ബ്രിട്ടീഷുകാർ ഞങ്ങളോട് പറഞ്ഞത് ആർക്ക് വേണമെങ്കിലും ക്യാമ്പുകൾ ഏറ്റെടുക്കാം എന്നായിരുന്നു. അറബികൾ യുദ്ധത്തിൽ ജയിക്കുകയും ക്യാമ്പുകൾ ഏറ്റെടുക്കയും ചെയ്തു. ആ രാത്രിയിൽ തന്നെ അറബികൾ വാദി അൽക്യാറിലെ ജൂത ക്യാമ്പുകൾ ആക്രമിക്കുകയും ധാരാളം ജൂതന്മാർ കൊല്ലപ്പെടുകയും ചെയ്തു.

അറബ് സുരക്ഷാ സേന എത്തിയതോടെ ഞങ്ങൾക്ക് അൽപം ആശ്വാസമായി. സൈന്യം രാത്രിയിലും പകൽ പൊതുജനങ്ങളും നഗരത്തിനു കാവൽ നിൽക്കുക എന്നതായിരുന്നു തീരുമാനം. അതുകൊണ്ട് രാത്രി സൈനികർ ഒഴികെ ഞങ്ങൾ മുഴുവൻ ആളുകളും ഗ്രാമങ്ങളിലേക്ക് തിരിച്ചു. പിറ്റേന്ന് കാലത്ത് വന്ന ജനങ്ങൾ കണ്ടത് അറബ് സൈന്യം തങ്ങളുടെ ആയുധങ്ങൾ എല്ലാം യഹൂദ പട്ടാളക്കാർക്ക് കൈമാറി, ക്യാമ്പുകൾ ജൂത സൈന്യം എറ്റെടുത്തിരിക്കുന്ന കാഴ്ചയാണ്. അറബ് സൈനികർ അതിനകം തന്നെ അവിടം വിട്ടു പോയിരുന്നു. ഇതെല്ലാം നടക്കുമ്പോൾ തൊട്ടരികെ ഈജിപ്ഷൻ ക്യാമ്പ് ഉണ്ടായിരുന്നു. അവർ പോലും കാര്യങ്ങൾ മൂടിവച്ച് ജൂതർക്ക് അനുകൂലമായി നീങ്ങുകയായിരുന്നു.

28 ദിവസത്തെ വെടിനിർത്തൽ പ്രഖ്യാപിച്ചതായി ജൂതർ ഞങ്ങളെ അറിയിച്ചിരുന്നു. അത് പക്ഷേ അവർക്ക് വിദേശത്ത് നിന്നും കൂടുതൽ ആയുധങ്ങൾ ശേഖരിക്കാനുള്ള അവസരം കിട്ടാൻ വേണ്ടി മാത്രമായിരുന്നു. കൂടാതെ പോരാട്ടത്തിൽ പങ്കെടുക്കുന്ന ഞങ്ങൾ ഓരോരുത്തരും അവരവർക്ക് ഉപയോഗിക്കാനുള്ള വെടിയുണ്ട സ്വന്തം കാശ് കൊണ്ട് വാങ്ങണം എന്നും കൂടി ആയപ്പോൾ പിന്നെ കൂടുതൽ ഒന്നും ചെയ്യാൻ ഉണ്ടായിരുന്നില്ല. വെടിനിർത്തൽ കഴിഞ്ഞ് ജൂതരുടെ ആക്രമണവും ഈജിപ്ഷൻ സൈന്യത്തിന്റെ പിന്മാറ്റവും എല്ലാം കൂടിയായപ്പോൾ ഞങ്ങൾക്ക് പിന്മാറുകയല്ലാതെ മറ്റൊന്നിനും കഴിയുമായിരുന്നില്ല. താമസിയാതെ ലിഡ, ജാഫ, നെഗേവ് തുടങ്ങി ഓരോ ഗ്രാമങ്ങളും ജൂതർ കീഴടക്കി. ലിഡ കീഴടക്കാൻ അറബ് സുരക്ഷാസേന ജൂതരെ പരമാവധി സഹായിച്ചു. 'ശാന്തമായിരിക്കു. ഇറാഖിൽ നിന്നും, ജോർദാനിൽ നിന്നും സൈന്യം നമ്മളെ രക്ഷിക്കാൻ വരും' എന്ന് അവരെപ്പോഴും പറയുമായിരുന്നു. എന്നാൽ ജൂത പട്ടാളക്കാർക്ക് പലസ്തീനിനെ കീഴടക്കാനുള്ള സൈനിക ശേഷി ഇല്ലായിരുന്നു. പക്ഷെ ബ്രിട്ടീഷ്, അറബി സൈനികർ അക്കാര്യത്തിൽ അവരെ നന്നായി സഹായിച്ചു.

അറബ് സുരക്ഷാസേന പലസ്തീനികളെ സംരക്ഷിക്കാണ് വന്നത് എന്ന് ഞങ്ങൾ കരുതി. ഇറാഖി സൈന്യം വെസ്റ്റ് ബാങ്കിന് വടക്ക് വശത്ത്-ഹവ്വരയിലും, നാബ്ലുസിലും, ജോർദാൻ സൈന്യം അൽ സർക്കയിലും, ഈജിപ്ഷൻ സൈന്യം തെക്ക് വശത്തും തമ്പടിച്ചു. എന്നാൽ അവരോരോരുത്തരും തങ്ങൾക്ക് എത്രത്തോളം പ്രദേശങ്ങൾ കയ്യടക്കാം എന്ന് മാത്രമാണ് ആലോചിച്ചത്. യലുവിലും- എമ്മവസിലും തമ്പടിച്ച ജോർദാൻ സൈന്യം ഈജിപ്ഷ്യൻ സൈന്യവുമായി ഏറ്റുമുട്ടുക വരെ ചെയ്തു. അതിലുപരി ജോർദാൻ സൈന്യത്തെ നയിച്ചിരുന്ന ഇംഗ്ലീഷ് ഓഫീസർ മുഴുവൻ ഈജിപ്ഷ്യൻ സൈനികരെയും കൊല്ലാൻ ഉത്തരവിടുക പോലുമുണ്ടായി. അതിന് ശേഷം ജോർദാൻ സൈന്യം ലിഡയിലേക്ക് വന്നു. പക്ഷെ അവിടെ അധികം നിന്നില്ല. കാരണം അപ്പോഴേക്കും അവർക്ക് പിന്നാലെ ജൂതന്മാർ അവിടേക്ക് എത്തിയിരുന്നു.

കയ്യിൽ കിട്ടിയതെന്തുമായും നാട്ടുകാർ ജൂതരെ എതിരിട്ടെങ്കിലും അവർ കൂടുതൽ ശക്തരായിരുന്നു. പലർക്കും ചെറുത്ത് നിൽപ് ദുഷ്കരമായി. അവർ ധഹമഷ് പള്ളിയിലും ചർച്ചുകളിലും അഭയം പ്രാപിച്ചു. എന്നാൽ മണിക്കൂറുകൾക്കകം ധഹമഷ് പള്ളി ചോരക്കളമായി. അവിടെ ഒളിച്ചിരുന്ന മുഴുവൻ ആളുകളെയും ജൂത സൈന്യം വെടിവച്ചു

കൊന്നു. അടുത്ത ദിവസം അവർ നഗരത്തിലെത്തി, കുട്ടികളോടും എഴുപത് കഴിഞ്ഞവരോടും നഗരം വിട്ടുപോവാൻ കൽപ്പിച്ചു. ലിഡക്കടുത്ത പർഫിലിയ എന്ന സ്ഥലത്തേക്ക് പോകാനായിരുന്നു അവർ പറഞ്ഞത്. ശേഷം ലിഡ പൂർണമായും അവർ കീഴ്പ്പെടുത്തി. ഒഴിഞ്ഞ് പോവാൻ വിസമ്മതിച്ച പലരെയും കൊന്നു തള്ളി. മാത്രമോ, ധരിച്ചിരുന്ന വില കൂടിയ ജാക്കറ്റ്, സ്വർണാഭരണങ്ങൾ, വാച്ച്, പണം അങ്ങനെ ഞങ്ങളുടെതായ എല്ലാം അവർ കൊള്ളയടിച്ചു.

ഒരു പ്രകടനം പോകുന്നതു പോലെയായിരുന്നു അന്ന് ഞങ്ങൾ ലിഡയിൽ നിന്നും യാത്രയായത്. പശുക്കളെയും ആടുകളെയും അവർ കവർന്നെടുത്തു. കുതിരവണ്ടിക്കാരുമായി അവർ വാക്കുതർക്കത്തിലെത്തി. പലരുടേയും കുതിരകളെ പിടിച്ചെടുത്തു. എതിർത്തവരുടെ കുതിരകളെ വെടിവച്ചു കൊന്നു. ലിഡയിൽ നിന്നുള്ള യാത്ര ഞങ്ങളെ പലരെയും തളർത്തി. ചൂടും, കുടിവെള്ള ക്ഷാമവും പലരെയും നിർജ്ജലീകരണത്തിലേക്കും മരണത്തിലേക്കും നയിച്ചു. യാത്രക്കിടയിൽ ഞാനും ഒരു ബന്ധുവും കൂടി കുടിവെള്ളത്തിനായി അടുത്തുള്ള കിണറിനരികിലേക്ക് പോയി. തിരിച്ച് വരുമ്പോൾ വഴിയരികിൽ ഒരു പെൺകുട്ടി ദാഹിച്ച് അവശയായി മരണത്തോട് മല്ലടിക്കുന്നു. ഞങ്ങൾ അവൾക്ക് അൽപം വെള്ളം നൽകി. മറ്റൊരാൾ വിശപ്പ് സഹിക്കാൻ കഴിയാതെ ഒരു പല്ലിയെ പിടിച്ചു തിന്നുന്നു. അങ്ങനെ എന്തെല്ലാം കാഴ്ചകൾ. എന്നാൽ ഇതൊന്നും ആരെയും യാത്രയിൽ നിന്നും പിന്തിരിപ്പിച്ചില്ല. ഒട്ടുമിക്കവരും വിശന്നും ദാഹിച്ചും സ്വയം പഴിച്ചും യാത്ര തുടർന്നു.

അടുത്ത ഗ്രാമത്തിൽ എത്താറായപ്പോഴേക്കും പലരും പല ഭാഗങ്ങളിലേക്ക് പിരിഞ്ഞു. ചിലർ നൈലീനിലേക്കും മറ്റുള്ളവർ രാമള്ളക്ക് പടിഞ്ഞാറ് ദേർ അബു മാഷേൽ, കുഫർ അദ്റീക്, ദേർ ബാല്ലൂറ്റ്, ജമ്മല, ബൈറ്റ് അല്ലോ എന്നിവിടങ്ങളിലേക്കും. അന്ന് റമദാൻ മൂന്നാം ദിവസം ആയിരുന്നു. ഞങ്ങൾ ബോറ്റ്രുസ് എന്ന സ്ഥലത്തേക്കാണ് പോയത്. അവിടെ എത്തിയപ്പോഴേക്കും വൈകുന്നേരം ആയിരുന്നു. ജമ്മല, ശോഖ്ബ, ജഫ്ന..എല്ലായിടവും ടെന്റുകളാൽ നിറഞ്ഞിരുന്നു. ഇത്തരം അവസ്ഥകളോട് ഒരിക്കലും പൊരുത്തപ്പെടാൻ ഞങ്ങൾക്ക് കഴിയുമായിരുന്നില്ല. എല്ലാവരും വെറും കൈകളോടെയായിരുന്നു ഇവിടേയ്ക്കെത്തിയത്. ഒരു പുൽപായ വാങ്ങാൻ പോലും അടുത്തുള്ള ടൗൺ ഹ്വ്വരയിലേക്ക് നടക്കേണ്ടി വന്നു. എങ്കിലും കൂട്ടത്തിൽ ഏറ്റവും ഭാഗ്യം ചെയ്തവർ ഞങ്ങളായിരുന്നു. കാരണം ഞങ്ങൾ പശുക്കളേയും ആടുകളെയും എല്ലാം കൂടെ കൊണ്ടുവന്നിരുന്നു. ഹ്വ്വരയിലെത്തിയപ്പോൾ ഞങ്ങൾ ഇറാഖി സൈനികരെ കണ്ടു, ഒരു പാട് ആയുധങ്ങളും,

വെടിക്കോപ്പുകളുമൊക്കെയായി. അവർക്ക് ജൂതരെ തോൽപ്പിക്കാൻ കഴിയുമെന്ന് എനിക്കുറപ്പായി. പക്ഷെ ഞാൻ ഉദ്ദേശിച്ചത് പോലെയായിരുന്നില്ല കാര്യങ്ങൾ. ഞാൻ അവർക്കരികിലേക്ക് നടന്നു. അപ്പോൾ അക്കൂട്ടത്തിലെ ഒരു പട്ടാളക്കാരൻ: "ഈ ബുള്ളറ്റുകൾ വിൽക്കാൻ എന്നെ സഹായിക്കാമോ? എനിക്ക് അൽപം പണം വേണമായിരുന്നു"-

അയാളുടെ ചോദ്യം കേട്ട് ഞാൻ ഞെട്ടി. "ഞങ്ങൾ ഇവിടെ വന്നത് നിങ്ങളെ രക്ഷിക്കാനല്ല, മറിച്ച് ജൂതർക്ക് അവരുടെ സ്ഥാനം ഉറപ്പിക്കുന്നതിന് വേണ്ടിയാണ്" ഇത് കൂടി കേട്ടതോടെ എന്റെ എല്ലാ പ്രതീക്ഷകളും ഇല്ലാതായി.

ഹവ്വരയിൽ നിന്നും കുറച്ച് നാളുകൾക്ക് ശേഷം ഞങ്ങൾ നാബ്ലുസിലേക്ക് പോയി. ലിഡയിൽ നിന്നും നാബ്ലുസിലേക്ക് വളരെ നീണ്ട ഒരു യാത്ര, കൂട്ടത്തിൽ പലരും വിശന്നും ദാഹിച്ചും മരിച്ച് വീണു. മരിച്ച് കിടന്ന ഒരു സ്ത്രീയുടെ മാറത്തിരുന്ന് ഒരു കുഞ്ഞ് അവരെ വിളിച്ചുണർത്താൻ ശ്രമിക്കുന്നത് വേദനയോടെ നോക്കി നിൽക്കാനേ എനിക്കായുള്ളൂ. യാത്രക്കിടെ പലരും മരണത്തിനു കീഴടങ്ങി, ചിലർ വിശന്ന്, ചിലർ ദാഹിച്ച് മറ്റു ചിലർ ജൂത സൈന്യത്തിന്റെ വെടി കൊണ്ടും. നാബ്ലുസിനടുത്ത് അൽ യാസ്മിനയിലുള്ള ബന്ധുക്കളുടെ അടുത്തേക്ക് പോകാനായിരുന്നു ഞങ്ങളുടെ തീരുമാനം. കുറച്ചാളുകൾ വഴിയിൽ കണ്ട ചർച്ചിൽ അഭയം പ്രാപിച്ചു. എന്നാൽ ഞങ്ങൾ ചർച്ചിലേക്ക് പോയില്ല. അതിനെക്കാൾ നല്ലത് അഭയാർഥി ക്യാമ്പ് ആണെന്നായിരുന്നു.

നാബ്ലുസിൽ എത്തിയ ഞങ്ങളുടെ കൈവശം വെറും രണ്ടു ലിറ മാത്രമേ ഉണ്ടായിരുന്നുള്ളൂ. ഇസ്രയേൽ വെറും വ്യാമോഹം മാത്രമാണെന്ന അറബ് രാജ്യങ്ങളുടെ കാപട്യം വിശ്വസിച്ചതാണ് ഞങ്ങൾക്ക് പറ്റിയ അബദ്ധം. നിർഭാഗ്യവശാൽ അറബ് രാജ്യങ്ങൾ പറഞ്ഞതിന് എതിരായിരുന്നു കാര്യങ്ങൾ. ഞങ്ങൾ തീർത്തും നിരാശരായിരുന്നു. എനിക്ക് നാബ്ലുസിൽ തന്നെ തുടരേണ്ടതായി വന്നു. കുറച്ച് ബന്ധുക്കൾ ഇവിടെ ഉണ്ട് എന്നത് മാത്രമായിരുന്നു എന്നെ ആകർഷിച്ച ഘടകം. പക്ഷെ തണുപ്പ് മാസങ്ങളിൽ അഭയാർഥി ക്യാമ്പിൽ കഴിയുന്ന ആളുകളെക്കുറിച്ച് ഓർത്ത് പലപ്പോഴും എന്റെ മനസ്സ് പിടഞ്ഞു. കനത്ത മഞ്ഞ് വീഴ്ചയിൽ ടെന്റുകൾ തകരുന്നത് പതിവ് കാഴ്ചയായിരുന്നു. അവരുടെ കൂട്ടത്തിൽ ഒരാളായി ഞാനും ഉണ്ടാവേണ്ടതായിരുന്നു. പക്ഷെ ദൈവത്തിനു സ്തുതി, എനിക്ക് സുഖമായി ഉറങ്ങാൻ നല്ല ഒരു വീട് കിട്ടിയിരിക്കുന്നു.

വേദനാജനകമായ കാര്യങ്ങളായിരുന്നു ക്യാമ്പുകളിൽ സംഭവിച്ച് കൊണ്ടിരുന്നത്. ആളുകൾ കുടിവെള്ളത്തിനായി തല്ലു കൂടി,

പകർച്ചവ്യാധികളും മറ്റ് രോഗങ്ങളും പടർന്നു പിടിക്കാൻ തുടങ്ങി, കുടി വെള്ളത്തിന്റെയും ഭക്ഷണത്തിന്റെയും ക്ഷാമം പലരുടെയും ആരോഗ്യം തകർത്തു.

UNRWA ക്യാമ്പുകൾ ഉണ്ടാകുന്നത് വരെ എല്ലാവർക്കും വളരെയധികം ക്ലേശങ്ങൾ സഹിക്കേണ്ടതായി വന്നു. കുറച്ച് ദിവസങ്ങൾക്ക് ശേഷം ചിലർ തിരികെ പോകാൻ ശ്രമിച്ചു. ഉപേക്ഷിച്ച് പോന്ന കൃഷിക്കും വളർത്തു മൃഗങ്ങൾക്കും എന്ത് സംഭവിച്ചു എന്നറിയാൻ, ചിലർ അവർ ഒളിപ്പിച്ചു വച്ച ആഭരണങ്ങൾ തിരിച്ചെടുക്കാൻ. പക്ഷെ അതിർത്തി അടച്ചിരിക്കുന്നു. ആരെയും അങ്ങോട്ട് കടത്തിവിട്ടിരുന്നില്ല. അതിർത്തി നുഴഞ്ഞ് കടക്കാൻ ശ്രമിച്ച പലരെയും അറബ് സൈനികരും ജൂതരും ചേർന്ന് പലവിധ കുറ്റങ്ങൾ ചുമത്തി ജയിലിലടച്ചു. ചിലരെ വെടിവച്ച് കൊല്ലുക പോലുമുണ്ടായി. നക്സക്ക് ശേഷം ഞാൻ വീണ്ടും ലിഡയിലേക്ക് പോയി. സഹോദരങ്ങൾക്കും സുഹൃത്തുക്കൾക്കും ഒപ്പമായിരുന്നു യാത്ര എങ്കിലും അവിടെ കണ്ട കാഴ്ചകൾ എന്നെ കൂടുതൽ നിരാശനാക്കി. ഞങ്ങൾ എയർപോർട്ടിലേക്ക് പോയി. ബ്രിട്ടീഷുകാർ നിർമ്മിച്ച ഒരു വലിയ എയർപോർട്ടായിരുന്നു അത്. അതിന് ഇരുവശത്തുമായി കുഫോർ അന്ന, കുഫോർ ജിന്നിസ് ഗ്രാമങ്ങൾ- അവയും ഇപ്പോൾ ജൂതരുടെ കയ്യിൽ അകപ്പെട്ടിരിക്കുന്നു. ലിഡയുടെ തെക്ക് വശത്തുള്ള ഒരു പള്ളിയും, ചർച്ചും യാതൊരു കേടുപാടും കൂടാതെ നിൽക്കുന്നു. എങ്കിലും സിറ്റി ആകെ മാറിയിരിരുന്നു. അവിടെയുണ്ടായിരുന്ന കടകൾ എല്ലാം നശിപ്പിക്കപ്പെട്ടു. കൂട്ടക്കൊല നടന്ന ദഹമഷ് പള്ളി ഒരു വർക്ക് ഷോപ്പ് ആയി രൂപം മാറി. അവിടെയുണ്ടായിരുന്ന ഒലിവ്, ബദാം മരങ്ങളും മുന്തിരി വള്ളികളുമെല്ലാം പിഴുതു മാറ്റപ്പെട്ടിരിക്കുന്നു.

എനിക്ക് എന്റെ ഗ്രാമത്തെ തിരിച്ചറിയാൻ സാധിച്ചില്ല. പക്ഷെ കൂടെയുണ്ടായിരുന്നവർക്ക് കുറേക്കൂടി എല്ലാം മനസ്സിലായി 'ഇതാ ഇവിടെയായിരുന്നു നിന്റെ വീട്", 'ദാ അവിടെയായിരുന്നു എന്റെ വീട്" എന്നൊക്കെ അവർ പറയാൻ തുടങ്ങി. ഞങ്ങൾ പണ്ട് താമസിച്ചിരുന്ന വീടിന് നേരെ നടന്നു. വാതിലിൽ മുട്ടി. പക്ഷെ ആരും വാതിൽ തുറന്നില്ല. മറ്റ് വീടുകളിലേക്കും പോയി. ചിലർ വാതിൽ തുറന്ന് ഞങ്ങളെ വീട് കാണാൻ അനുവദിച്ചു. 'അബ്ബാറ്റ്" എന്ന് ഞങ്ങൾ വിളിച്ചിരുന്ന സ്ഥലത്ത് ഇപ്പോൾ അനേകം കെട്ടിടങ്ങൾ വന്നിരിക്കുന്നു. ചില സ്ഥലങ്ങൾ പഴയത് പോലെ തന്നെയിരുന്നു. പകുതിയോളം സ്ഥലങ്ങളും നശിപ്പിക്കപ്പെട്ടിരിക്കുന്നു. ഞാൻ ലിഡയിലെ പഴയ കാലം ഓർമ്മിക്കാൻ ശ്രമിച്ചു-എന്റെ കണ്ണുകൾ അടച്ചു- വേണ്ട, ഒന്നും കാണേണ്ട അതിനുള്ള കരുത്ത് എനിക്കില്ലായിരുന്നു. 1970കളിൽ റെഡ്ക്രോസ് സംഘടനയും

ജൂതരുമായുള്ള കരാർ പ്രകാരം ചിലരെ ലിഡയിലേക്ക് വരാൻ അനുവദിച്ചു. ഞങ്ങൾക്ക് അറിയാവുന്ന ഹജ്ജ് കുടുംബം, അവർ ധാരാളം ഓറഞ്ചു കൃഷി ചെയ്തിരുന്നു- ഭാഗ്യം ചെയ്ത അത്തരം ഇരുപതോളം കുടുംബങ്ങളെ മാത്രം നവാധർ എന്ന സ്ഥലത്ത് താമസിക്കാൻ അനുവദിച്ചു.

അറബികൾ താമസിച്ചിരുന്ന അൽ മുതലത് ഗ്രാമവും ജൂതർ കയ്യേറി. ഗ്രാമവാസികൾ രാത്രി വരെ പലസ്തീൻ പതാക അവിടെ കണ്ടിരുന്നു. എന്നാൽ നേരം പുലർന്നപ്പോൾ അവർക്ക് കാണാൻ കഴിഞ്ഞത് ഇസ്രയേൽ പതാകയാണ്.

ഈ ഗ്രാമം ജൂതർക്ക് കൈമാറിക്കിട്ടിയതായി അവർ പ്രചരിപ്പിക്കാൻ തുടങ്ങി. അന്ന് രാത്രി, ജോർദാൻ ഭരണാധികാരി അബ്ദുല്ല രാജാവ് കൊല്ലപ്പെട്ടതായുള്ള വാർത്ത അവിടെ ആകെ പ്രചരിച്ചു. മുസ്തഫ ആശു ആയിരുന്നു കുറ്റവാളി. എന്റെ അറിവിൽ ഗ്ലബ്ബ് പാഷ എന്ന ബ്രിട്ടീഷ് ഉദ്യോഗസ്ഥൻ ആയിരുന്നു ഇത് ചെയ്യിച്ചത്. എന്നിട്ട് പഴി മുഴുവൻ അവർ പലസ്തീനികളിൽ ചാർത്തി.

പേര്: ശഹിർ ദദോശ്

ജനനം: 1933

ജന്മസ്ഥലം: ഒം അല്ഫഹിം

ഇപ്പോൾ താമസം: - ഓൾഡ് സിറ്റി - നാബ്ലസ്.

നിരായുധരായ പ്രതിഷേധക്കാരെ ടാങ്കുകൾ ഉപയോഗിച്ച് നേരിടുന്ന രാഷ്ട്രത്തെ ഓർത്ത് ഞാൻ ലജ്ജിക്കുന്നു.

1947ൽ ഹൈഫയിലെ അതിർത്തി ഗ്രാമമായ ഹദർ മലനിരകൾക്കു സമീപം ഒരു ഐസ്ക്രീം ഷോപ്പിലായിരുന്നു ഞാൻ ജോലി ചെയ്തിരുന്നത്. ഇതേ ഷോപ്പിൽ ജോലി ചെയ്തിരുന്ന അമ്മാവന്റെ കൂടെയായിരുന്നു ഞാൻ താമസിച്ചിരുന്നത്. അച്ഛൻ ഒരു ഇറച്ചിക്കട നടത്തിയിരുന്നു. അച്ഛന്റെ ഒരു സഹോദരൻ ആട് വളർത്തലും, മറ്റൊരു സഹോദരൻ ഹൈഫയിലെ ഒരു ബ്രിട്ടീഷുകാരന്റെ കടയിലെ ജോലിക്കാരനുമായിരുന്നു. ഹൈഫ പലസ്തീനികളെ സംബന്ധിച്ചിടത്തോളം വളരെ പ്രധാനപ്പെട്ട ഒരിടമായിരുന്നു. ഏകദേശം ഒരു ലക്ഷത്തോളം പലസ്തീനികളും ഇരുപതിനായിരത്തോളം ജൂതരും വളരെ സന്തോഷത്തോടെ താമസിച്ചിരുന്ന സുന്ദരമായ ഒരിടം. ധാരാളം തൊഴിലവസരങ്ങളും ഇവിടെ ഉണ്ടായിരുന്നു. എങ്കിലും രാജ്യത്തിന്റെ വിവിധ ഭാഗങ്ങളിൽ ജൂതരും പലസ്തീനികളും തമ്മിലുണ്ടായ ഏറ്റുമുട്ടലുകൾ ഞങ്ങളുടെ ജീവിതത്തെയും സാരമായി ബാധിച്ചു.

1948 മെയ് 15ന് ഇസ്രയേൽ സ്റ്റേറ്റ് പ്രഖ്യാപനം വന്ന ഉടനെ ഞങ്ങൾക്ക് തന്ത്രപ്രധാന മേഖലയായ അല്ലഹിം നഷ്ടപ്പെട്ടു. ഇസ്രയേൽ നിലവിൽ വന്നതിനോടനുബന്ധിച്ച് ഉണ്ടായ മറ്റൊരു ഉടമ്പടി പ്രകാരം (രോദസ് ഉടമ്പടി) ചില ഗ്രാമങ്ങൾ അറബികൾ ജൂതർക്ക് കൈമാറി.

അതിനു പകരം വെസ്റ്റ്ബാങ്കിന് സമീപത്തുള്ള ചില പ്രദേശങ്ങൾ അഞ്ചു വർഷത്തിന് ശേഷം പലസ്തീനികൾക്ക് കൈമാറണമായിരുന്നു. എന്നാൽ അത്തരം ഉടമ്പടികളോടൊക്കെ ജൂതർ നിഷേധാത്മകമായാണ് പ്രതികരിച്ചത്. ഇന്നും ആ സ്ഥലങ്ങൾ ഒന്നും തന്നെ അവർ വിട്ടുതന്നില്ല എന്ന് മാത്രമല്ല വെസ്റ്റ് ബാങ്കിന് സമീപത്തുള്ള തീര പ്രദേശങ്ങൾ കൂടുതലായി അവർ കൈവശം വക്കുകയും ചെയ്തിരിക്കുന്നു. ഈ കരാർ കാരണം അവർക്ക് കൂടുതൽ തീര പ്രദേശങ്ങൾ കയ്യടക്കാൻ കഴിഞ്ഞു.

1948ൽ ഞാൻ ജോർദാൻ ആർമിയിൽ ചേർന്ന ഉടനെ യുദ്ധം പൊട്ടിപ്പുറപ്പെട്ടു. ഞങ്ങൾക്ക് നഷ്ടപ്പെട്ട പ്രദേശങ്ങൾ മുഴുവൻ വീണ്ടെടുക്കാൻ കഴിയും എന്ന വിശ്വാസത്തിലായിരുന്നു പട്ടാളത്തിൽ ചേർന്നത്. നിർഭാഗ്യവശാൽ അത് മാത്രം നടന്നില്ല. ദിവസങ്ങൾക്കകം ഞങ്ങളുടെ കുടുംബാംഗങ്ങൾ ഇസ്രയേലിൽ ഉണ്ട് എന്ന കാരണം പറഞ്ഞ് എന്നെയടക്കം നാനൂറോളം പേരെ സൈനിക ജോലിയിൽ നിന്നും പിരിച്ചുവിട്ടു. ബാഖയിലായിരുന്നു എന്റെ വീട്. പട്ടാളം ബാഖക്ക് സമീപം എത്തിയതും ജോർദാൻ സൈനികർ തദ്ദേശീയരായ ചിലരെ വധിച്ചു എന്ന് കേൾക്കാൻ ഇടയായി. തുടർന്ന് ഞങ്ങൾ വെസ്റ്റ് ബാങ്കിലേക്ക് താമസം മാറി.

വെസ്റ്റ് ബാങ്കിലെത്തിയ ഞങ്ങൾ കണ്ടത് അവിടെയെല്ലാം ഇറാഖി സൈന്യം കാവൽ നിൽക്കുന്നതായിരുന്നു. ജോർദാൻ ആർമിയിൽ നിന്നും വിട്ടുപോന്ന ഞങ്ങൾ നാനൂറു പേരും ഇറാഖി ആർമിയെ സഹായിക്കാൻ മുന്നിട്ടിറങ്ങി. കൂടെ ജോലി ചെയ്യാനും സഹായിക്കാനും അവർ ഞങ്ങളെ അനുവദിച്ചു. മാത്രമല്ല ഞങ്ങളിൽ ചിലർക്ക് അവരുടെ യൂണിഫോമും തന്നു. ഇറാഖും ജോർദാനും തമ്മിലുള്ള കരാർ പ്രകാരം 1951ൽ ഇറാഖി സൈന്യം ജോർദാൻ സൈന്യത്തിന് വെസ്റ്റ് ബാങ്കിന്റെ നിയന്ത്രണം കൈമാറി. അതോടെ ഞങ്ങളുടെ ആ ജോലിയും പോയി.

ഒംഫഹിമിലായിരുന്നു എന്റെ ജനനം. ഒരുപാട് കാലം എന്റെ കുടുംബം കഴിഞ്ഞിരുന്നതും ഇവിടെത്തന്നെ ആയിരുന്നു എങ്കിലും അവിടത്തെ താമസക്കാരനാണ് എന്ന് തെളിയിക്കുന്ന യാതൊരു രേഖയും എന്റെ കയ്യിൽ ഇല്ലായിരുന്നു. ഈ രേഖകൾ വിതരണം

ചെയ്യുമ്പോൾ ഞാൻ വെസ്റ്റ് ബാങ്കിലായിരുന്നത് കൊണ്ട് അവ കരസ്ഥമാക്കാൻ എനിക്ക് പറ്റിയില്ല. അതുകൊണ്ട് തന്നെ 1967ൽ ഇസ്രയേൽ പലസ്തീൻ അധിനിവേശം നടത്തിയ സമയം ഏറ്റവും ആദ്യം അവിടം വിട്ട് പോകേണ്ടി വന്നത് ഞങ്ങളെപ്പോലുള്ള, രേഖകൾ കൈവശം ഇല്ലാത്തവർക്കായിരുന്നു.

1950കൾക്ക് ശേഷം ഒന്ന് രണ്ടു തവണ മാത്രമാണ് ഞാൻ എന്റെ വീട് സന്ദർശിച്ചത്. ഈ രാജ്യം എന്റേതാണ്. ഞാൻ ജനിച്ചതും വളർന്നതും എല്ലാം ഈ മണ്ണിലാണ്. പല രാത്രികളിലും രഹസ്യമായി നാട്ടിലേക്കു പോയാലോ എന്നാലോചിച്ച് ഉറക്കം കളഞ്ഞിട്ടുണ്ട്.

വേർപെട്ടുപോയ എന്റെ സഹോദരങ്ങളെ കാണാനുള്ള ആഗ്രഹം പറഞ്ഞറിയിക്കാൻ കഴിയാത്തതാണ്. വെസ്റ്റ് ബാങ്കിൽ ജോലി സാധ്യത വളരെ കുറവായിരുന്നു. പണത്തിന് ആവശ്യമുള്ളപ്പോൾ സഹോദരങ്ങളായിരുന്നു എന്നെ സഹായിച്ചിരുന്നത്. എങ്കിലും പണത്തിനായി അവരെ ബുദ്ധിമുട്ടിക്കുന്നത് എനിക്ക് ഒട്ടും ഇഷ്ടമുള്ള കാര്യമായിരുന്നില്ല. പലപ്പോഴും വീട്ടിൽ നിന്നും പുറത്തു പോകുമ്പോൾ അമ്മയും വല്ലതുമൊക്കെ തരുമായിരുന്നു. കോഴി, ആട് വളർത്തലൊക്കെയായി അമ്മയുടെ കൈവശവും അത്യാവശ്യം കാശ് ഉണ്ടായിരുന്നു. എങ്കിലും സ്വന്തമായി പണം ഉണ്ടാകണം എന്ന ചിന്ത എന്നിൽ ഒരു കനലായി എരിഞ്ഞു കൊണ്ടിരുന്നു. അതിനു വേണ്ടി ഞാൻ സാധനങ്ങൾ അതിർത്തി കടത്തുന്ന കള്ളക്കടത്ത് സംഘങ്ങളിൽ ചേർന്നു. പലസ്തീനികൾ പരമ്പരാഗതമായി ഉപയോഗിച്ചിരുന്ന വസ്തുങ്ങൾ ഒന്നും തന്നെ ഇസ്രയേൽ അധിനിവേശ കേന്ദ്രങ്ങളിൽ കിട്ടുമായിരുന്നില്ല. എല്ലാ കടകളിലും പാശ്ചാത്യ രീതിയിലുള്ള വസ്തുങ്ങളായിരുന്നു. അതുകൊണ്ട് തന്നെ അറബ് വസ്തുങ്ങളുടെ ഒരു സമാന്തര വിപണി ഇവിടങ്ങളിൽ പ്രവർത്തിച്ചിരുന്നു. അമ്മാനിൽ പോയി വസ്തുങ്ങൾ വാങ്ങി ഇസ്രയേലിലേക്ക് ഒളിച്ച കടത്തുക- ഇതായിരുന്നു എന്റെ ജോലി. ഓരോ യാത്രയ്ക്കും അഞ്ചു ജോർദാൻ ദിനാറായിരുന്നു കിട്ടിയിരുന്നത്.

ഞാൻ രണ്ടു തവണ ഇസ്രയേൽ പോലീസിന്റെ പിടിയിലായി. ആദ്യ തവണ പിടിക്കപ്പെട്ട പ്പോൾ ഒരു മാസത്തെയും, രണ്ടാമത് പിടിക്കപ്പെട്ടപ്പോൾ ഒന്നര വർഷത്തേക്കും ജയിൽ ശിക്ഷയും കിട്ടി. 'ശാത്ത' ജയിലിലായിരുന്നു പിടിച്ചിട്ടത്. 1948ലെ യുദ്ധത്തിന് ശേഷം ഞാൻ ഹൈഫയിലേക്ക് പോയി. അവിടെ ഒരു നിർമ്മാണ കമ്പനിയിൽ ജോലി ചെയ്ത് ധാരാളം കാശുണ്ടാക്കി. രണ്ടു വർഷത്തെ ജോലിക്ക് ശേഷം വീണ്ടും നാബ്ലസിലേക്ക് വന്ന് അവിടെ ഒരു ഷോപ്പ് തുടങ്ങി.

1948 ലെ കൂട്ടപ്പലായനത്തിന് ശേഷം, വെസ്റ്റ് ബാങ്കിൽ എന്തെങ്കിലും ബുദ്ധിമുട്ടുകൾ ഉണ്ടായാൽ അമ്മയുടെ ബന്ധത്തിൽ പെട്ട ഒരു ആന്റി അവിടെ ഉണ്ടെന്നും അവിടെ പോയാൽ അവർ സഹായിക്കുമെന്നും ഒക്കെ അമ്മ എന്നോട് പറയുമായിരുന്നു. അവരെ കാണാനോ, സഹായം ചോദിക്കാനോ ഒരിക്കലും ആഗ്രഹിച്ചില്ലെങ്കിലും പിന്നീട് സ്ഥിഗതികൾ വഷളായ സമയത്ത് ആന്റിയുടെ അരികിലേക്ക് പോവാൻ ഞാൻ നിർബന്ധിതനായി. വെസ്റ്റ്ബാങ്കിനും ജനീനും വടക്ക് ബഹ്ഗത്ത് യബാദ് എന്ന സ്ഥലത്തായിരുന്നു അവർ താമസിച്ചിരുന്നത്. വർഷങ്ങൾക്ക് ശേഷം, 21-ാം വയസ്സിൽ ഞാൻ ആന്റിയുടെ മകളെ വിവാഹം കഴിക്കുകയും അവരുടെ കൂടെ പതിനേഴ് വർഷം ജീവിക്കുകയും ചെയ്തു.

നാബ്ലുസിൽ ഏകദേശം ഇരുപതിനായിരത്തിനടുത്ത് അഭയാർഥികൾ ഉണ്ടായിരുന്നു. ദാരിദ്ര്യവും കഷ്ടപ്പാടും വിശപ്പും എന്താണെന്ന് ഞാനറിഞ്ഞു. അഭയാർഥികൾക്കായി നിർമ്മിച്ച ടെന്റുകൾ ഞാൻ കണ്ടു. വളരെ അടുത്തടുത്ത് നിർമ്മിച്ച കൂടാരങ്ങൾ. ഞാൻ പതിവായി ജോലിക്ക് പോയിരുന്ന ജനിനു സമീപത്തെ ജൻസൂരിനടുത്തായിരുന്നു ഈ ക്യാമ്പുകൾ. ഇത്തരം ദുരിതം നിറഞ്ഞ ഇടങ്ങളിൽ ജീവിക്കാൻ നിർബന്ധിതരായ ഒരുകൂട്ടം മനുഷ്യർ. വളരെ ദയനീയമായിരുന്നു അവരുടെ സ്ഥിതി. ക്യാമ്പുകളിൽ നിന്നും ക്യാമ്പുകളിലേക്ക് പലപ്പോഴും ആളുകളെ മാറ്റിക്കൊണ്ടിരുന്നു. ഒരൊറ്റ മുറിയിലായിരുന്നു ഒരു കുടുംബം മുഴുവനും കഴിഞ്ഞിരുന്നത്. അപ്പോഴും മറുവശത്ത് ഹൈഫയിലും മറ്റും യൂറോപ്പിൽ നിന്നുള്ള കുടിയേറ്റക്കാർക്കായി വീടുകൾ തീർക്കുകയായിരുന്നു ഇസ്രയേൽ അധികൃതർ. ഇപ്പോൾ ഞങ്ങൾ നിരായുധരാണ്. ഇസ്രയേൽ ആണവ ശക്തിയും. ഇസ്രയേൽ കയ്യേറ്റങ്ങളെ വെറും കല്ല് ഉപയോഗിച്ചാണ് ഞങ്ങൾ പ്രതിരോധിക്കുന്നത്. നിരായുധരായ പ്രതിഷേധക്കാരെ ടാങ്കുകൾ ഉപയോഗിച്ച് നേരിടുന്ന രാഷ്ട്രത്തെ ഓർത്ത് ഞാൻ ലജ്ജിക്കുന്നു. അവർ ഞങ്ങളുടെ ഭൂമി കൊള്ള ചെയ്തു. എന്നിട്ട് പറയുന്നു ഈ നാട് വിട്ടു ദൂരെ പോവാൻ.

പേര്: സാദിഖ് അനബ്തവി

ജനനം: 1942

ജന്മസ്ഥലം: ലിദ്ധ

ഇപ്പോൾ താമസം: – നാബ്ലസ്.

ലോകത്തിൽ ലഭ്യമായ പണം മുഴുവൻ തന്നാലും അത് ഞങ്ങൾക്കുള്ള നഷ്ടപരിഹാരമാവില്ല.സാമ്പത്തിക പരിഹാരം എത്രയോ എളുപ്പം. പക്ഷെ ഞങ്ങൾ അനുഭവിക്കുന്ന മാനസികപീഡനത്തിന് നിങ്ങളുടെ കയ്യിൽ എന്തുണ്ട് പരിഹാരം?

അച്ഛന് ഒരു റേഡിയോ ഉണ്ടായിരുന്നു. ബാറ്ററിയിൽ പ്രവർത്തിക്കുന്നത്. അച്ഛൻ പലപ്പോഴും അതിനു മുമ്പിലിരുന്ന് വാർത്തകളും മറ്റ് പരിപാടികളും കേൾക്കുന്നത് ഇപ്പോഴും ഞാൻ ഓർക്കുന്നു. നിയർ ഈസ്റ്റ് റേഡിയോ സ്റ്റേഷനായിരുന്നു കൂടുതൽ വ്യക്തത. അച്ഛൻ റേഡിയോയിലൂടെ വാർത്തകളും മറ്റും കേൾക്കുന്ന സമയത്ത് അത്ഭുതത്തോടെ അരികിലിരുന്ന് അത് ശ്രദ്ധിക്കുക എന്റെ സ്ഥിരം പരിപാടി ആയിരുന്നു.

ലിദ്ധയിലെ ഒരു ഉന്നത കുടുംബത്തിലായിരുന്നു അച്ഛന്റെ ജനനം. അന്നത്തെ ചീഫ് ജസ്റ്റിസിന്റെ മകളായിരുന്നു എന്റെ അമ്മ. ഫരീദ് അൽ അനബ്തവി എന്നയാളുടെ ഓഫീസിലായിരുന്നു അച്ഛൻ ജോലി ചെയ്തിരുന്നത്. ഒരു നിയോഗം പോലെയായിരുന്നു അച്ഛൻ തന്റെ ജോലികൾ

ചെയ്ത തീർത്തിരുന്നത്. അക്കാലത്തെ എന്റെ ഏറ്റവും വലിയ പ്രശ്നം സാധൂസ് ഷോപ്പിൽ പോയി എനിക്ക് ഏറ്റവും ഇഷ്ടപ്പെട്ട ഒരുകപ്പി സ്വീറ്റ് ലെമണെയ്ഡ് എങ്ങനെ വാങ്ങും എന്നതായിരുന്നു. അച്ഛനെ കാണാൻ വരുന്നവർ എപ്പോഴും 'കമ്മിറ്റി' എന്ന വാക്ക് ഉപയോഗിക്കുന്നത് ഞാൻ ശ്രദ്ധിച്ചു. പിന്നീടാണ് മനസ്സിലായത് അത് ദേശീയ കമ്മിറ്റി ആയിരുന്നെന്നും, ആളുകളെ ലിഡയിൽ തന്നെ പിടിച്ചു നിർത്തുവാനും, ഭൂമി ഉപേക്ഷിച്ചു പോകുന്നവരെ തടഞ്ഞു നിർത്താനും അച്ഛന്റെ നേതൃത്തിൽ രൂപം നൽകിയ ഒരു കമ്മിറ്റിയായിരുന്നു അത് എന്നും. ലിഡ വിട്ടുപോവാൻ തീരുമാനിച്ച പലർക്കും തങ്ങളുടെ തീരുമാനം മാറ്റാൻ ഈ കമ്മിറ്റി വല്ലാത്ത ഒരാത്മവിശ്വാസം നൽകി.

എല്ലാവർക്കും തങ്ങളുടെ ഭൂമി തട്ടിയെടുത്തവരോട് പോരാടണം എന്നുണ്ടായിരുന്നു. തങ്ങളുടെ സ്വപ്നങ്ങൾക്ക് നിറം നൽകിയ ഭൂമിയും, വീടും വിട്ട് പോവാൻ ആർക്കും താത്പര്യമില്ലായിരുന്നു. തങ്ങൾക്കു നേരിടേണ്ടി വന്ന അനീതിയിൽ എല്ലാവരും രോഷം കൊണ്ടെങ്കിലും ശത്രുവിനോട് ഏറ്റുമുട്ടാൻ ആർക്കും കഴിയുമായിരുന്നില്ല. കാരണം ആരുടെ കയ്യിലും ഒരു തരത്തിലുള്ള ആയുധവും ഇല്ലായിരുന്നു. ഇനി ആയുധം വേണമെങ്കിൽ തന്നെ പണം കൊടുത്തു വാങ്ങണമായിരുന്നു. മാത്രമല്ല വിവിധ ആളുകളെ ഒന്നിപ്പിച്ചു നിർത്താൻ നേതൃത്വ ശേഷിയുള്ളവർ ആരും ഞങ്ങളുടെ കൂട്ടത്തിൽ ഉണ്ടായിരുന്നില്ല. ഞങ്ങളുടെ ഗ്രാൻഡ് മുഫ്തി ഹജ് അമീൻ അൽ ഹുസൈനിക്ക് പോലും അതിനു കഴിഞ്ഞില്ല.

ജോർദാൻ ആർമിയിലെ ഒരു പ്രധാന ഉദ്യോഗസ്ഥനായിരുന്നു അമ്മാവൻ ഭജത് ടിബാര. ഒരിക്കൽ അദ്ദേഹം ആർമിയുടെ ഔദ്യോഗിക വാഹനത്തിൽ എന്റെ വീട്ടിൽ വന്നത് ഇന്നും ഞാൻ ഓർക്കുന്നു. അമ്മാവനും അച്ഛനും വളരെ നേരം സംസാരിച്ചിരുന്നു. അവസാനം അമ്മാവൻ അച്ഛനോടും ഞങ്ങളോടുമെല്ലാം എത്രയും വേഗം ഇവിടം വിട്ടു പോവണം എന്ന് പറഞ്ഞു. അമ്മാവനും പോവാനുള്ള തയ്യാറെടുപ്പുകൾ നടത്തിയിട്ടാണ് വന്നത്. എന്നാൽ അച്ഛന് അമ്മാവന്റെ വാക്കുകൾ സ്വീകാര്യമായിരുന്നില്ല. എങ്കിലും അവസാന നിമിഷം ഞങ്ങളും ലിഡ വിടാൻ തീരുമാനിച്ചു. 1948ൽ ആയിരുന്നു അത്. ദേശീയ കമ്മിറ്റിയെ പോലും അതിശയിപ്പിച്ച ഈ തീരുമാനം അച്ഛൻ എന്തിനു കൈക്കൊണ്ടു എന്ന് എനിക്ക് ഇപ്പോഴും മനസ്സിലായിട്ടില്ല.

പക്ഷെ ഒരാൾ - ഞങ്ങളുടെ വല്യച്ഛൻ, ആ തീരുമാനത്തിൽ നീരസം പ്രകടിപ്പിച്ചു. വല്യച്ഛന് ഈ വീടിനോട് വൈകാരികമായ അടുപ്പം

ഉണ്ടായിരുന്നു. എത്ര പറഞ്ഞിട്ടും നിർബന്ധിച്ചിട്ടും വല്യച്ഛൻ ഞങ്ങളോടൊപ്പം വരാൻ തയ്യാറായില്ല. പിറ്റേന്ന് രാവിലെ ആർമിയിലുള്ള അമ്മാവന്റെ സുഹൃത്ത് ഒരു വണ്ടിയുമായി വരികയും ഞങ്ങൾ എട്ടുപേരെയും കൊണ്ട് തിങ്ങിനിറഞ്ഞ ആ വണ്ടി ലിഡയിൽ നിന്നും നാബ്ലസിലേക്ക് യാത്രയാവുകയും ചെയ്തു. കണ്ണിന് കാര്യമായ കാഴ്ച ശക്തി ഇല്ലാത്ത വല്യച്ഛനെ എങ്ങനെയാണ് ഞങ്ങൾക്ക് ഉപേക്ഷിക്കാൻ കഴിഞ്ഞത് എന്ന് എനിക്ക് ഇപ്പോഴും ഓർക്കാൻ ഇഷ്ടമില്ലാത്ത ഒരു കാര്യമാണ്.

ലിഡയിൽ നിന്നും പോരുമ്പോൾ ധരിച്ചിരുന്ന വസ്ത്രമല്ലാതെ കാര്യമായി ഒന്നും കയ്യിൽ കരുതിയിരുന്നില്ല. അതിന്റെ ആവശ്യമുണ്ടെന്ന് അച്ഛന് തോന്നിയിരുന്നില്ല എന്നതായിരുന്നു സത്യം. എങ്കിലും അച്ഛന്റെ അമ്മാവൻ പിറ്റേന്ന് രണ്ട് ട്രക്ക് ഏർപ്പെടുത്തുകയും അതുമായി ലിഡയിൽ ചെന്ന് വീട്ടിലെ ഫർണിച്ചറുകളും പാത്രങ്ങളും മറ്റാവശ്യമുള്ള സാധനങ്ങളും എടുത്തുകൊണ്ടുവരാൻ അച്ഛനോട് ആവശ്യപ്പെടുകയും ചെയ്തു. എന്നാൽ അച്ഛൻ അതിനു വഴങ്ങിയില്ല. ജൂതർ ഒന്നോ രണ്ടോ ആഴ്ചകൾക്കുള്ളിൽ അവരുടെ രാജ്യത്തേക്ക് തിരികെ പോവുമെന്നും അതിനിടെ നാം വെറുതെ സാധങ്ങളുമായി അങ്ങോട്ടുമിങ്ങോട്ടും നടക്കേണ്ടതില്ല എന്നും അവർ പോയ ഉടനെ തന്നെ നമ്മൾ തിരികെ പോകുമെന്നുമൊക്കെയായിരുന്നു അച്ഛന്റെ കണക്കുകൂട്ടൽ. ലിഡയിൽ ജൂതർ അധിനിവേശം നടത്തുമെന്നും അതിന് ശേഷം കാര്യങ്ങൾ വളരെ പ്രയാസകരമായിരിക്കുമെന്നുമൊക്കെയുള്ള അമ്മാവന്റെ വാക്കുകൾക്ക് അച്ഛൻ തീരെ പ്രാധാന്യം കൊടുത്തില്ല. ഞങ്ങൾ ലിഡയിൽ നിന്നും പുറപ്പെടുമ്പോൾ തന്നെ നഗരത്തിൽ കലാപം തുടങ്ങിയിരുന്നു.

വളരെ പതുക്കെ നീങ്ങിയിരുന്ന കാറിന് മുമ്പിലേക്ക് കുറച്ചാളുകൾ ഓടി വന്ന് തടഞ്ഞു നിർത്തി. എങ്കിലും അച്ഛനെ എല്ലാവർക്കും നന്നായി അറിയുന്നത് കാരണം ഞങ്ങൾക്ക് കൂടുതൽ പ്രശ്നനങ്ങൾ നേരിടേണ്ടി വന്നില്ല. വലിയ പ്രശ്നമൊന്നും ഉണ്ടാക്കാതെ അവർ ഞങ്ങൾക്ക് വഴിമാറിത്തന്നു. എത്രയും പെട്ടന്ന് തന്നെ തിരികെ പോരണമെന്ന് വണ്ടിയിലിരുന്ന് അച്ഛൻ ഇടയ്ക്കിടെ പറയുമായിരുന്നു.

ജൂതർ ജാഫ പിടിച്ചെടുത്തു എന്ന് വണ്ടി ഓടിച്ചിരുന്ന ജോർദാനിയൻ ഓഫീസർ ഞങ്ങളോട് പറഞ്ഞു. അവർ ലിഡയിലേക്ക് താമസിയാതെ എത്തും. ഈ വിവരം രഹസ്യമായി അറിഞ്ഞത് കൊണ്ടാണ് അമ്മാവൻ വിവരം ഞങ്ങളെ അറിയിച്ചതും രക്ഷപ്പെടാൻ പറഞ്ഞതും. ഞങ്ങൾ പോരുമ്പോൾ ലിഡയിൽ കണ്ട ബഹളം, ജൂതർ ജാഫക്ക് വളരെ അടുത്ത് എത്തിയതിൽ അറബികൾക്കുണ്ടാക്കിയ മാനസിക

ആഘ്ലാതത്തിന്റെ അപായ സൂചന മാത്രമായിരുന്നു. യാത്രയുടെ തുടക്കത്തിൽ ലിഡയിലുണ്ടായ ബഹളമോ ഒന്നും തന്നെ തുടർന്നുള്ള യാത്രയിൽ നേരിടേണ്ടി വന്നില്ല. താമസിയാതെ ഞങ്ങൾ നാബ്ലുസിൽ എത്തി. ഞങ്ങൾ എത്തി അൽപ സമയത്തിനകം വെടിനിർത്തൽ പ്രഖ്യാപിച്ചതായി ഒരു വാർത്ത അവിടങ്ങളിൽ പ്രചരിച്ചു. ഞങ്ങൾക്ക് ആശ്വാസമായി. എത്രയും വേഗം തിരികെ പോവാമല്ലോ! പക്ഷെ ആ സന്തോഷത്തിന് അധികം ആയുസ്സുണ്ടായിരുന്നില്ല. വാർത്ത കേട്ട ചിലർ ലിഡയിലേക്ക് പോയെങ്കിലും ഞങ്ങൾ അവിടെ തന്നെ നിന്നു. ആ തീരുമാനം ഏറെ ശരിയായിരുന്നു എന്ന് പിന്നീടുണ്ടായ സംഭവ വികാസങ്ങൾ തെളിയിച്ചു. ഒരു കാറിൽ വരാൻ മാത്രം എത്രയോ ഭാഗ്യം ചെയ്തവനായിരുന്നു ഞാൻ. കാരണം ഞങ്ങൾ പോന്നതിന് ശേഷം എത്രയോപേർ നാബ്ലുസിലേക്ക് എത്തിയത് കാൽ നടയായിട്ടാണ്.

അക്കൂട്ടത്തിൽ എന്റെ വല്യച്ഛനും ഉണ്ടായിരുന്നു എന്നത് എന്നെ ഇപ്പോഴും വേദനിപ്പിക്കുന്നു. കുറച്ച ദിവസങ്ങൾക്ക് ശേഷം ഞങ്ങൾ വല്യച്ഛനെ കണ്ടുമുട്ടി. വല്യച്ഛന്റെ വരവ് ഞങ്ങൾക്ക് വല്ലാത്തൊരാശ്വാ സമായിരുന്നു. ചില കേട്ട് കേൾവികളിലൂടെ ഇസ്രയേലിന് എതിരെ യുദ്ധം ചെയ്യാൻ പലസ്തീനിൽ അഞ്ച് അറബ് സൈന്യങ്ങൾ വന്നതായി ഞങ്ങളറിഞ്ഞു. എന്നാൽ അവരുടെ ഭാഗത്ത് നിന്നും ആത്മാർഥമായ യാതൊരു ശ്രമവും ഉണ്ടായിരുന്നില്ല. അയൽ രാജ്യത്തുള്ള അറബ് സൈനികർ പോലും ഞങ്ങളെ സഹായിച്ചില്ല.

നാബ്ലുസിൽ ഞങ്ങൾ വിവിധയിടങ്ങളിൽ തങ്ങി. ആദ്യ ദിവസങ്ങളിൽ ഉംതബത് അമ്മായിയുടെ വീട്ടിൽ. പിന്നീട് ആദൽ സുവൈതർ സ്കൂളിനോടനുബന്ധിച്ച ഒരു അപ്പാർട്മെന്റിൽ. ഇവിടെ ഒന്നും തന്നെ ഇല്ലായിരുന്നു. എങ്കിലും നാട്ടുകാർ സംഭാവന തന്ന തലയിണയും ബെഡ് ഷീറ്റും വളരെ ഉപകരിച്ചു. നാബ്ലുസിലെ സാമ്പത്തിക സ്ഥിതി വളരെ മോശമായിരുന്നു. അഭയാർഥികളുടെ വരവോടെ അത് ഒന്ന് കൂടി ഏറി. തണുപ്പ് കാലത്ത് ആ അപ്പാർട്മെന്റിൽ എങ്ങനെയൊക്കെയോ കഴിച്ചു കൂട്ടി. തൊട്ടടുത്ത ഒരു കുടുംബം തന്ന ജാക്കറ്റായിരുന്നു ഞാൻ ഉപയോഗിച്ചിരുന്നത്. കൊടും തണുപ്പിൽ എനിക്ക് ഷൂ പോയിട്ട് ഒരു ചെരുപ്പ് പോലും ഇല്ലായിരുന്നു. എന്റെ കാലിൽ നോക്കി അമ്മ കരഞ്ഞത് ഇന്നും ഞാനോർക്കുന്നു. നാബ്ലുസിൽ വന്നതിന് ശേഷം

ഒരിക്കൽ പോലും അമ്മയുടെ മുഖത്ത് സന്തോഷം കണ്ടിട്ടില്ല. മാത്രമല്ല തന്റെ സഹോദരങ്ങളെയും സുഹൃത്തുക്കളെയും പിരിഞ്ഞതിൽ ഏറ്റവും അധികം വിഷമം അമ്മക്കായിരുന്നു. ഭക്ഷണം കഴിക്കാൻ

ഇരുന്നാൽ ഒരിക്കൽ പോലും വയറു നിറയെ ഭക്ഷണം കഴിക്കാൻ അമ്മക്ക് സാധിച്ചില്ല. ചിലപ്പോൾ പകുതി കഴിച്ച് കരഞ്ഞുകൊണ്ടിരിക്കും. അമ്മയുടെ സഹോദരനും സഹോദരിയും എല്ലാം ഇപ്പോൾ പല രാജ്യങ്ങളിലാണ്. എന്തിനാണിങ്ങനെ ഏതു സമയത്തും കരഞ്ഞു കൊണ്ടിരിക്കുന്നതെന്ന് അടുത്തുള്ള വീട്ടുകാർ പലപ്പോഴും അമ്മയോട് ചോദിക്കുമായിരുന്നു. തന്റെ കുടുംബം ചിതറിപ്പോയ കഥ എല്ലാവരോടും വിവരിച്ചു തുടങ്ങുന്നതോടെ അമ്മ കരച്ചിലും ആരംഭിക്കും. ഞങ്ങളുടെ ഒരമ്മാവൻ ജെറികോയിൽ യു.എൻ പ്രതിനിധി ആയിരുന്നു. പ്രായാധിക്യ ബുദ്ധിമുട്ടുകൾ ഏറെയുള്ള മുത്തശ്ശനെ അമ്മാവൻ കൂടെ കൊണ്ടുപോയത് അമ്മയുടെ മനസിന് മറ്റൊരാഘാതമായി.

അൻ-നജ യൂണിവേഴ്സിറ്റിയുടെ പരിസരത്തായിരുന്നു ഞങ്ങളുടെ താമസം. അതുകൊണ്ട് തന്നെ യൂണിവേഴ്സിറ്റി ഗ്രൗണ്ടിൽ കളിക്കുക എന്നതായിരുന്നു എന്റെ പ്രധാന വിനോദം. വിദ്യാഭ്യാസമുള്ള രക്ഷിതാക്കളെ കിട്ടിയതിൽ ഞാൻ ഇപ്പോൾ ദൈവത്തിനു നന്ദി പറയുന്നു. എന്റെ അമ്മ ജെറുസലേമിലെ അറബ് കോളേജിൽ നിന്നും ബിരുദം നേടിയിരുന്നു. അച്ഛൻ കൃഷി വിജ്ഞാനത്തിൽ ഡിപ്ലോമയും. അതിനിടെ അച്ഛൻ ഒരു ബന്ധുവുമായി ചേർന്ന് ചെറിയ ഒരു ബിസിനസ് തുടങ്ങി. ആ സമയങ്ങളിൽ ഇറാഖികളായിരുന്നു സാമ്പത്തിക കാര്യങ്ങൾ എല്ലാം നിയന്ത്രിച്ചിരുന്നത്. എന്നാൽ ആ അവസ്ഥക്ക് പെട്ടന്ന് മാറ്റം വന്നു. ഇറാഖികളുടെ സ്ഥാനം ജോർദാനിൽ നിന്നുള്ള കച്ചവടക്കാർ കയ്യടക്കുകയും ആ കാരണം കൊണ്ട് തന്നെ ബിസിനസ് എല്ലാം തകർച്ചയുടെ വക്കിൽ എത്തുകയും ചെയ്തു. അച്ഛന്റെ ബിസിനസ്സും ഗുണം പിടിച്ചില്ല എന്ന് പറയേണ്ടതില്ലല്ലോ. ശേഷം അച്ഛൻ ഒരു സ്ഥാപനത്തിൽ അധ്യാപകനായി ജോലി നോക്കി. വർഷങ്ങൾക്കു ശേഷം ഇപ്പോൾ എന്റെ അമ്മയും അതേ സ്ഥാപനത്തിൽ അധ്യാപികയാണ്.

1967ന് മുമ്പ് ലബനോനിലേക്ക് പഠന ആവശ്യത്തിനു പോയിരുന്നു. ബിരുദത്തിനു ശേഷം നാബ്ലുസിലേക്ക് പോരാൻ അച്ഛൻ ആവശ്യപ്പെട്ടു. ക്രൂരത കുടിയേറ്റം വേഗത്തിൽ നടക്കുന്ന സമയമായിരുന്നു അപ്പോൾ. നാബ്ലുസ് കലാപത്തിന്റെ പിടിയിലായ സമയത്താണ് അച്ഛൻ എന്നെ വിളിക്കുന്നത്. ഇങ്ങിനെ ഒരു സമയത്ത് അച്ഛൻ എന്തിനാണ് എന്നെ വിളിച്ചത് എന്ന് എനിക്ക് മനസ്സിലായില്ല. എങ്കിലും 1968ൽ, ബിരുദം പൂർത്തിയാക്കി ഞാൻ നാബ്ലുസിലേക്ക് മടങ്ങി. കുടുംബത്തെ കാണാൻ അതിയായി ആഗ്രഹിച്ച ഒരു സമയം കൂടിയായിരുന്നു അത്. നാബ്ലുസിൽ എത്തി ഒരാഴ്ച്ചക്കകം ഞാൻ സഹോദരന്റെ കൂടെ ജെറുസലേമിലേക്ക് പോയി. അവിടെ എന്റെ പഴയ സുഹൃത്തുക്കളെ കണ്ടു.

അതിനടുത്ത ദിവസം ഞങ്ങൾ കൂട്ടുകാരോടോത്ത് ലിഡയിലേക്ക് പോവാൻ പദ്ധതിയിട്ടു. കുട്ടിക്കാലത്ത് ഓടിക്കളിച്ച സ്ഥലങ്ങൾ ഒന്ന് കാണുക. കുടിയിറക്കപ്പെട്ട സ്ഥലത്തേക്ക് ഒരിക്കൽ കൂടി പോകുവേ, ലിഡയിലേക്കടുക്കും തോറും എന്റെ ഹൃദയം തുടികൊട്ടുവാൻ തുടങ്ങി. പക്ഷെ ലിഡയിലെത്തിയതും ഞങ്ങൾക്ക് രോധം അടക്കാൻ കഴിഞ്ഞില്ല. അവിടെ വലിയ ഒരു വിമാനത്താവളം വന്നിരിക്കുന്നു. 'എന്റെ ദൈവമേ എവിടെ എന്റെ ലിഡ' എന്നുറക്കെ കരയാൻ പോലും ഞങ്ങൾ അശക്തരായിരുന്നു. നഗരത്തിലേക്കുള്ള വഴികൾ പഴയതിൽ നിന്നും ഏറെ വ്യത്യാസപ്പെട്ടിരിക്കുന്നു. അത് ഏതു റോഡാണെന്ന് പോലും എനിക്ക് തിരിച്ചറിയാൻ സാധിച്ചില്ല. എങ്കിലും എന്റെ സുഹൃത്തുക്കൾക്ക് അത് കഴിഞ്ഞു. ആ വാഹനം എന്റെ പഴയ വീടിന്റെ ബാൽക്കണിക്ക് താഴെയായിരുന്നു നിർത്തിയിരുന്നത്. എന്നെ അത്ഭുതപ്പെടുത്തുന്ന കാഴച്കളായിരുന്നു ചുറ്റും. ഞാൻ പതിവായി പോവാറുണ്ടായിരുന്ന സദ്ദൂസ് ഷോപ്പിന്റെ ചില്ല് വാതിൽ മാറി ഇരുമ്പ് വാതിൽ ആയിരിക്കുന്നു. സുഹൃത്തുക്കൾ പോവാൻ തിരക്ക് കൂട്ടിയെങ്കിലും ഞാൻ കുറച്ചു സമയം കൂടി അവിടെ ചിലവഴിക്കാൻ തീരുമാനിച്ചു. എന്തൊക്കെ മാറ്റങ്ങളാണ് ഉണ്ടായിരിക്കുന്നത്. നഗരത്തിന്റെ പല ഭാഗങ്ങളും അവർ നശിപ്പിച്ചിരിക്കുന്നു. എങ്കിലും ഞങ്ങളുടെ സ്കൂളിന് യാതൊരു പോറലും സംഭവിച്ചിട്ടില്ല. ഇനിയും കൂടുതൽ സമയം അവിടെ ചിലവഴിക്കാൻ തോന്നിയില്ല. വൈകുന്നേരത്തോടെ ഞങ്ങൾ ലിഡയോടെ വിടപറഞ്ഞു.

എന്നാൽ അച്ഛൻ ഒരിക്കൽ പോലും ലിഡയിലേക്ക് പോവാൻ താൽപര്യപ്പെട്ടില്ല. ഒരിക്കൽ ലിഡയിലെ എയർപോർട്ടിലേക്ക് പോവുന്ന വഴി, നാബ്ലുസിൽ നിന്ന് ലിഡ എത്തുന്നത് വരെയും അദ്ദേഹം കണ്ണ് തുറക്കുകയോ പുറത്തേക്കു നോക്കുകയോ ചെയ്തില്ല. എനിക്ക് പക്ഷെ അവിചാരിതമായി ഒരിക്കൽ കൂടി ലിഡയിലേക്ക് പോവാനുള്ള അവസരമുണ്ടായി. ഒരിക്കൽ ടെൽ അവീവിൽ നിന്നും കാറുമായി ചില സാധനങ്ങൾ വാങ്ങി വരുമ്പോൾ ലിഡയിലൂടെ വരുവാനായി തീരുമാനിച്ചു. ഒരിക്കൽ കൂടി ലിഡ കാണുക. പഴയ ആ വഴികളിലേക്ക് ഞാൻ കാറോടിച്ചു പോയി. എന്റെ പഴയ വീടിനു മുമ്പിൽ വാഹനം നിർത്തി. ആ വാതിലിൽ ഒന്ന് മുട്ടി വിളിക്കണമെന്നുണ്ടായിരുന്നു. ആരായിരിക്കും ഇപ്പോൾ ഇവിടെ താമസിക്കുന്നുണ്ടാവുക ? അവർ വാതിൽ തുറക്കുമോ? എന്നെ അകത്തേക്ക് ക്ഷണിക്കുമോ? അൽപനേരം ആ വാതിലിന് മുമ്പിൽ നിന്ന ശേഷം പതിയെ കാറിനടുത്തേക്ക് നടന്നു നീങ്ങി. കാറിൽ കയറി ഞാൻ അവസാനമായി ആ വാതിൽക്കലേക്ക് നോക്കി. പതിയെ കാർ സ്റ്റാർട്ട് ചെയ്ത് നാബ്ലുസിലേക്ക് യാത്രയായി. അതിനു ശേഷം

ഒരിക്കൽ പോലും ലിഡയിലേക്ക് പോയിട്ടില്ല.

ലോകത്തെ മുഴുവൻ സ്വത്തുക്കൾ തന്നാലും അത് ഞങ്ങൾക്ക് നഷ്ട പ്പെട്ട ഒന്നിനും പരി ഹാരമാവില്ല. സാമ്പത്തിക പരിഹാരം എന്നത് എത്രയോ എളുപ്പമാണ്. പക്ഷെ ഞങ്ങൾ അനുഭവിച്ചു കൊണ്ടിരിക്കുന്ന മാനസിക പീഡനത്തിന് എന്താണ് പരിഹാരം? ലിഡയിലെത്തിയ ഞാൻ ആദ്യം നോക്കിയത് ചെറുപ്പത്തിൽ കളിച്ചിരുന്ന സ്ഥലത്തിന് എന്ത് സംഭവിച്ചു എന്നാണ്. ഞാനും എന്റെ കൂട്ടുകാരൻ സമീർ സ്ലാടിമോയും മണ്ണിൽ കളിച്ചിരുന്ന ആ സ്ഥലം എവിടെ? ഉറങ്ങിക്കിടന്ന ഓർമകൾ ഉണരുകയായി. ഇപ്പോൾ ഞങ്ങളുടെ പേരിൽ ലിഡയിൽ ഒരു തുണ്ട് ഭൂമി പോലുമില്ല. എങ്കിലും ലിഡയിൽ ജീവിച്ച ഓരോ നിമിഷവും ഞങ്ങൾ ഓർത്തുകൊണ്ടിരിക്കും; മരണം വരെ.

പേര്: സലീം അബു ദീർ

ജനനം: 1948

ജന്മസ്ഥലം: അൽ- മൻഷിയ / ജാഫ

ഇപ്പോൾ താമസം: - നാബ്ലസ്.

അവർ കണ്ടു, കസേരയിൽ ഇരിക്കുകയായിരുന്ന ആളുടെ തലയിൽ കൈവച്ച കൊണ്ട് ഒരു ക്ഷുരകൻ - രണ്ടു പേരും മരണപ്പെട്ടിരിക്കുന്നു..

ജാഫയിൽ നിന്നും കുടുംബം കുടിയിറക്കപ്പെട്ടുമ്പോൾ എനിക്ക് ഒമ്പത് വയസ് മാത്രം പ്രായം. എങ്കിലും അന്ന് നടന്ന സംഭവങ്ങൾ എല്ലാം വ്യക്തമായി ഇന്നും ഓർക്കാൻ കഴിയുന്നു. അച്ഛന്റെ കൈപിടിച്ച് മാർക്കറ്റിലേക്ക് പോയതും, എന്തെങ്കിലും വാങ്ങിക്കുവാൻ വാശി പിടിച്ച കരഞ്ഞതും എല്ലാം. പക്ഷെ എത്ര പെട്ടന്നാണ് കാര്യങ്ങൾ മാറിയത്. ഞങ്ങളുടെ ജീവിതത്തിൽ എന്തൊക്കെ മാറ്റങ്ങളാണുണ്ടായത്. പെട്ടെന്നുണ്ടായ യുദ്ധസമാനമായ സാഹചര്യത്തിൽ എന്റെ മൂത്ത സഹോദരന്റെ ജോലി നഷ്ടപ്പെട്ടു. അവൻ ജോലി ചെയ്തിരുന്നത് ഒരു ജൂതന്റെ കൂടെയായിരുന്നു.

ഇനി മുതൽ ജോലിക്ക് വരാൻ താത്പര്യമില്ല എന്ന് പറഞ്ഞതിന് അവർ സഹോദരനെ തടഞ്ഞു വച്ചു. ചില്ലറ വാക്കുതർക്കങ്ങൾക്ക് അത് കാരണമായെങ്കിലും അവൻ പക്ഷെ പിന്നീട് അങ്ങോട്ട് പോയില്ല.

അതിനു ശേഷം അച്ഛൻ അവന് ഒരു ഉന്തുവണ്ടി വാങ്ങിച്ചു കൊടുത്തു. അതിൽ പച്ചക്കറികളും മറ്റും തെരുവുകൾ തോറും വിൽക്കുകയായിരുന്നു അവന്റെ ജോലി. ആ ജോലിയിൽ അവൻ സന്തോഷം കണ്ടെത്തുകയും ധാരാളം പണം സമ്പാദിക്കുകയും ചെയ്തു.

ഒരിക്കൽ ഇതേ സഹോദരൻ ലോറിയുമായി ലിഡയിലേക്ക് പോയി. അവിടെ അപ്പോൾ ഓറഞ്ച് വിളവെടുപ്പിന്റെ സമയമായിരുന്നു. ഓറഞ്ച് നിറച്ച ലോറിയുമായി അവർ തിരികെ ജാഫയിലേക്ക് പോവുകയായിരുന്നു. ജൂത കോളനിയായ നിതെർ വഴിയായിരുന്നു.

പോകേണ്ടിയിരുന്നത്. പക്ഷെ അതിർത്തിയിൽ വച്ച് അവനെ ജൂത പോലീസ് തടഞ്ഞുവച്ച് ചോദ്യം ചെയ്തു. അപ്പോഴേക്കും എവിടെ നിന്നോ പ്രത്യക്ഷപ്പെട്ട ബ്രിട്ടീഷ് സൈന്യം ജൂത പോലീസുകാരോട് സംസാരിക്കുകയും സഹോദരനെ പോകാൻ അനുവദിക്കുകയും ചെയ്തു. എന്നാൽ ലോറി കൊണ്ട് പോവാൻ അനുവദിച്ചില്ല. പിറ്റേന്ന് പകൽ വന്ന് കൊണ്ട് പോയ്ക്കൊള്ളാൻ പറഞ്ഞു. പിറ്റേന്ന് വണ്ടിയെടുക്കാൻ ചെന്ന സഹോദരൻ കണ്ടത് തന്റെ ലോറിയും ഓറഞ്ചുമെല്ലാം കത്തിക്കരിഞ്ഞതാണ്.

ദിവസം കഴിയും തോറും കാര്യങ്ങൾ വഷളായിക്കൊണ്ടിരുന്നു. ചിലപ്പോഴെല്ലാം ബ്രിട്ടീഷ് സൈന്യം ഇടപെടുകയും അൽ മൻഷിയയിലെ അറബികൾക്ക് നേരെ വെടിയുതിർക്കുകയും ചെയ്തു. സത്യത്തിൽ ഇത് ബ്രിട്ടിഷുകാരുടെ ഒരു ചതിപ്രയോഗമായിരുന്നു. കലാപം ഉണ്ടാക്കുന്നത് ജൂതരാണെന്ന് വരുത്തി തീർക്കാനായിരുന്നു അവരുടെ ശ്രമം. അറബികളും ജൂതരും തമ്മിലുള്ള സ്പർദ്ധ വർധിപ്പിക്കുകയും വിഭജനം ഏറ്റവും വേഗം നടപ്പിലാക്കുകയും ചെയ്യുക എന്ന കുടില തന്ത്രത്തിന്റെ ഭാഗമായിട്ടായിരുന്നു ഇങ്ങിനെയെല്ലാം അവർ ചെയ്തത്.

അവിടെയുണ്ടായിരുന്ന ഒരു അനാഥാലയത്തിൽ കലാപകാരികളെ ഒളിപ്പിച്ചു എന്നാരോപിച്ച് പോലീസ് നായയെ കയറ്റിയതും അറബ് വംശജരെ പ്രകോപിപ്പിക്കാൻ വേണ്ടിയായിരുന്നു.

അതിനിടെ അറബ് രക്ഷാ സൈന്യം എത്തിയത് ഞങ്ങളെ ആഹ്ലാദഭരിതരാക്കി. അവരുടെ കമാണ്ടർ ഫൗസി അൽ കൗക്ജിയെ ഞങ്ങൾ ശരിക്കും സ്വീകരിച്ചാനയിക്കുകയായിരുന്നു. പക്ഷെ ഞങ്ങളുടെ ആഹ്ലാദത്തിനു നിമിഷങ്ങളുടെ ആയുസ്സേ ഉണ്ടായിരുന്നുള്ളൂ. കാരണം പലസ്തീൻ പ്രതിരോധ മുന്നണിയുടെ നേതാവായിരുന്ന ആബിദ് അൽ ഖാദർ അൽ ഹുസൈനി ഏറ്റുമുട്ടലിൽ കൊല്ലപ്പെട്ടു. അദ്ദേഹത്തിന്റെ മരണം

ഞങ്ങൾക്ക് സഹിക്കാൻ കഴിയാത്ത വേദന നൽകി. എന്റെ സഹോദരി കരഞ്ഞു കൊണ്ടായിരുന്നു അന്ന് രാവിലെ പത്രവുമായി അരികിലേക്ക് വന്നത്. നേതാവിന്റെ മരണത്തിൽ അനുശോചിച്ച് മുഴുവൻ പേജുകളും കറുപ്പ് നിറത്തിലായിരുന്നു അന്ന് പത്രം അച്ചടിച്ചത്.

സുരക്ഷാ സേനയുടെ സാന്നിധ്യമുണ്ടായിട്ടും ആളുകൾ പലരും നാടുവിട്ടു പോയി. ദിനേന ചുറ്റും കേൾക്കുന്ന ക്രൂരതയുടേയും ആക്രമണത്തിന്റെയും വാർത്തകളിൽ ഭയപ്പെട്ടാണ് പലരും നാട് വിട്ടത്. എന്നാൽ കുറേ ആളുകൾ നാട് വിട്ടു പോവാൻ തയ്യാറായില്ല. മരിക്കുന്നുവെങ്കിൽ ഇവിടെ തന്നെ മരിക്കട്ടെ, എന്നാലും പിറന്ന മണ്ണ് വിട്ട് ദൂരെ പോവില്ല എന്ന വാശിയിലായിരുന്നു അവർ. അവർക്കിടയിൽ സ്വന്തം വീട്ടിൽ തോക്കുമായി ജൂതരെ എതിരിടാൻ നിന്ന അബു ലാബാൻ ഇന്നും നാട്ടുകാരുടെ ആവേശമാണ്.

അവസാന നിമിഷം വരെ ഞങ്ങൾ ജാഫയിൽ പിടിച്ചു നിൽക്കാൻ ശ്രമിച്ചു. എന്നാൽ അധിക കാലം അങ്ങനെ നിൽക്കാൻ കഴിയുമായിരുന്നില്ല. ജീവ ഭയത്താൽ ഓരോരുത്തരായി വീട് വിട്ടു പോവാൻ തുടങ്ങി. ഞങ്ങൾ പോകുന്നത് എല്ലാം നഷ്ടപെട്ട അഭയാർഥികളായിട്ടാണ്. വീട് പൂട്ടി അച്ഛൻ പതിവായി പാരായണം ചെയ്യാറുള്ള ഖുറാൻ എടുത്ത് ഭദ്രമായി പൊതിഞ്ഞ് ഒരു സഞ്ചിയിൽ ഇട്ടു. രണ്ടോ മൂന്നോ ദിവസത്തിനകം തിരികെ വരാൻ പറ്റും എന്ന വിശ്വാസത്തിലായിരുന്നു ഞങ്ങളെല്ലാം. വാതിലുകൾ എല്ലാം ഭദ്രമായി അടച്ചു എന്ന് ഒന്നുകൂടി ഉറപ്പു വരുത്തി ഞങ്ങൾ യാത്രയായി. എത്രയും വേഗം തിരികെ വരാനുള്ള തീരുമാനത്തിൽ വീടിനടുത്തുള്ള അൽ-അജമി എന്ന സ്ഥലത്തേക്കായിരുന്നു ഞങ്ങൾ മാറിയത്. അവിടെ അമ്മാവന്റെ വീട്ടിലായിരുന്നു ആദ്യ ദിവസങ്ങളിൽ താമസിച്ചിരുന്നത്. രണ്ടാഴ്ച കഴിഞ്ഞപ്പോൾ അത്യാവശ്യം വേണ്ട വീട്ട് സാധങ്ങൾ എടുക്കാൻ ഒരു ലോറിയുമായി ഞങ്ങൾ വീട്ടിലേക്കു തിരികെ വന്നു. സാധങ്ങൾ എല്ലാം കയറ്റി യാത്ര പാതി ദൂരമെത്തിയപ്പോൾ ജൂത സൈനികരുടെ വെടിവപ്പാരംഭിച്ചു. എങ്കിലും ഞങ്ങൾ കഷ്ടിച്ച് രക്ഷപ്പെട്ടു. വാഹനത്തിന്റെ വേഗത കാരണം ചില സാധനങ്ങൾ വണ്ടിയിൽ നിന്നും തെറിച്ചു ദൂരേക്ക് പോയി. പക്ഷെ അതൊന്നും തിരികെ എടുക്കാനുള്ള ധൈര്യം ഞങ്ങൾക്ക് ഇല്ലായിരുന്നു. പരിക്കൊന്നും പറ്റാതെ രക്ഷപെട്ടല്ലോ എന്നതിൽ സന്തോഷിക്കുകയായിരുന്നു ഞങ്ങൾ.

ഒരിക്കൽ ജാഫ സിറ്റിയിലെ അൽ-അസസ് കഫെക്കടുത്ത് നിൽക്കവേ നിറയെ ബാരലുകളുമായി ഒരു ലോറി വേഗത്തിൽ

പോകുന്നത് കണ്ടു. പെട്ടെന്ന് അതിൽ നിന്നും ഒരു ബാരൽ നിലത്ത് വീണ് ഉരുണ്ടു പോയി. ഡ്രൈവറുടെ അശ്രദ്ധ കാരണമാണ് അത് താഴെ വീണത് എന്നായിരുന്നു ഞാൻ കരുതിയത്. അൽപ നേരത്തിനു ശേഷം ആ ബാരൽ പൊട്ടിത്തെറിച്ച് കഫെയിലുണ്ടായിരുന്ന മുഴുവൻ ആളുകൾക്കും പരിക്കേറ്റു. സ്ഫോടനം ഉണ്ടാക്കാൻ രാസവസ്തുക്കൾ നിറച്ച ഒരു ബാരൽ മനപ്പൂർവം നിക്ഷേപിക്കുകയായിരുന്നു. മണിക്കൂറുകളുടെ വ്യത്യാസത്തിൽ നഗരത്തിന്റെ വിവിധ ഭാഗങ്ങളിൽ ഇത്തരം ബാരലുകൾ പൊട്ടിത്തെറിച്ച് പലരും മരണപ്പെട്ടു. ധാരാളം പേർക്ക് പരിക്ക് പറ്റി. അതിൽ ഏറ്റവും ദാരുണം ഒരനാഥാലയത്തിലെ സ്ത്രീയുടെ മരണമായിരുന്നു. മൃതദേഹത്തിന് സമീപമിരുന്നുള്ള ഒരു കുഞ്ഞിന്റെ കരച്ചിൽ ഏവരുടെയും കരളലിയിപ്പിക്കുന്നതായിരുന്നു. മറ്റൊരിടത്ത് ഒരു ബാർബർ ഷോപ്പിൽ കസേരയിൽ ഇരിക്കുന്നയാളുടെ തലയിൽ കൈവെച്ചു കൊണ്ട് ക്ഷുരകൻ- രണ്ടുപേരും മരണപ്പെട്ടിരിക്കുന്നു.

1967ലെ നക്സക്ക് ശേഷം ഞാനും എന്റെ രണ്ടു സുഹൃത്തുക്കളും ജാഫയിലേക്ക് പോകുവാൻ തീരുമാനിച്ചു. ആദ്യം ജെറുസലേമിലേക്കും, അവിടുന്ന് ബസ്സിൽ ടെൽ അവീവ് വഴി ജാഫയിലേക്കും - ഇതായിരുന്നു ഞങ്ങളുടെ യാത്രാ പദ്ധതി. ടെൽ അവീവിൽ നിന്നും, അൽ മൻഷിയയിലെ ഞങ്ങളുടെ വീടിനു മുമ്പിലൂടെ പോവുന്ന, ജാഫയിലേക്കുള്ള കോസ്റ്റൽ റോഡ് മനപ്പൂർവം തിരഞ്ഞെടുത്തതായിരുന്നു. തീര പ്രദേശങ്ങളെ തിരമാലകൾ എടുക്കാതിരിക്കാൻ വേണ്ടി കോൺക്രീറ്റ് ചുമരുകൾ നിർമ്മിച്ചിരിക്കുന്നു. അതുകൊണ്ട് തന്നെ തിരകൾ വീടിനു സമീപത്തേക്ക് വരുന്നില്ല. ഞാൻ ആ കടലും തീരവും നോക്കി അൽപനേരം നിന്നു. ഓർമ്മകൾ പഴയ കാലത്തിലേക്ക് തിരിച്ചു പോയി. അന്ന് പെൺകുട്ടികൾ പകൽ കടലിൽ കുളിക്കുന്നത് വളരെ മോശമായി കരുതിയിരുന്നു. അതുകൊണ്ട് രാത്രിയിലായിരുന്നു സ്ത്രീകൾ ബീച്ചിലേക്ക് പോയിരുന്നത്. ഞാനും എന്റെ സഹോദരിമാരും അടുത്ത വീടുകളിൽ നിന്നുള്ള സ്ത്രീകളും എല്ലാം രാത്രിയിൽ കടലിൽ നീന്തുകയും കുളിക്കുകയും ചെയ്തിരുന്ന ആ നല്ല കാലം.

ഞങ്ങൾ പഴയ വീട്ടിലേക്ക് പോയി. ആ വീട് കണ്ടതും എനിക്ക് സന്തോഷം അടക്കാനായില്ല. അടുത്ത തെരുവിലേക്ക് നടന്നു. അവിടെ എന്റെ അമ്മായിയും മറ്റു ചില ബന്ധുക്കളും താമസിച്ചിരുന്നു. തെരുവുകൾക്കൊന്നും യാതൊരു മാറ്റവുമില്ല. ഞങ്ങൾ പതിവായി പോവാറുള്ള ഹസൻ ബക് പള്ളിയുടെ ഇപ്പോഴത്തെ അവസ്ഥ എന്നെ വല്ലാതെ വിഷമിപ്പിച്ചു. ആ പള്ളി യാതൊരു രൂപമാറ്റവും വരുത്താതെ ഒരു നൈറ്റ് ക്ലബ് ആക്കി മാറ്റിയിരിക്കുന്നു. ഞങ്ങൾ പിന്നെ പോയത്

അൽ ദേർഹാലി, അൽ ബൽബസേ മാർക്കറ്റിലേക്കായിരുന്നു. അൽ അജമി, ബെറ്റ് യാം എന്നീ സ്ഥലങ്ങൾ കൂടി സന്ദർശിച്ച ശേഷം എന്റെ അമ്മാവൻ അബു അലി അശർക്കാവി താമസിക്കുന്ന അൽ-ജബലി യയിലേക്ക് പോയി. തിരികെ വന്ന് കുറച്ച് ദിവസങ്ങൾക്ക് ശേഷം അച്ഛന്റെയും, ഭാര്യാപിതാവിന്റെയും കൂടെ ഒരിക്കൽ കൂടി പഴയ വീട് സന്ദർശിച്ചു. അതിന് ശേഷം ഞങ്ങൾ സ്ഥിരമായി പോവാറുണ്ടായിരുന്ന അൽ അമദ്ഫ കഫെയിലേക്ക് പോയി. ഒരുപാട് ഓർമകൾ ഒളിപ്പിച്ച് വെച്ച ഇടമായിരുന്നു ഈ കഫെ.

എന്റെ സഹോദരങ്ങളായ ഖാലിദിനെയും, അബ്ദുൽ ഘനിയെയും കൂട്ടി ഒരിക്കൽ കൂടി ഞാൻ ജാഫയിലേക്ക് പോയി. ആ പ്രദേശം ഇപ്പോൾ ആകെ മാറിയിരിക്കുന്നു. അവിടെ ഇർശീദ് എന്ന സ്ഥലത്ത് ഉണ്ടായി രുന്ന പള്ളിയും ബിദാസ് എന്നയാളുടെ വീടും ഒഴികെ ബാക്കിയെല്ലാം അപ്പാടെ നശിപ്പിച്ചിരിക്കുന്നു. ആ സമയത്ത് അവിടത്തെ ഏറ്റവും വലിയ പണക്കാരനായിരുന്നു ബിദാസ്. പിന്നീട് ഞങ്ങൾ അൽ-മൻഷിയയിലേ ക്ക് പോയി. വഴിയുടെ ഇരുവശത്തുമുള്ള വീടുകളും തകർക്കപ്പെട്ടിരിക്കുന്നു. ഖാലിദിന് മാത്രം കുറച്ച് കാര്യങ്ങൾ ഓർത്തെടുക്കാൻ പറ്റി. എന്നാൽ ജാഫ വിടുമ്പോൾ മൂന്നു വയസ്സ് മാത്രം പ്രായമുള്ള അബ്ദുൽ ഘനിക്ക് ഒന്നും ഓർമയുണ്ടായിരുന്നില്ല.

ആദ്യ ഇൻതി ഫാദ*ക്ക് ശേഷം എന്റെ മകൻ അലിയും, മകൾ ഹൈദയുമായി വീണ്ടും ജാഫയിലേക്ക് പോയി. ജാഫയിലേക്കുള്ള അവസാന യാത്രയായിരുന്നു അത്. ഞങ്ങൾ പണ്ട് താമസിച്ചിരുന്ന സ്ഥലങ്ങൾ എല്ലാം അവർക്ക് കാണിച്ചു കൊടുക്കുകയായിരുന്നു ഉദ്ദേശം. അതിനുശേഷം ഞാൻ അമ്മാവൻ അൽ-ഹജ് അസാദ് അബുധീർ താമ സിച്ചിരുന്ന അൽ അജമിയിലേക്ക് പോയി. ആ വീടിന്റെ വാതിലിൽ മുട്ടി വിളിച്ചു. അവിടത്തെ വേലക്കാരൻ വീട് തുറന്ന് തന്നു. വീട്ടിലേക്ക് കയറിയ ഞാൻ എല്ലാ മുറികളും നോക്കിക്കണ്ടു. അവിടെ ലിവിംഗ് റൂമിൽ മനോഹരമായ ഒരു പെയിന്റിംഗ് ഉണ്ടായിരുന്നു. ഞാൻ മക്കളെ അടുക്ക ളയും മറ്റ് മുറികളും എല്ലാം കാണിച്ചു കൊടുത്തു. മനോഹരമായി അലങ്ക രിച്ച വാതിലുകളും ചുമരുകളും ഏണിപ്പടികളും അതിന്റെ കൈപ്പിടിയും, ഒന്നിനും മാറ്റമില്ല. അവിടെ താമസിച്ചിരുന്ന ജൂത കുടുംബം ആ വീട് മറ്റൊരു ജൂതന് കുറച്ച് കാലത്തേക്ക് വാടകയ്ക്ക് കൊടുത്തിരിക്കുകയാ ണെന്ന് വേലക്കാരൻ പറഞ്ഞു. അവരോട് യാത്ര പറഞ്ഞു പുറത്തിറ ങ്ങവേ അമ്മാവന്റെ പേര് കൊത്തിവെച്ച പലകയിലേക്ക് ഞാൻ ഒരു നിമിഷം നോക്കി നിന്നു. തുടർന്ന് ഞങ്ങൾ അൽ-ബലബസ് എന്ന ഗ്രാമത്തിന് സമീപത്ത് കൂടെ അൽ ദജനി ആശുപത്രിയിലേക്ക് പോയി.

അൽ- ഹംറാ സിനിമാ തിയേറ്റർ, ജ്ഞതപ്പള്ളി, അൽ-ദരാഹിൽ മാർക്കറ്റ്, അബു നബ്വോറ്റ് ജലധാര, ദാർ-അൽ സിക്സേക് പള്ളി, തുടങ്ങി വിവിധ ഇടങ്ങൾ ഞങ്ങൾ അന്ന് സന്ദർശിച്ചു. ഓരോ സ്ഥലത്ത് എത്തുമ്പോഴും അവിടെയെല്ലാം ഞങ്ങൾ എങ്ങനെയായിരുന്നു ജീവിച്ചിരുന്നത് എന്ന് ഞാൻ മക്കളോട് പറഞ്ഞുകൊണ്ടിരുന്നു.

എന്റെ അമ്മ എപ്പോഴും പറയുമായിരുന്നു "എനിക്ക് നാബ്ലസ് മടുത്തു, എന്നെ ജാഫയിലേക്ക് കൊണ്ട് പോകു, എനിക്ക് അവിടെക്കിടന്ന് മരിച്ചാൽ മതി" എന്ന്. അമ്മയുടെ മാത്രമല്ല ഞങ്ങളുടെ ഓരോരുത്തരുടെയും ഏറ്റവും വലിയ ആഗ്രഹമായിരുന്നു അത്.

*ഇൻതി ഫാദ ഇസ്രയേൽ അധിനിവേശത്തിന് എതിരെ വെസ്റ്റ് ബാങ്കിലും, ഗാസയിലും 1987 ൽ ഉണ്ടായ കലാപം.

പേര്: മുഹമ്മദ് സാലെ അബു ലേൽ

ജനനം: 1936

ജന്മസ്ഥലം: ജമസയെൻ / യാഫ

ഇപ്പോൾ താമസം: – ബലാത്ത അഭയാർഥി ക്യാമ്പ് – നാബ്ലസ്.

അര നൂറ്റാണ്ട് കാലം കഴിഞ്ഞിരിക്കുന്നു. എങ്കിലും ജന്മഭൂമിയിലേക്ക് തിരികെ പോകുവാൻ കഴിയും എന്ന് ഞങ്ങൾ ഇപ്പോഴും സ്വപ്നം കാണാറുണ്ട്.

യാഫ സിറ്റിയിൽ നിന്നും നടന്നു പോകാവുന്നത്ര ദൂരം മാത്രമേ ഞങ്ങളുടെ വീട്ടിലേക്ക് ഉണ്ടായിരുന്നുള്ളൂ. കൃഷിയായിരുന്നു പ്രധാന ജീവാനോപാധി. പറമ്പിൽ തണ്ണിമത്തനും ഉരുളക്കിഴങ്ങും നിലക്കടലയും എല്ലാം കൃഷി ചെയ്തിരുന്നു. വിളവെടുപ്പ് ദിവസങ്ങളിൽ ഇവയെല്ലാം യാഫസിറ്റിയിലെ ചെറിയ കടകളിൽ വിൽക്കുകയായിരുന്നു പതിവ്.

വീട്ടിൽ ഒരു റേഡിയോ ഉണ്ടായിരുന്നു. ബ്രിട്ടീഷ് റേഡിയോ സ്റ്റേഷനിൽ നിന്നുള്ള വാർത്തകളായിരുന്നു മിക്കവാറും എല്ലാവരും കേൾക്കുക. റേഡിയോ കൂടാതെ ഞങ്ങൾ രണ്ടു പത്രം കൂടി വരുത്തിയിരുന്നു. 'അൽധെഫ'യും 'ഫലസ്തീനും'. ഒന്നര പെന്നിയായിരുന്നു അതിന്റെ വില. ജൂതരും പലസ്തീനികളും വിവിധ ഇടങ്ങളിൽ ഏറ്റുമുട്ടുന്ന വിവരം റേഡിയോ വഴിയും, ദിനപത്രങ്ങൾ വഴിയും അറിയാൻ തുടങ്ങിയത് യാഫയിലും അനുരണനങ്ങൾ സൃഷ്ടിച്ചു.

ഞങ്ങൾക്കിടയിൽ ഭയം ഉടലെടുക്കാൻ തുടങ്ങി. ഞങ്ങൾക്ക് ജൂതർക്കുള്ളത് പോലെ ടാങ്കുകളോ, പുതിയതരം തോക്കുകളോ ഒന്നും ഇല്ലായിരുന്നു. വെറും കൃഷിക്കാർ മാത്രമായിരുന്ന ഞങ്ങളിൽ ചിലർ നാൽപ്പത് പലസ്തീനിയൻ പൗണ്ട് വരെ കൊടുത്ത് തോക്കുകൾ വാങ്ങി.

നാൽപ്പത് പൗണ്ട് എന്നത് ഞങ്ങളെ സംബന്ധിച്ച വലിയ ഒരു തുക യായിരുന്നു. പലസ്തീനികൾക്ക് നേരെയുള്ള അതിക്രമങ്ങളോട് ബ്രിട്ടീഷ് സൈന്യം പലപ്പോഴും കണ്ണടച്ചു. ഹജ് ഹാമിദ് അബു ലബാൻ എന്ന യാളുടെ കൃഷിയിടത്തിൽ ജോലി ചെയ്തിരുന്ന അൽദബാസ് കുടുംബ ത്തിലെ പന്ത്രണ്ടു പേർ ഒറ്റ രാത്രിയിൽ കൂട്ടക്കൊല ചെയ്യപ്പെട്ടു. കുട്ടികളും സ്ത്രീകളും അടങ്ങിയ ആ കുടുംബം രാത്രി ഉറങ്ങിക്കിടക്കുമ്പോഴയിരുന്നു അക്രമികളുടെ കൊലക്കിരയായത്. എന്റെ മറ്റൊരു ബന്ധു യാഫയിൽ പച്ചക്കറികൾ വിൽക്കാൻ പോകവേ വഴിയിൽ വച്ച് വെടിയേറ്റ് മരിച്ചു. ഗ്രാമത്തിലെ മറ്റൊരാൾ ജൂത ഗ്യാങ്ങുകളുടെ ആക്രമണത്തിൽ കൊല്ല പ്പെട്ടു. എന്റെ സുഹൃത്ത് അബ്ദുൽ ലത്തിഫ് അയശ് തുടങ്ങി പലരും വിവിധ ദിവസങ്ങളിൽ, പലയിടങ്ങളിൽ കൊല്ലപ്പെട്ടു.

ഞങ്ങൾ ഒരിക്കലും ഒരു യുദ്ധത്തിനു തയ്യാറായിരുന്നില്ല. ഞങ്ങൾക്ക് മിലിട്ടറി പരിശീലനവും ഇല്ലായിരുന്നു. കാലഹരണപ്പെട്ട ആയുധങ്ങ ളല്ലാതെ മറ്റൊന്നും പക്കൽ ഉണ്ടായിരുന്നില്ല. അവർക്കാണെങ്കിൽ ഏറ്റവും ആധുനിക ആയുധങ്ങളുമായി ബ്രിട്ടീഷുകാരുടെ ഒരു പട തന്നെ യുണ്ട്. ഓട്ടോമാറ്റിക്ക് തോക്കും മറ്റ് ആയുധങ്ങളും, എല്ലാം കൊണ്ടും ഒരു ആധുനിക സൈനിക നിര. ഈജിപ്തിൽ നിന്നും സിറിയയിൽ നിന്നും ഒളിച്ചു കടത്തിയ ആയുധങ്ങളുമായി പലസ്തീനികൾ ജൂതരെ എതിരിട്ടെങ്കിലും അവരെല്ലാം ബ്രിട്ടീഷ് പട്ടാളക്കാരുടെ പിടിയിലായി. എന്തിനേറെ പലസ്തീനികൾക്ക് ആയുധങ്ങൾ കൈവശം വക്കാൻ പോലും അവകാശമില്ലായിരുന്നു. എന്നാൽ ജൂതർക്ക് സ്വയ രക്ഷാർത്ഥം എത്രവേണമെങ്കിലും ആയുധങ്ങൾ കൈവശം വക്കാനുള്ള അനുവാദം ഉണ്ടായിരുന്നു. ഒരിക്കൽ ഉപയോഗ ശൂന്യമായ ഒരു തോക്ക് കൈവശം വച്ചു എന്നാരോപിച്ച് എന്റെ സഹോദരൻ സാബിറിനെ ജൂത പോലീസ് അറസ്റ്റ് ചെയ്ത് നാല് വർഷത്തേക്ക് ജയിലിലിലടച്ചു.

കുറച്ചു പേർ 'ഹസൻ സലാമ' എന്ന പേരിൽ ആയുധ പരിശീലനം നടത്തിയിരുന്നു. അവരിൽ എട്ടുപേർ ഒരു രാത്രിയിൽ കൊല്ലപ്പെട്ടു. അവർ കൊല്ലപ്പെട്ട് കുറച്ച് ദിവസങ്ങൾക്കകം സലാമ, യസൂർ എന്നീ ഗ്രാമങ്ങളും യാഫയിലെ കൃഷിയിടങ്ങളും എല്ലാം ജൂതർ കയ്യടക്കി. അബ്ദുൽ ലതിഫ് അബു അയശും അയാളുടെ കൂടെയുണ്ടായിരുന്ന മറ്റ്

ആറുപേരുംഅവസാനം വരെ പോരാടിയെങ്കിലും പിടിച്ചു നിൽക്കാൻ കഴിഞ്ഞില്ല. പരാജയം അടുത്തെന്നറിഞ്ഞ അവർ തങ്ങളുടെ ആയുധങ്ങൾ അബു കിഷക്കിലെ മറ്റൊരു ഗ്രൂപ്പിന് നൽകി അവിടം വിട്ടു പോയി.

ജൂതർ വരുന്നതിനു മുമ്പേ നാട് വിട്ടില്ലെങ്കിൽ മരണമായിരിക്കും ഫലം എന്നറിഞ്ഞ ഞങ്ങളെല്ലാം യാഫ വിട്ടുപോവാൻ നിർബന്ധിതരായി. ഈ ഭൂമിയുടെ അവകാശികളാണു എന്ന് തെളിയിക്കുന്ന എല്ലാ രേഖകളും കയ്യിലുണ്ടായിട്ടും എത്ര പെട്ടന്നാണ് അവയെല്ലാം യാതൊരു വിലയുമില്ലാത്ത കടലാസ് കഷ്ണങ്ങൾ ആയി മാറിയത്.

ഞാനിപ്പോഴും ഓർക്കുന്നു കരഞ്ഞു കലങ്ങിയ കണ്ണുമായി അമ്മ 'നമ്മളിനി എങ്ങോട്ടാ പോവുന്നതെന്ന്' അച്ഛനോട് ചോദിക്കുന്ന രംഗം. അവരെ സമാധാനിപ്പിക്കാൻ വേണ്ടി അച്ഛൻ ഒരു പാട് കഷ്ടപ്പെട്ടിരുന്നു. നമ്മൾ ഒരു മാസത്തേക്ക് മാത്രമേ മാറിത്താമസിക്കുന്നുള്ളൂ, എത്രയും വേഗം തിരിച്ചു വരും എന്നൊക്കെയാണ് അച്ഛൻ അമ്മയോട് പറഞ്ഞത്. പക്ഷെ ഇപ്പോൾ അര നൂറ്റാണ്ട് കഴിഞ്ഞിരിക്കുന്നു. തിരികെ പോവുന്നത് ഇപ്പോഴും ഒരു സ്വപ്നം മാത്രം. അറബ് സൈന്യമോ നേതാക്കളോ ആരും ഞങ്ങളെ രക്ഷിക്കാൻ ഇത് വരെയും വന്നില്ല.

അന്ന് രാത്രി തന്നെ ഞങ്ങൾ പുറപ്പെട്ടു. അബു കിഷക്കിലെക്കായിരുന്നു ആദ്യം പോയത്. അവിടെ ആറ് ദിവസം നിന്നു. പിന്നെ ഖാൽഖിലിയ എന്ന സ്ഥലത്തേക്ക് പോയി. ഞങ്ങളുടെ ദുരന്ത കഥകൾ കേട്ട ഖാൽഖിലിയയിലെ ജനങ്ങൾ വേണ്ട സഹായങ്ങൾ എല്ലാം ചെയ്തു തന്നു. ഞങ്ങൾക്കെല്ലാം നഷ്ടപ്പെട്ടിരിക്കുന്നു, വീടും സ്വത്തും എല്ലാം. തണുപ്പ് കാലത്ത് ഞങ്ങൾ അനുഭവിച്ച ദുരിതം പറഞ്ഞറിയിക്കാൻ കഴിയില്ല. എന്നിട്ടും ഖാൽഖിലിയയിൽ രണ്ടു വർഷം കഴിച്ചുകൂട്ടി. ഇവിടെ ഇറാഖി സൈനികരുടെ സാന്നിധ്യമുണ്ടായിരുന്നു.

ഇറാഖി പട്ടാളക്കാർ പല ജൂത ഗ്രൂപ്പുകളുമായി ഏറ്റുമുട്ടി. അവരിൽ പലരെയും അറസ്റ്റ് ചെയ്തു. പിന്നീട് അവർ ജെനിൻ എന്ന സ്ഥലത്തേക്ക് നീങ്ങി. അവിടെയും ഏറ്റുമുട്ടലുകൾ ഉണ്ടായി. പലരും മരണപ്പെട്ടു. രണ്ടു വർഷം ആവുന്നതിന് മുമ്പേ ഞങ്ങളുടെ കയ്യിലെ കാശെല്ലാം തീർന്നു. ജോലി കണ്ടുപിടിക്കാനും മറ്റും നാബ്ലുസായിരിക്കും ഭേദം എന്ന തോന്നലിൽ അവിടേക്ക് യാത്രയായി.

നാബ്ലുസിൽ രഫിദിയ ഏരിയയിൽ ഞങ്ങൾക്ക് 'ഷെൽടർ' അനുവദിച്ചു തന്നു. അവിടെ ചെറിയ ടെന്റുകൾ കെട്ടി താമസം ആരംഭിച്ചു. തുടർന്നുള്ള ദിവസങ്ങളിൽ ലിഡയിൽ നിന്നും പലായനം ചെയ്ത ധാരാളം

ആളുകൾ നാബ്ലസിൽ എത്തിച്ചേർന്നു. ജൂതർ ചെയ്തു കൂട്ടിയ ക്രൂരതകൾ വിവരിക്കാൻ പോലും ലിഡക്കാർ ഭയപ്പെട്ടിരുന്നു. തങ്ങളുടെ കൺമുന്നിൽ കുട്ടികളെയും മുതിർന്നവരെയും കൊല്ലുന്നത് കണ്ട മാനസിക ആഘാതത്തിലായിരുന്നു പലരും.

അഭയാർഥികൾക്കാവശ്യമായ ഭക്ഷണവും മരുന്നും എല്ലാം റെഡ് ക്രോസ് സംഘടനയുടെ ആളുകൾ വിതരണം ചെയ്തു. കുറച്ച് ദിവസങ്ങൾക്ക് ശേഷം ക്യാമ്പിന്റെ നടത്തിപ്പ് UN-WRA ഏറ്റെടുത്തു. അഭയാർഥി ക്യാമ്പിൽ ഞങ്ങൾ വീടുകൾ കെട്ടിപ്പൊക്കി. വീടെന്നല്ല, യൂണിറ്റ് എന്നായിരുന്നു അതിന്റെ പേര്. എന്റെ അമ്മയും ഭാര്യയും മരണപ്പെട്ടത് ഈ അഭയാർഥി ക്യാമ്പിൽ വച്ചായിരുന്നു.

1967ലെ യുദ്ധത്തിനു ശേഷം ഞാൻ ഹർത്സില്ല്യ സിറ്റിയിലേക്ക് പോയി. അവിടെ കൃഷിയും വ്യവസായവും കൂടുതലായി ഉണ്ടായിരുന്നു. ഫലസ്തീനികളിൽ നിന്നും തട്ടിയെടുത്ത് ഒരു ജൂതൻ കൈവശം വെച്ച ഭൂമിയിലാണ് ഇപ്പോൾ ഞങ്ങൾ ഒരുപാട് പേർ ജോലി ചെയ്യുന്നത്.

കുറച്ചു ദിവസങ്ങൾക്ക് ശേഷം ഞാൻ വെറുതെ സന്ദർശനത്തിനായി യാഫയിലേക്ക് പോയി. ഞങ്ങൾ താമസിച്ചിരുന്ന പ്രദേശങ്ങൾക്ക് ഒരുപാട് മാറ്റം സംഭവിച്ചിരിക്കുന്നു. എങ്കിലും അവ എല്ലാം എനിക്ക് തിരിച്ചറിയാൻ കഴിഞ്ഞു. ഞങ്ങളുടെ പഴയ വീട്ടിൽ ഇപ്പോൾ ഒരു ജൂത കുടുംബമാണ് താമസിക്കുന്നത്. അവർ ഞങ്ങളെ അകത്തേക്ക് ക്ഷണിച്ചു. അൽപ നേരം അവിടം നോക്കി നിന്ന ശേഷം ഞാൻ വേദനയോടെ പടിയിറങ്ങി. തുടർന്ന് ഞാൻ പ്രസിദ്ധമായ സിദി അലി പള്ളിയിലേക്ക് പോയി. അവിടെയുണ്ടായിരുന്ന പാവങ്ങളായ ആളുകൾക്കുവേണ്ടി ഒരു ആടിനെ അറുത്ത് മാംസം വിതരണം ചെയ്തു.

ഉപേക്ഷിച്ചു പോന്ന ഭൂമിക്കും വീടിനും എല്ലാം നഷ്ട പരിഹാരമായി കുറച്ചു കാശ് തരാം എന്ന് അവിടെ താമസിക്കുന്നവർ പറഞ്ഞിരുന്നെങ്കിലും ഞങ്ങളിൽ ആർക്കും തന്നെ അത് സ്വീകാര്യമായ ഒരു പരിഹാര മാർഗമായി തോന്നിയിരുന്നില്ല.

ആക്രമണവും ഭൂമി കയ്യേറ്റവും തുടർന്നുകൊണ്ടിരിന്നു. ഞങ്ങളും വീട് വിട്ട് മറ്റൊരു കേന്ദ്രത്തിലേക്ക് പോയി. സുരക്ഷിതമായ ഒരിടമായിരുന്നു ഞങ്ങളുടെ ലക്ഷ്യം. എന്നാൽ എത്തിച്ചേർന്നത് ഒരു അഭയാർഥി കേന്ദ്രത്തിലും. അഭയാർഥി കേന്ദ്രത്തിലേക്കായിരുന്നു ഈ യാത്ര എന്നറിഞ്ഞിരുന്നെങ്കിൽ ഒരിക്കലും അവിടം വിടില്ലായിരുന്നു. അവിടെ തന്നെ നിൽക്കുകയായിരുന്നെങ്കിൽ ജീവിതം കുറച്ചു കൂടെ മെച്ചപ്പെട്ടതാകുമായിരുന്നു

എന്ന് എനിക്ക് പലപ്പോഴും തോന്നിയിരുന്നു. അല്ലെങ്കിലും എന്തിനായിരുന്നു ഞാൻ ഇത്രക്കും മനോഹരമായ ഒരു സ്ഥലം വിട്ട് മറ്റൊരിടത്തേക്ക് വന്നത്? ഇനി എപ്പോഴാണ്, എങ്ങനെയാണ് എനിക്കെന്റെ പഴയ സ്ഥലത്തേക്ക് തിരികെ പോവാൻ കഴിയുക?

പേര്: അബ്ദുൽ ഘനി ഇസ്മായിൽ ദോലെ

ജനനം: 1941

ജന്മസ്ഥലം: യാഫ സിറ്റി

ഇപ്പോൾ താമസം: - നാബ്ലസ് സിറ്റി.

തങ്ങൾ ഉപേക്ഷിച്ച പോന്ന പശുക്കളേയും ആടുകളെയും കൊണ്ടുവാരാനും വിളവെടുക്കാൻ പാകമായ കാർഷിക വിഭവങ്ങളും മറ്റും ശേഖരിക്കാനും അതിർത്തി കടന്ന പലരും ജൂതരാൽ പിടിക്കപ്പെടുകയോ, കൊല്ലപ്പെടുകയോ ചെയ്തു.

യാഫയിൽ നിന്നും ചിതറിപ്പോകുന്നതിന് മുമ്പ് ഞങ്ങളുടെ ജീവിതം വളരെ സന്തോഷകരമായിരുന്നു. രാജ്യത്തിന്റെ എവിടേക്കും പരമാവധി സ്വതന്ത്രരായി യാത്രചെയ്തു. ആരും ആരെയും ഉപദ്രവിച്ചില്ല. പകരം പരസ്പരം സഹായിച്ചും സഹകരിച്ചും ജീവിതത്തിലെ പ്രശ്നങ്ങളെ ധീരമായി നേരിട്ടും ഞങ്ങൾ ജീവിച്ചുപോന്നു.

ഒരിക്കൽ അൽ അജമി കോഫി ഷോപ്പിൽ ഇരിക്കവേ, രാജ്യത്തിന്റെ വിവിധ ഭാഗങ്ങളിലുള്ളവർ ജൂത ആക്രമണങ്ങളിൽ നിന്നും രക്ഷ നേടാൻ വീടും നാടും ഉപേക്ഷിച്ച് പോകുന്ന വാർത്തകളെ കുറിച്ചുള്ള ചർച്ച കേട്ടു. ജൂതർ തങ്ങളുടെ വാസസ്ഥലം കയ്യേറിയെന്നും, യുദ്ധ സമാനമായ സംഭവങ്ങളാണ് എല്ലായിടത്തും എന്നും അവിടെ കൂടിയിരുന്നവർ പറയുന്നുണ്ടായിരുന്നു. ജൂതർ നമ്മുടെ രാജ്യം മുഴവൻ

കയ്യേറാൻ പോവുകയാണ് എന്ന വാർത്ത നാട്ടിലെങ്ങും പ്രചരിക്കാൻ തുടങ്ങി. കാര്യങ്ങൾ വഷളാവുന്നതിന്റെ അടയാളങ്ങൾ യാഫയിലും പ്രത്യക്ഷപ്പെടാൻ തുടങ്ങി.

എനിക്കും ഒരിക്കൽ നാട് വിടേണ്ടി വരും എന്ന് തോന്നിയിരുന്നു. അക്രമം ഉണ്ടായാൽ പ്രത്യാക്രമണത്തിനായി ഒരു തോക്ക്, അത്യാവശ്യം ഭക്ഷണം, പിന്നെ ഒളിച്ചിരിക്കാൻ ഒരുടണൽ- ഇത്രയുമായിരുന്നു ഞങ്ങളിൽ പലരുടെയും പ്രതിരോധത്തിനായുള്ള തയ്യാറെടുപ്പുകൾ.

ചിലർ മിലിട്ടറി ട്രെയിനിംഗ് കഴിഞ്ഞവരായിരുന്നു. എന്റെ സഹോദരനും അവരിൽപ്പെട്ടും. പക്ഷെ ഏതെങ്കിലും ഒരു പലസ്തീനി ആക്രമണവുമായി ബന്ധപ്പെട്ട വിവരം അറിഞ്ഞാൽ ബ്രിട്ടീഷ് സൈന്യം അവരെ കൊല്ലാനുള്ള ഉത്തരവ് ഇറക്കിയത് ഞങ്ങളെ ഭീതിയിലാഴ്ത്തി.

റോഡുകളിൽ തടസ്സങ്ങൾ ഉണ്ടാക്കിയും, ജോലിക്ക് പോവുന്ന കൃഷിക്കാരെയും മറ്റും തടഞ്ഞു വച്ചും ജൂതർ ഞങ്ങളുടെ ജീവിതം ദുസ്സഹമാക്കി. കുറച്ച് ദിവസങ്ങൾക്ക് ശേഷം യാഫയിൽ നിന്നും ഞങ്ങൾ താമസം ലിഡയിലേക്ക് മാറ്റി. പക്ഷെ ലിഡയും പതുക്കെ ജൂതരുടെ പിടിയിലമരുകയായിരുന്നു. എങ്കിലും ജനങ്ങൾ ഉത്സാഹത്തിലായിരുന്നു. ചില സൈനികർ വരുന്നുണ്ടെന്ന വാർത്തയാണ് നാട്ടുകാരെ ഇത്രക്കും ആവേശം കൊള്ളിച്ചത്. സൈന്യം വന്നത് പലസ്തീനികളെ രക്ഷിക്കാനാണെന്ന് സ്വാഭാവികമായും എല്ലാവരും വിശ്വസിച്ചു. പക്ഷെ അവർ ഹഗാനയിൽ നിന്നുള്ള ജൂത സൈനികരായിരുന്നു. ഒരു തരത്തിലുമുള്ള നിയമത്തിലോ മനുഷ്യത്വത്തിലോ വിശ്വസിക്കാത്ത ദുഷ്ടർ. കണ്ണിൽ കണ്ട മുഴുവൻ പലസ്തീനികളെയും യാതൊരു ദയയുമില്ലാതെ അവർ ആക്രമിക്കുകയും കൊല്ലുകയും ചെയ്തു.

എന്റെ രണ്ടു സഹോദരങ്ങൾ ജൂത പ്രതിരോധ മുന്നണിയുമായി ബന്ധപ്പെട്ട് പ്രവർത്തിച്ചിരുന്നു. അവരിൽ ഒരാൾ ലിഡയിൽ വച്ച് ഹഗാന സേനയുടെ വെടിയേറ്റ് മരിച്ചു. ഞങ്ങൾക്ക് ജൂതരെ കാണുന്നത് തന്നെ ഭയമായി. ജൂതർ എത്തിപ്പെട്ട എല്ലാ സ്ഥലങ്ങളിലും അവർ പലസ്തീനികളെ ഉപദ്രവിക്കാൻ തുടങ്ങി. മുമ്പ് ഗ്രാമത്തിലുള്ള ആർക്കെങ്കിലും എന്തെങ്കിലും സംഭവിച്ചാൽ അയൽ ഗ്രാമങ്ങളിൽ നിന്നുള്ളവരുടെ സഹായം ഞങ്ങൾക്ക് കിട്ടിയിരുന്നു. എന്നാൽ ഇപ്പോൾ അതും ഇല്ലാതായി. എല്ലാ ഗ്രാമങ്ങളും ഇപ്പോൾ ജൂതരുടെ പിടിയിലാണ്. ആർക്കും ആരെയും പരസ്പരം കാണാൻ പോലും പറ്റാത്ത അവസ്ഥയായിരിക്കുന്നു.

അറബ് സൈന്യം പിന്മാറിയതോടെ ഞങ്ങൾ എല്ലാം തകർന്ന അവസ്ഥയിലായി. ഞങ്ങളുടെ ഗ്രാമവും തകർക്കപ്പെട്ടിരിക്കുന്നു. നാട്ടുകരോട് മുഴുവൻ അവിടം വിട്ടു പോവാൻ ജൂത പട്ടാളക്കാർ ലഘുലേഖ വിതരണം ചെയ്തു. വിട്ട് പോവാൻ തയ്യാറാവാത്തവർ മരിക്കാൻ തയ്യാറാവുക എന്ന അന്ത്യശാസനം അനുസരിക്കാതിരിക്കാൻ ജീവഭയമുള്ള ആർക്കും പറ്റുമായിരുന്നില്ല.

യാഫ കീഴടക്കിയതിനു ശേഷം 'ഹഗാന' മിലിട്ടറിക്കാർ ഞങ്ങളുടെ വീട്ടിൽ വന്ന് എന്റെ രണ്ടു സഹോദരങ്ങളെയും ബലം പ്രയോഗിച്ച് കൊണ്ട് പോയി. അവരുടെ കുറച്ചു ആയുധങ്ങൾ ഒരു വാഹനത്തിൽ കയറ്റണം. ആയുധങ്ങൾ കയറ്റിക്കഴിഞ്ഞപ്പോൾ അവരെ വീട്ടിലേക്ക് കൊണ്ട് പോകാൻ ഒരു ഹഗാന സൈനികനോട് കമാണ്ടർ നിർദേശിച്ചു. പക്ഷെ അവർ രണ്ടു പേരുടേയും നേരെ തോക്ക് ചൂണ്ടി, കൈ രണ്ടും മുകളിലേക്കുയർത്തിച്ച്, ഒരു മതിലിനോട് ചേർത്ത് നിർത്തി - കൊല്ലുവാനുള്ള പുറപ്പാടായിരുന്നു. പക്ഷെ ഇത് കണ്ട കമാണ്ടർ "അവരുടെ വീടുകളിലേക്ക് കൊണ്ട് പോവാനാണ് ഞാൻ പറഞ്ഞത് അല്ലാതെ കൊല്ലാനല്ല" എന്ന് പറഞ്ഞതോടെ പട്ടാളക്കാർ അവരുടെ ഉദ്യമത്തിൽ നിന്നും പിന്മാറി. നിമിഷങ്ങളുടെ വ്യത്യാസത്തിൽ മരണത്തിന്റെ പിടിയിൽ നിന്നും ഒരസാധാരണ രക്ഷപ്പെടൽ. ഹഗാന സൈന്യത്തിന്റെ പിടിയിലകപ്പെട്ട എല്ലവരെയും ദഹമാഷ് പള്ളിയിലേക്കായിരുന്നു കൊണ്ട് പോയിരുന്നത്. കൂട്ടത്തിൽ എന്റെ മറ്റൊരു സഹോദരനും ഉണ്ടായിരുന്നു. എന്റെ സഹോദരൻ പറഞ്ഞതിങ്ങനെയാണ്- ' ഞങ്ങളെയെല്ലാം പള്ളി ചുമരിനു മുഖം ചേർത്ത് നിർത്തി. ഞങ്ങളുടെ വിധി ഒരു പക്ഷെ ഇങ്ങിനെ മരിക്കാനായിരിക്കാം. എല്ലാവരുടെയും കൈകൾ തലയ്ക്കു മുകളിലേക്കുയർത്തിപ്പിടിക്കാൻ ഒരു പട്ടാളക്കാരൻ പറഞ്ഞു. ആ പള്ളി മുഴുവൻ ആളുകളെക്കൊണ്ട് നിറഞ്ഞിരുന്നു. അപ്പോഴേക്കും ഒരു ഹഗാന കമാണ്ടർ എന്ന് തോന്നിക്കുന്ന ഒരാൾ വരികയും ' നിങ്ങളിൽ ആരുടെയെങ്കിലും പക്കൽ കത്തിയോ അത് പോലുള്ള ആയുധങ്ങളോ ഉണ്ടെങ്കിൽ അത് ഇപ്പോൾ ഇവിടെ വച്ച് ഉപേക്ഷിക്കണം' എന്ന് പറയുകയും ചെയ്തു. പള്ളിയുടെ ചുറ്റും, മുകളിലും എല്ലാം ഹഗാന പട്ടാളം തോക്കേന്തി നിൽക്കുന്നത് ഞാൻ കണ്ടു. അൽപസമയത്തിന് ശേഷം മറ്റൊരു കമാണ്ടർ വരികയും ചെറുപ്പക്കാരോട് പുറത്തു പോവാൻ കൽപ്പിക്കുകയും ചെയ്തു. ഞങ്ങൾ പതുക്കെ പുറത്തേക്കു നീങ്ങി. വെളിയിലെത്തിയ ഉടനെ തന്നെ ഓട്ടോമാറ്റിക് ഗണ്ണുകളുടെ ശബ്ദം കാതിൽ തുളച്ചു കയറി. പള്ളിയിൽ ബാക്കിയുണ്ടായിരുന്ന മുഴുവൻ പേരും കൊല്ലപ്പെട്ടു.' ഒരു മണിക്കൂറിനു ശേഷം ഹഗാന പട്ടാളക്കാർ ലിഡയിലേക്ക്

വരികയും എല്ലാവരോടും എത്രയും പെട്ടന്ന് അവിടം ഉപേക്ഷിച്ചുപോവാൻ അന്ത്യശാസനം നൽകുകയും ചെയ്തു.

എനിക്ക് സ്വന്തമായി ഒരു ട്രക്ക് ഉണ്ടായിരുന്നു. ഒരു ബുൾഡോസറുമായി വന്ന് വീടിന് മുമ്പിൽ നിർത്തിയിട്ടിരുന്ന ആ ട്രക്ക് ഹഗാന സൈന്യം വലിച്ചു കൊണ്ട് പോയി. അത് കണ്ട് കലി വന്ന ഞാൻ അകത്ത് പോയി ഒരു കത്തിയുമായി പുറത്തേക്കു വന്ന് അവരെ എതിരിടാൻ നോക്കി. എന്നാൽ മുറ്റത്തിറങ്ങിയ എന്നെ അമ്മ തടയുകയായിരുന്നു. 'ആ ട്രക്കിനെക്കാൾ വലുതാണ് നിന്റെ ജീവൻ' എന്ന അമ്മയുടെ വാക്കുകൾ എന്നെ തടഞ്ഞു നിർത്തി.

ജൂതരുമായി ഏറ്റുമുട്ടുന്നതിൽ യാതൊരു അർത്ഥവുമില്ല എന്ന തോന്നൽ എല്ലാവരിലുമുണ്ടായി. അത്തരം ഏറ്റുമുട്ടലുകൾ പലസ്തീനികൾക്ക് നാശമല്ലാതെ മറ്റൊന്നും ഉണ്ടാക്കാൻ പോകുന്നില്ല. ജൂതർ ഞങ്ങളുടെ വീട്ടിലേക്ക് വന്ന് 'അബ്ദുല്ലയുടെ അടുത്തേക്ക് പോകൂ' എന്നലറി. (വെസ്റ്റ് ബാങ്ക് അന്ന് ജോർദാന്റെ കൈവശമായിരുന്നു-ജോർദാനിലെ രാജാവായിരുന്നു അബ്ദുല്ല).

അടുത്ത ദിവസം തന്നെ ഞങ്ങൾ നിലീനിലേക്ക് പോയി. അന്ന് റംസാൻ വ്രതാനുഷ്ഠാനത്തിന്റെ ആദ്യ ദിനമായിരുന്നു. അതും 1948ലെ ചൂടേറിയ ജൂലൈ മാസം. ഞങ്ങളുടെ ചില കുടുംബങ്ങൾ യാഫ വിട്ട് പോരാൻ തയ്യാറായില്ല. എന്റെ രണ്ടു അമ്മായിമാരും മൂത്ത സഹോദരിയും അവിടെ തന്നെ നിന്നു. എന്റെ ഒരു സഹോദരനെക്കുറിച്ച് ഇപ്പോഴും ഒരു വിവരവുമില്ല. അമ്മായിക്ക് അസുഖമായതിനാൽ യാത്ര വളരെ ബുദ്ധിമുട്ടാവും എന്നുള്ളതുകൊണ്ടാണ് അന്ന് വരാതിരുന്നത്.

അന്ന് പുറത്താക്കപ്പെട്ട പലർക്കും പിന്നീട് തിരികെ പോകാൻ കഴിഞ്ഞില്ല. തിരിച്ചു പോവാൻ അതിർത്തി കടന്ന പലരും ജൂതരുടെ കൈയാൽ മരണത്തിനു കീഴടങ്ങി. അന്ന് എല്ലാവരിലും പറയാൻ കഴിയാത്ത എന്തോ ഒരു വല്ലാത്ത ഭയം ഉടലെടുത്തിരുന്നു. യാത്രക്കുള്ള സാധനങ്ങൾ തയ്യാറാക്കാൻ പോലും ആർക്കും സമയം കിട്ടിയില്ല. വർഷങ്ങളോളം സമ്പാദിച്ചതെല്ലാം പുറകിലുപേക്ഷിച്ച് ഞങ്ങൾ ആ ദുരിതം നിറഞ്ഞ ജീവിത യാത്രക്ക് ആരംഭം കുറിച്ചു.

നാബ്ലുസിൽ കുറച്ച് ദിവസം താമസിച്ച് തിരികെ ലിഡയിലേക്ക് തന്നെ പോവാം എന്നായിരുന്നു ഞങ്ങൾ എല്ലാവരും കരുതിയിരുന്നത്. ജൂത പട്ടാളക്കാരുടെ കണ്ണ് വെട്ടിച്ച് വിവിധ സ്ഥലങ്ങളിലൂടെ മലകൾ കയറിയിറങ്ങി അവസാനം നാബ്ലുസിൽ എത്തിച്ചേർന്നു. എങ്കിലും

നാബ്ലസുകാർ ഞങ്ങളെ സ്വീകരിച്ചു. തുടർന്ന് ബലാത അഭയാർഥി ക്യാമ്പിലേക്ക് പോയി.

ഞങ്ങളുടെ ചില ബന്ധുക്കൾ ജോർദാനിലെ അമ്മാനിലേക്ക് പോയി. നാബ്ലസിൽ ജോലി സാധ്യതകൾ വളരെ കുറവായിരുന്നു. അപ്രതീക്ഷിതമായ യാത്രയായത് കൊണ്ട് അധികം പണം ഒന്നും ആരുടേയും കൈവശം ഇല്ലായിരുന്നു. അതുകൊണ്ട് തന്നെ തുടർന്നുള്ള ദിവസങ്ങളിൽ പണത്തിനു വളരെയധികം ബുദ്ധിമുട്ടുകൾ ഞങ്ങൾക്കനുഭവിക്കേണ്ടി വന്നു.

1948ലെ യുദ്ധത്തിന് ശേഷം ഒരിക്കൽ ഞാൻ വീട് സന്ദർശിക്കുകയുണ്ടായി. അപരിചിതരായ ഒരു ജൂത കുടുംബമായിരുന്നു അപ്പോൾ ഞങ്ങളുടെ വീട്ടിൽ താമസിക്കുന്നത്. അവർ എന്നെ അകത്തേക്ക് ക്ഷണിച്ചു. ഞങ്ങളുടെ വീട് ഗവണമെന്റ് അവർക്ക് വാടകയ്ക്ക് കൊടുത്തിരിക്കുകയാണ്. അവർ എന്റെ അരികിലേക്ക് ഒരു കപ്പ് കാപ്പിയുമായി വന്നു. ആ നിമിഷം ഞാൻ എന്റെ സ്വന്തം വീട്ടിൽ ഒരതിഥിയായി മാറി.

പേര്: അബു റഷീദ് ബറകാത്ത്

ജനനം: 1937

ജന്മസ്ഥലം: യാസൂർ / ജാഫ

ഇപ്പോൾ താമസം: - അൽ-ഈൻ അഭയാർഥി ക്യാമ്പ് / നാബ്ലസ്.

വിളവെടുപ്പ് ദിവസം ഉറുമാമ്പഴം കയ്യിലെടുത്ത് തുള്ളിച്ചാടി മകൾ പറയുകയാണ് "ഇത് എന്റെതാണ് പപ്പാ"

"മോളേ അതിന്റെ തൈ നട്ടത് ആരാണെന്നു അറിയുമോ നിന്റെ വല്യച്ഛനാ"....

യാസൂരിൽ നിന്നും പുറപ്പെട്ടുമ്പോൾ ഞാൻ ആറാം ക്ലാസ്സിൽ പഠിക്കുകയായിരുന്നു. അടുത്തുണ്ടായിരുന്ന ചായക്കടയിൽ നിന്നും റേഡിയോ വാർത്തകൾ കേൾക്കാൻ അച്ഛന്റെ കൂടെ ഞാനും പോകുമായിരുന്നു. അന്ന് ആരുടെ വീട്ടിലും റേഡിയോ ഉണ്ടായിരുന്നില്ല. രണ്ടാം ലോക മഹായുദ്ധത്തെക്കുറിച്ചുള്ള വാർത്തകളായിരുന്നു അധികവും എങ്കിലും ചിലപ്പോൾ പലസ്തീൻ വാർത്തകളും കേൾക്കാമായിരുന്നു.

പലസ്തീനിൽ അധിനിവേശം നടത്താനും വീടുകൾ കയ്യേറാനും ബ്രിട്ടീഷ് പട്ടാളക്കാർ ജൂതരെ എല്ലാ വിധത്തിലും സഹായിച്ചിരുന്നു. അവരെ സഹായിക്കാൻ മാത്രമായി ബ്രിട്ടീഷ് ആർമിയിൽ ഒരു പ്രത്യേക വിഭാഗം തന്നെ പ്രവർത്തിച്ചിരുന്നു. അത്തരം കാര്യങ്ങൾക്കായി അവർ

ജൂതർക്ക് പ്രത്യേക പരിശീലനം പോലും കൊടുത്തിരുന്നു. സ്കൂളിലെ സ്കൗട്ട് പോലെ, നീളം കൂടിയ കുറുവടിയുമായിട്ടായിരുന്നു അവരുടെ പരിശീലനങ്ങൾ. എന്നാൽ ഏതെങ്കിലും ഒരു പലസ്തീനി എന്തെങ്കിലും തരത്തിലുള്ള ആയുധം കൈവശം വച്ചു എന്ന് പരാതി കിട്ടിയാൽ അവരെ അറസ്റ്റു ചെയ്യും, വീടുകൾ റെയ്ഡ് ചെയ്യും, വീട്ടുകാരെ ഉപദ്രവിക്കും.

എന്നാൽ അവർ ഇത്രക്കും ക്രൂരത കാണിക്കുമെന്നോ ഒരു ദിവസം എല്ലാം വിട്ടെറിഞ്ഞ് അഭയാർഥികളാവേണ്ടി വരുമെന്നോ ഒരിക്കൽ പോലും ഞങ്ങൾ ആരും ചിന്തിച്ചിരുന്നില്ല.

ഞങ്ങളുടെ പ്രതീക്ഷ മുഴുവൻ അവിടെ ഉടൻ എത്തിച്ചേരുമെന്നു പ്രതീക്ഷിച്ച അറബ് ആർമിയിൽ ആയിരുന്നു. എന്നാൽ ഒറ്റപെട്ട ആക്രമണങ്ങൾ, അതും എന്തെങ്കിലും ചെയ്തു എന്ന് വരുത്തി തീർക്കുകയല്ലാതെ കാര്യമായി ഒന്നും അറബ് ആർമി ചെയ്തിരുന്നില്ല.

എന്നാൽ മറുവശത്ത് ജൂതർക്ക് എല്ലാവിധ സഹായങ്ങളും ലഭിച്ചു. അവർ എല്ലാവിധ സന്നാഹങ്ങളോടും കൂടി ഞങ്ങളെ ആക്രമിക്കാൻ തുടങ്ങി. പതിവില്ലാത്ത ഇത്തരം ആക്രമണങ്ങളെ എങ്ങനെ നേരിടണം എന്നറിയാതെ പകച്ചു നിന്ന ഞങ്ങളുടെ നിസ്സഹായത ജൂതർ ശരിക്കും മുതലെടുത്തു. അതിനാൽ അവിടം വിട്ടു പോവുകയല്ലാതെ ഞങ്ങൾക്ക് മറ്റു മാർഗ്ഗം ഒന്നും ഇല്ലായിരുന്നു. ദേർ യാസീൻ കൂട്ടക്കൊല നാട്ടുകാരിൽ വല്ലാത്ത ഒരു ഭീതി പടർത്തി. ഈജിപ്ത്, സിറിയ, ജോർദാൻ എന്നിവിടങ്ങളിൽ നിന്നും സംപ്രേക്ഷണം ചെയ്ത റേഡിയോ വാർത്തകൾ ഇത്തരം ആക്രമണങ്ങളെ ഊതിപ്പെരുപ്പിച്ചു. അതോടു കൂടി ആളുകളുടെ ആത്മവിശ്വാസം തകരുകയും പലരും ജീവിക്കാനുള്ള കൊതി മൂലം നാട് വിടുകയും ചെയ്തു.

സ്വന്തം പണം മുടക്കി ആയുധം വാങ്ങി തങ്ങളുടെ വീടും സ്വത്തും എല്ലാം സംരക്ഷിക്കാം എന്ന് വിശ്വസിച്ചവരും അക്കൂട്ടത്തിൽ ഉണ്ടായിരുന്നു.

യാസൂരിൽ ഏറെയും കൃഷിക്കാരായിരുന്നു. ഓരോ വീട്ടുകാരും അവരവർക്കാവശ്യമുള്ള മിക്കവാറും എല്ലാവിധ ഭക്ഷ്യ വസ്തുക്കളും- ഗോതമ്പ്, ഉവരപ്പരിപ്പ്, ഉള്ളി എന്നിങ്ങനെ എല്ലാം അവരുടെ ചെറിയ സ്ഥലങ്ങളിൽ കൃഷി ചെയ്തിരുന്നു. എന്നാൽ എന്റെ അച്ഛന് മിലിട്ടറി ഡിപാർട്ട്മെന്റിൽ ആയിരുന്നു ജോലി. ഷിഫ്റ്റ് അനുസരിച്ച് ജോലി ചെയ്യുന്ന ഗാർഡുകളുടെ ജോലി സംബന്ധമായ വിവരങ്ങൾ സൂക്ഷിക്കുകയായിരുന്നു

പ്രധാനമായും ചെയ്യേണ്ടിയിരുന്നത്. ചിലപ്പോൾ അച്ഛൻ പലർക്കും വേണ്ടി സുരക്ഷാ ഉത്തരവാദിത്തം ഏറ്റെടുത്ത് അവരെ ടൗണിൽ കൊണ്ട് പോകുമായിരുന്നു. സ്വയരക്ഷക്കായി അവരുടെ കൈയിൽ പൊട്ടിപ്പോയതോ തേഞ്ഞു പോയതോ ആയ ആയുധങ്ങളല്ലാതെ മറ്റൊന്നും ഉണ്ടായിരുന്നില്ല. പലപ്പോഴും ഇത്തരം കേടായ ആയുധങ്ങൾ അച്ഛൻ വീട്ടിൽ കൊണ്ട് വന്ന് നന്നാക്കാറുണ്ടായിരുന്നു. ഇടയ്ക്ക് എന്നെ വിളിച്ചിരുത്തി അത് എങ്ങനെയാണ് നന്നാക്കുന്നത് എന്ന് പറഞ്ഞ് തരാറുമുണ്ടായിരുന്നു. ഇത്തരത്തിലുള്ള മുപ്പതോളം തോക്കുകളും, രണ്ടോ മൂന്നോ മെഷീൻ ഗണ്ണും, കുറച്ച് ബോംബും അച്ഛന്റെ കൈവശം ഉണ്ടായിരുന്നു. എന്നാൽ കൃത്യമായ പരിശീലനം ഇല്ലാത്തത് ആളുകളെ ഇത്തരം ആയുധങ്ങൾ ഉപയോഗിക്കുന്നതിൽ നിന്നും പിന്തിരിപ്പിച്ചു.

തങ്ങൾ കഷ്ടപ്പെട്ട് ഉണ്ടാക്കിയ കൃഷി വിളവെടുക്കാൻ പലപ്പോഴും പലസ്തീനികൾക്ക് കഴിഞ്ഞില്ല. അതിനാൽ പലരും രാത്രിയിൽ കൃഷി സ്ഥലത്തേക്ക് ഒളിച്ചു പോയി പാകമായ ഓറഞ്ചും മറ്റു കാർഷിക വിഭവങ്ങളും ശേഖരിച്ചു. എന്നാൽ അവരിൽ പലരും പിടിക്കപ്പെടുകയോ ജൂതരുടെ തോക്കിനിരയാവുകയോ ചെയ്തു.

ഞങ്ങൾ ആവശ്യത്തിനുള്ള മണ്ണെണ്ണയും മറ്റ് ആഹാരം പാകം ചെയ്യാനുള്ള വസ്തുക്കളും ചെറിയ തോതിൽ കയ്യിൽ കരുതിയിരുന്നു. അതുകൊണ്ട് തന്നെ ആദ്യ ദിവസങ്ങളിൽ ഭക്ഷണത്തിന് ദൗർലഭ്യം അനുഭവപ്പെട്ടില്ല. ഞങ്ങളിൽ അധിക പേരും നഗരത്തിനു അടുത്ത് തന്നെയായിരുന്നു താമസിച്ചിരുന്നത്. മനോഹരമായ ഒരു കൃഷിത്തോട്ടത്തിന് സമീപത്തായിരുന്നു ഞങ്ങളുടെ താമസസ്ഥലം. സുരക്ഷാസേനയുടെ കാവലുള്ള വേറെ ഒരു കോളനിയും അവിടെ ഉണ്ടായിരുന്നു.

പകൽ സമയങ്ങളിൽ ഈ ഭാഗങ്ങളിലേക്ക് വരാൻ ജൂതർ പലപ്പോഴും ഭയപ്പെട്ടിരുന്നു. ഞങ്ങളിൽ ചിലർ ആയുധങ്ങളുമായി അവരെ നേരിട്ടതായിരുന്നു കാരണം. അതിനാൽ പിന്നീടുള്ള ദിവസങ്ങളിൽ പോലീസിന്റെയോ പട്ടാളക്കാരുടെയോ അകമ്പടിയോടെയാണ് ജൂതർ അത് വഴി യാത്ര ചെയ്തത്.

അതിനിടെ അവർ നിർമ്മിച്ച ഒരു റോഡ് ഞങ്ങളുടെ നാടിനെ രണ്ടായി പിളർത്തി. യാസൂറിനും ബൈറ്റ്-ദജാനും ഇടയിൽ റോഡിന് സമീപം തന്ത്രപ്രധാനമായ ഒരു കെട്ടിടം ഉണ്ടായിരുന്നു. അവിടെയായിരുന്നു ജൂത പട്ടാളം താമസിച്ചിരുന്നത്. 'ഹെസ്ബോൺ' എന്നായിരുന്നു അതിന്റെ പേര്. എയ്യൂൺകാര എന്ന സ്ഥലത്തേക്ക് പോവാൻ ആ കെട്ടിടത്തിൽ നിന്നും ഒരു ടണൽ ഉണ്ടായിരുന്നു. പിന്നീട് ഞങ്ങളിൽ

ചിലർ 'ഹെസ്ബോൺ' ബോംബിട്ടു തകർത്തു.

എന്റെ അമ്മാവൻ ഹജ് സദള്ള ജോലിക്ക് കയറിയ ആ ദിവസം തന്നെ പോലീസ് വെടിവെപ്പിൽ രക്തസാക്ഷി ആയി. മോലെദ്ത് എന്ന സ്ഥലത്തിന്ന സമീപം കാവൽ നിൽക്കാനായി ഒരു പഴയ ഇറ്റാലിയൻ തോക്കുമായി പോയതായിരുന്നു. വളരെ മോശം തോക്കായിരുന്നു അത്. അമ്മാവൻ വെടിവച്ച ഉടനെ തന്നെ അതിൽ നിന്നും സാധാരണയിൽ കവിഞ്ഞ വെളിച്ചം പുറപ്പെട്ടു.

ശത്രുക്കൾക്ക് തിരിച്ചറിയാൻ അത് തന്നെ ധാരാളമായിരുന്നു. ജൂത സൈന്യത്തിന്റെ തിരിച്ചടിയിൽ അമ്മാവന് ജീവൻ നഷ്ടപ്പെട്ടു. പക്ഷെ ആ കാര്യം ഞങ്ങൾ അറിഞ്ഞിരുന്നില്ല. പിറ്റേന്ന് രാവിലെ അമ്മാവന്റെ ഷിഫ്റ്റ് എന്റെ അച്ഛന് കൈമാറണമായിരുന്നു. അമ്മാവനെ കാണാതെ അച്ഛനും സുഹൃത്തുക്കളും തിരച്ചിൽ നടത്തുന്നതിനിടെ ഒരു മരത്തിന്ന സമീപം മുട്ടുകുത്തി നിൽക്കുന്ന നിലയിൽ അദ്ദേഹത്തെ കണ്ടു.

വിളിച്ചിട്ടും വിളികേൾക്കാത്ത അമ്മാവന്റെ അടുത്തേക്ക് ചെന്ന അച്ഛനും സുഹൃത്തുക്കളും ഞെട്ടിത്തരിച്ചുപോയി. അമ്മാവൻ മരിച്ചിരിക്കുന്നു-ഹൃദയത്തിലൂടെ ഒരു വെടിയുണ്ട തുളച്ചു കയറിയിട്ടുണ്ട്. അതിന് ശേഷം ആന്റിയും മക്കളും എല്ലാം ഞങ്ങളുടെ കൂടെ യായിരുന്നു താമസം.

ഞാനിപ്പോഴും ഓർക്കുന്നു, അബ്ദുൽ ഹമീദ് അബു സുബൈദയേയും ഹജ് അബു സഫിഹിനെയും. യാസൂരിലെ രക്തസാക്ഷികളാണ് അവരും. 'സുളിബൻ' ബോംബ് എന്നറിയപ്പെടുന്ന മോർടാർ ബോംബ് പൊട്ടി എന്റെ ഭാര്യാ പിതാവ് ഹജ് അബ്ദുൽ ഹാദി ജാബറിന്റെ കൈ തകർന്നു. അവരുടെ അടുത്തുണ്ടായിരുന്ന വേറൊരാൾ മരണപ്പെടുകയും ചെയ്തു. അബ്ദുൽ ഹമീദ് അബു സുബൈദിയായിരുന്നു അത്. ജൂതർ പിന്നെ 'ശനത' തുണി മില്ലും, ഒരു ഐസ് ഫാക്ടറിയും കൂടി ബോംബിട്ട് തകർത്തു.

ദിവസങ്ങൾ കഴിയുംതോറും കാര്യങ്ങൾ കൂടുതൽ വഷളായിക്കൊണ്ടിരുന്നു. കുട്ടികളും പ്രായമായവരും ലിഡയിൽ നിന്നും പുറത്താക്കപ്പെട്ടു. ആയുധങ്ങൾ ഉപയോഗിക്കാൻ കഴിയുന്നവർക്ക് മാത്രമേ ജാഫയിൽ നിൽക്കാൻ കഴിഞ്ഞുള്ളു. ആളുകൾ പ്രതിരോധിക്കാൻ തുടങ്ങിയത് അറബ് സുരക്ഷാസേന എത്തുമെന്ന പ്രതീക്ഷയിലായിരുന്നു. ജൂതരുമായി ഏറ്റുമുട്ടാൻ ഞങ്ങളുടെ കയ്യിലുണ്ടായിരുന്ന ആയുധങ്ങൾ ഒരുവിധം ഉപയോഗ യോഗ്യമായിരുന്നു. അവയിൽ തന്നെ ഇംഗ്ലീഷ്, കനേഡിയൻ കമ്പനികളുടെതായിരുന്നു കുറച്ചു കൂടി ഉപയോഗിക്കാൻ

പറ്റാവുന്നത്. അതിൽ കനേഡിയൻ തോക്കുകൾ നല്ല ഗുണനിലവാരം പുലർത്തി.

അറബ് സുരക്ഷാസേന വന്നപ്പോൾ ഞങ്ങൾ കരുതിയത് സേന ജൂതരുമായി ഏറ്റുമുട്ടി അവരെ ഇല്ലാതാക്കും എന്നാണ്. അറബ് സുരക്ഷാസേനയുടെ തലവൻ താനാണെന്ന് ഫൗസി അൽ കൗകുജി സ്വയം പ്രഖ്യാപിച്ചിരുന്നു. അയാൾ എന്റെ അച്ഛനോട് പറഞ്ഞത് "ഞങ്ങൾ നിങ്ങളുടെ ഗ്രാമത്തെ ഉടനെ തന്നെ മോചിപ്പിക്കും. അതിനു നിങ്ങൾ ഇവിടം വിട്ടുപോവണം. ബാക്കി കാര്യങ്ങൾ ഞങ്ങൾ നോക്കിക്കൊള്ളാം" എന്നൊക്കെയായിരുന്നു. അച്ഛൻ അത് സമ്മതിച്ചു. അങ്ങനെ അച്ഛനും പ്രതിരോധ മുന്നണിയിലെ അച്ഛന്റെ സുഹൃത്തുക്കളും എല്ലാം ആർമി വിട്ട് പോയി. പക്ഷെ അത് ഒരു വലിയ തെറ്റായിരുന്നു എന്ന് മനസ്സിലാവാൻ അധിക സമയം വേണ്ടി വന്നില്ല. അച്ഛനും കൂട്ടരും ആർമി വിട്ട ഉടനെ അറബ് സുരക്ഷാസേനയും നഗരം വിട്ടു. ജൂത കുടിയേറ്റത്തെ അത്രയും കാലം തടഞ്ഞു നിർത്തിയിരുന്ന എല്ലാ ശക്തിയും അതോടെ ഇല്ലാതായി.

അച്ഛൻ യാസൂരിൽ പോയി സേനയിൽ നിന്നും പിരിഞ്ഞ എല്ലാവരെയും വിളിച്ചു കൂട്ടി ലിഡയിലെത്തിക്കാൻ ഒരു ശ്രമം നടത്തി. സഫ്രിയ വരെ എത്താനേ അവർക്കായുള്ളൂ. ജൂത സൈനികർ അതിർത്തിയിലുണ്ടാക്കിയ ട്രെഞ്ചുകളെയും, കാവൽക്കാരെയും മുറിച്ചു കടക്കാൻ അവർക്ക് സാധിച്ചില്ല. എല്ലാവരും ശ്രമം ഉപേക്ഷിച്ച് തിരികെ പോയി.

ലിഡയിൽ എത്തിയ ഉടനെ തന്നെ ഒരു ദിവസം ഞാനും എന്റെ സുഹൃത്തും കൂടി യാസൂരിലേക്ക് പോവാൻ തീരുമാനിച്ചു. ഞങ്ങൾ ലിഡയിലേക്ക് പോരുമ്പോൾ യാസൂരിൽ വിട്ടിട്ട് വന്ന സൈക്കിൾ കൊണ്ടുവരികയായിരുന്നു ഉദ്ദേശ്യം. ടൗണിൽ എത്തിയ ഞങ്ങൾ അദ്ഭുതപ്പെട്ടുപോയി. അവിടം ആകെ ശൂന്യമായിരിക്കുന്നു. സൈനികരോ, ജൂതരോ ആരും തന്നെ ഇല്ല. ഞങ്ങൾ വളർത്തിയ നായ മാത്രം അവിടെ ചുറ്റിപ്പറ്റി നിൽപ്പുണ്ടായിരുന്നു. മാക്സ് എന്ന് വിളിച്ചതും ആ നായ ഓടിവന്ന് എന്റെ കാലുകൾക്കിടയിൽ ചുറ്റിക്കറങ്ങി നടക്കാൻ തുടങ്ങി. പിന്നെ ഒരു ചാട്ടമായിരുന്നു എന്റെ ചുമലിലേക്ക്.

ഞാൻ വീടിനുള്ളിലേക്ക് കയറി ഒരു ബ്ലാങ്കറ്റും കിടക്കയും എടുത്തു. അവിടെയുണ്ടായിരുന്ന കട്ടിലിനും മേശക്കും ഒന്നും കേടുപാടുകൾ സംഭവിച്ചിട്ടില്ല. വീടിന് സമീപത്തെ ഷെഡ്ഡിലേക്ക് ഞാൻ എത്തി നോക്കി. എനിക്ക് സന്തോഷമായി സൈക്കിൾ അവിടെത്തന്നെയുണ്ട്. ഒരു കമ്പിപ്പാരയെടുത്ത് ഷെഡ്ഡിന്റെ വാതിൽ തുറക്കാൻ നോക്കിയതും പാര

കയ്യിൽ നിന്നും വഴുതി സുഹൃത്തിന്റെ കാലിൽ വീണു. വേദന കൊണ്ട് അവൻ അലറി വിളിച്ചു. എന്നാൽ അവന്റെ കരച്ചിൽ കേട്ട് ആരെങ്കിലും വരുമോ എന്ന പേടിയായിരുന്നു എനിക്ക്.

ഭയപ്പെട്ടത് പോലെ തന്നെ സംഭവിച്ചു. ആരുടെയോ കാലടി ശബ്ദം അടുത്ത് വരുന്നതായി എനിക്ക് തോന്നി. പിന്നെ ഒന്നും നോക്കിയില്ല കയ്യിലുള്ളതെല്ലാം ഉപേക്ഷിച്ച് ഞാനും സുഹൃത്തും റോഡിലേക്ക് ഓടി. അൽ ബാബാരെയ സ്ട്രീറ്റിലൂടെ അൽപ ദൂരം നടന്നു പഴയ സ്കൂളിനടുത്തെത്തി. സത്യം പറഞ്ഞാൽ ഞാൻ ശബ്ദം മാത്രമേ കേട്ടിരുന്നുള്ളൂ, ആരെയും കണ്ടില്ലായിരുന്നു. സ്കൂളിനടുത്ത് മുഹമ്മദ് അൽ അകീൽ എന്നൊരാളെ കണ്ടു. അയാളുടെ കാർ സ്റ്റാർട്ട് ആവുന്നുണ്ടായിരുന്നില്ല. ഞങ്ങൾ രണ്ടുപേരും കൂടി കാർ തള്ളി സ്റ്റാർട്ട് ചെയ്യാൻ അയാളെ സഹായിച്ചു. അയാൾക്ക് ജാഫയിലെക്കാണ് പോവേണ്ടിയിരുന്നത്. എന്നാൽ അവിടം എല്ലാം ജൂതർ കയ്യടക്കി, പകരം ലിഡയിലേക്ക് ഞങ്ങളെയും കൂടെ കൂട്ടുമോ എന്ന് ചോദിച്ചു. 'ഇല്ല, എനിക്ക് ജാഫയിലേക്ക് തന്നെ പോവണം' എന്ന് പറഞ്ഞ് ഞങ്ങളെക്കൂട്ടാതെ അയാൾ കാറോടിച്ച് പോയി.

അതിന് ശേഷം ഞങ്ങൾ സ്കൂളിനടുത്ത നവാബിൾസെ എന്ന സ്ഥലത്തേക്ക് പോയി. അവിടെ അച്ഛന് അമ്പത് ചതുരശ്ര മീറ്റർ ചുറ്റളവിൽ കുറച്ച് സ്ഥലം ഉണ്ടായിരുന്നു. അതിൽ നന്നായി ഗോതമ്പ് കൃഷിയും ചെയ്തിരുന്നു. ഗോതമ്പ് കതിരുകൾ ഒരാൾ പൊക്കത്തിൽ വളർന്നിരിക്കുന്നു- വിളവെടുപ്പ് പാകമായി. എന്നാൽ അത് ഇപ്പോൾ ഒരു ജൂതന്റെ കൈവശമാണ്. 1947ൽ, ഇവിടെ താമസിച്ചിരുന്ന ഒരാൾ ആ സ്ഥലം അയാളുടെതാണെന്ന് പറഞ്ഞ് ഒരു ജൂതന് വിറ്റു. അച്ഛൻ അയാൾക്കെതിരെ പോലീസിൽ പരാതി കൊടുത്തു. അന്ന് പോലിസ് ഓഫീസറായിരുന്ന സാലെ നാസ്സർ പരാതി അന്വേഷിക്കുകയും സ്ഥലം അച്ഛന് തിരികെ കൊടുക്കുവാനുള്ള നടപടികൾ കൈക്കൊള്ളുകയും ചെയ്തു. ഞങ്ങൾ പിന്നെ സ്വീറ്റ് ഫാക്ടറിയുടെ അരികിലേക്ക് നടന്നു. അവിടെ ജൂതർ കാർ നിർത്തി പരിശോധിക്കുന്നുണ്ടായിരുന്നു. അത് കണ്ട് പേടിച്ച് ഞങ്ങൾ വഴി മാറി ഓറഞ്ച് തോട്ടത്തിലേക്ക് നടന്നു. കുറച്ചു ദൂരം നടന്നപ്പോൾ യാസൂറിലുണ്ടായിരുന്ന മുഹമ്മദ് അബു ഹംതെയെ കണ്ടു. അയാൾ കാറോടിച്ചു പോവുകയായിരുന്നു. 'നിങ്ങളെങ്ങോട്ടാ പോവുന്നത്' കേൾവിക്കുറവുണ്ടായിരുന്ന അയാളോട് ഞാൻ ഉറക്കെ ചോദിച്ചു. അയാൾ കാർ നിർത്തി ഉച്ചത്തിൽ മറുപടിയും പറഞ്ഞു "യാസൂരിലേക്ക്. എനിക്കൽപം മണ്ണെണ്ണ വാങ്ങണം." സ്ഥിരമായി ഇവിടെ വന്ന് മണ്ണെണ്ണ വാങ്ങി യാസൂരിൽ എത്തിച്ചു കൊടുക്കുകയായിരുന്നു

അവന്റെ ജോലി.

ഞങ്ങൾ പിന്നെയും നടന്നു. ബൈറ്റ് ദാജൻ ഗ്രാമത്തിലെത്തി. അവിടെ എത്തിയതും ദൂരെയുള്ള പോലീസ് സ്റ്റേഷനിൽ നിന്നും വെടിയൊച്ച കേൾക്കാൻ തുടങ്ങി. അതിന്റെ കാരണം എന്താണെന്ന് അറിയില്ലായിരുന്നു. അവസാനം ഞങ്ങൾ സഫ്രെയയിലെത്തിച്ചേർന്നു.

അവിടെ ഞങ്ങളുടെ നാട്ടുകാരിൽ ചിലരെ കാണാനിടയായി. അസ്സൗദ് കുടുംബത്തിൽ പെട്ട അവരുടെ പക്കൽ ഒരു സൈപ്രസ് കഴുതയും ഉണ്ടായിരുന്നു. ഞങ്ങൾ അയാളോട് കുറച്ച് ഓറഞ്ച് പറിച്ചു തരാമോ എന്ന് ചോദിച്ചു. അയാൾ സന്തോഷത്തോടെ അടുത്ത ഓറഞ്ച് മരത്തിൽ കയറി ഏറ്റവും മുകളിൽ ഉണ്ടായിരുന്ന ഓറഞ്ച് പറിച്ചുതന്നു. വിശപ്പും ദാഹവും കാരണം ക്ഷീണിച്ച ഞങ്ങൾ ഓറഞ്ച് കിട്ടിയതും ആർത്തിയോടെ തിന്നാൻ തുടങ്ങി. അതിന് ശേഷം ഞങ്ങളെ കഴുത പ്പുറത്ത് കയറ്റി അയാൾ കൂടെ യാത്രയായി.

സഫ്രിയ മുഴുവനും ഞങ്ങൾ കഴുതപ്പുറത്തും അയാൾ പിറകെ നടക്കു കയുമായിരുന്നു. വൈകുന്നേരത്തോടെ ലിഡയിൽ എത്തിച്ചേർന്നു. അവിടെ നിന്നും ഞങ്ങൾ വീട്ടിലേക്ക് നടന്ന് പോയി. അപ്പോഴേക്കും വീട്ടുകാർ ഞങ്ങളെ കാണാതെ അന്വേഷണം ആരംഭിച്ചിരുന്നു. പക്ഷെ യാസൂറിൽ പോയ വിവരം ഞങ്ങൾ അവരിൽ നിന്നും മറച്ച് വച്ചു.

ജൂതർ ലിഡയുടെ കിഴക്ക് ഭാഗത്ത് നിന്നും ആക്രമണം ആരംഭിച്ചു. ലിഡയെ കീഴടക്കുകയായിരുന്നു അവരുടെ ലക്ഷ്യം. ആക്രമണത്തിന് ഏതാണ്ട് മണിക്കൂറുകൾക്കു മുമ്പ് തന്നെ അറബ് സുരക്ഷാ സേനയിലെ മുഴുവൻ പേരും അവിടുന്ന് അപ്രത്യക്ഷമായി. ഭയന്ന് നിലവിളിച്ച് ആളുകൾ ലിഡയിലെ പള്ളികളിൽ അഭയം പ്രാപിച്ചു. എന്നാൽ പള്ളി കളിൽ കയറി ഒളിച്ചിരുന്നവരെ മുഴുവനും അവർ കൊലപ്പെടുത്തി. ആളുകൾ പലവിധത്തിലും പ്രതിരോധിക്കാൻ നോക്കിയെങ്കിലും എല്ലാം പാഴ്ശ്രമങ്ങളായി.

ബ്രിട്ടീഷുകാർ സമ്മാനിച്ച ആയുധങ്ങളുമായി, "അബ്ദുല്ലയുടെ അടു ത്തേക്ക് പോ, അബ്ദുല്ലയുടെ അടുത്തേക്ക് പോ" എന്നലറി വിളിച്ചുകൊ ണ്ട് ജൂതർ ലിഡയിൽ അഴിഞ്ഞാടി.

ഞങ്ങൾക്ക് പിടിച്ചുനിൽക്കാൻ കഴിഞ്ഞില്ല. ജീവിതത്തിലെ അന്ത്യ വിധി ദിനം ഇന്നായിരിക്കുമോ എന്നുപോലും തോന്നിപ്പോയി. ഞങ്ങൾ യാത്ര തുടങ്ങിയത് ഒരു റംസാൻ മാസത്തിലായിരുന്നു. വിശപ്പും ദാഹവും, കൂടാതെ അതികഠിനമായ ചൂടും. സ്ത്രീകളും കുട്ടികളും ഒരുപാട് കഷ്ടപ്പെട്ടു.

കുടിവെള്ളത്തിനായി ഒത്തിരി ബുദ്ധിമുട്ടി. വഴിയിലുണ്ടായിരുന്ന അഴുക്കു ചാലിൽ നിന്ന് വരെ വെള്ളം കുടിക്കേണ്ടതായി വന്നു. അവസാനം ഒരു വിജനമായ പ്രദേശത്ത് ഞങ്ങൾ എത്തിച്ചേർന്നു. അവിടെ ഒരു കിണർ കണ്ടതും ഏവരും സന്തോഷം കൊണ്ട് മതിമറന്നു. ഞങ്ങൾ 'ഹെതസ്' (തലമറക്കാൻ ഉപയോഗിക്കുന്ന ഒരുതരം നീണ്ട തുണി) അഴിച്ചു മാറ്റി തമ്മിൽ കൂട്ടിക്കെട്ടി കിണറ്റിലേക്കിട്ടു. അത് പുറത്തെടുത്ത് വെള്ളം പിഴിഞ്ഞുകുടിച്ച് ദാഹം മാറ്റി.

നടത്തം തുടർന്ന് ഖിബ്യ ഗ്രാമത്തിലെത്തി. എതിരെ ഒരു ട്രാക്ടർ വരുന്നുണ്ടായിരുന്നു. ഞങ്ങൾ അതിൽ കയറി യാത്ര തുടർന്നു. എന്നാൽ ഖിബ്യയിലെ ജനങ്ങൾ ഞങ്ങളെ കണ്ടതും ഓടി ഒളിക്കാൻ തുടങ്ങി. ഞങ്ങളെ ജൂതർ എന്ന് തെറ്റിദ്ധരിച്ചു അവർ. എന്നാൽ ഞങ്ങൾ അറബികളാണെന്നു ആരോ വിളിച്ചു പറയുന്നുണ്ടായിരുന്നു. അതോടെ ഒളിക്കാൻ പോയവർ തിരികെ എത്തി.

ഞങ്ങൾ യാത്ര തുടർന്ന് ദേർ അമ്മാറിൽ എത്തിച്ചേർന്നു. പ്രശ്ന ബാധിത പ്രദേശങ്ങളിൽ നിന്നും ഇപ്പോൾ എത്രയോ അകലത്തിലാണ് ഞങ്ങളുള്ളത്. അവിടെ രണ്ട് ദിവസം തങ്ങി നാബ്ലുസിലേക്ക് യാത്രയായി. ലോവർ അഭയാർഥി ക്യാമ്പിലായിരുന്നു താമസിച്ചിരുന്നത്. വെള്ളത്തിന് ഒരു ബുദ്ധിമുട്ടും ഞങ്ങൾക്കുണ്ടായില്ല എങ്കിലും കടുത്ത ചൂടിൽ നിന്നും രക്ഷനേടാൻ ചാക്ക് കൊണ്ട് പന്തൽ ഉണ്ടാക്കി. കുറച്ച് ആഴ്ചകൾ അവിടെ താമസിച്ചു. നാബ്ലുസുകാർ വളരെ നല്ലവരായിരുന്നു. എല്ലാ തരത്തിലുമുള്ള സഹായവും അവർ ഞങ്ങൾക്ക് വാഗ്ദാനം ചെയ്തു. അവിടെയുള്ള സ്കൂളുകളും പള്ളികളും എല്ലാം അഭയാർഥികൾക്കായി തുറന്നു വച്ചു. അവിടങ്ങളിൽ നാട്ടുകാർ സൗജന്യമായി ഭക്ഷണവും വസ്ത്രവും വിതരണം ചെയ്തു. പള്ളികൾ മുഴുവൻ പല ആളുകൾക്കായി ഭാഗിച്ച് കൊടുക്കുക പോലുമുണ്ടായി. തണുപ്പ് കാലം ആയപ്പോഴേക്കും ഞങ്ങൾ അബു സൗദ് കുടുംബത്തിന്റെ കൈവശം ഉണ്ടായിരുന്ന വാടക കെട്ടിടത്തിലേക്ക് മാറി.

ശിശിര കാലത്തിന് ശേഷം 'അൽ - ഈൻ' അഭയാർഥി ക്യാമ്പിലേക്ക് മാറി. അവിടെ റെഡ് ക്രോസ് ടെന്റുകളും മറ്റും വിതരണം ചെയ്യുന്നുണ്ടായിരുന്നു. അച്ഛൻ നാബ്ലുസിൽ എത്തിയപ്പോൾ തന്റെ കുടുംബത്തിൽ പെട്ട ചിലർ അഭയാർഥി ക്യാമ്പിൽ കഴിയുന്നത് കണ്ടു. അച്ഛനെ വളരെയധികം വേദനിപ്പിച്ച ഒരു കൂടിക്കാഴ്ചയായിരുന്നു അത്. യാസൂരിലെ പ്രസിദ്ധമായ ഒരു കുടുംബത്തിലെ അംഗമായിരുന്നു എന്റെ അച്ഛൻ. അതുകൊണ്ട് തന്നെ ക്യാമ്പിലെ ആളുകൾ അച്ഛനെ അവരുടെ മുഖ്താർ (തലവൻ)

ആയി തിരഞ്ഞെടുത്തു. ആ ക്യാമ്പിലുണ്ടായിരുന്ന എല്ലാവരും അച്ഛന്റെ നേതൃത്വം അംഗീകരിച്ചിരുന്നു. അതുകൊണ്ട് തന്നെ ഒരു അഭയാർഥി ക്യാമ്പിലാണ് ജീവിക്കുന്നത് എന്ന അവസ്ഥയോട് പതുക്കെയെങ്കിലും അച്ഛൻ സമരസപ്പെട്ടു.

ആ ശിശിര കാലം മുഴുവൻ ഞങ്ങൾ ക്യാമ്പിൽ കഴിച്ചു കൂട്ടി. അത് ഞങ്ങൾ ഓരോരുത്തർക്കും ഒരു വല്ലാത്ത അനുഭവം കൂടിയായിരുന്നു. മഞ്ഞു വീഴ്ചയിൽ ടെന്റുകൾ പൊളിഞ്ഞു വീഴുമ്പോൾ കൊടും തണുപ്പിൽ അവ വീണ്ടും ഉയർത്തി കെട്ടാനും മഞ്ഞു നീക്കുവാനും ആളുകൾ സാഹസപ്പെട്ടു. എങ്കിലും പൊതു കക്കൂസുകൾ ഉപയോഗിക്കുന്നത് ഏവരെയും മാനസികമായി വിഷമിപ്പിച്ചു. 1958 വരെ ഈ ക്യാമ്പിൽ തന്നെയായിരുന്നു ഞങ്ങൾ എല്ലാവരും ജീവിതം കഴിച്ചുകൂട്ടിയത്.

ഇറാഖി ആർമിയിലുള്ള ചില പട്ടാളക്കാർ അവരുടെ കാറുകൾ ക്യാമ്പിൽ കൊണ്ട് വന്ന് അത് കഴുകിക്കൊടുക്കുവാൻ ആവശ്യപ്പെട്ടുമായിരുന്നു. അതിന് അവർ ഞങ്ങൾക്ക് കൂലിയും തന്നിരുന്നു. മാത്രമല്ല പലപ്പോഴും ആ പരിചയം വച്ച് ആളുകൾ ഇറാഖി ആർമി ക്യാമ്പിൽ പോയി ഭക്ഷണവും അരിയും ഈന്തപ്പഴവും എല്ലാം വാങ്ങി.

എന്തിനേറെ ചിലർ അവിടെ യാചിക്കുന്നത് പോലും കാണാമായിരുന്നു. അവിടെ നിന്നും കോളേജിൽ പോവാൻ കഴിഞ്ഞതാണ് എനിക്ക് ലഭിച്ച ഏറ്റവും വലിയ ഭാഗ്യം. അതും ടൗണിനു നടുവിൽ ഉണ്ടായിരുന്ന നാഷണൽ കോളേജിൽ. യുദ്ധം തുടങ്ങിയതും ജൂതർ ആദ്യം ചെയ്തത് ആ കെട്ടിടം തകർക്കുകയായിരുന്നു. അതിന് ശേഷം അൽ നജ കോളേജിൽ അക്കൗണ്ടിങ്ങിൽ ഡിപ്ലോമ ചെയ്യാൻ അവസരം ലഭിച്ചു. അതുകൊണ്ട് തന്നെ UNRWA യിൽ ക്ലർക്ക് ആയി ജോലി ലഭിക്കാനും എനിക്ക് എളുപ്പം സാധിച്ചു.

അച്ഛനും ഞാനും 1967ലെ യുദ്ധത്തിനു ശേഷം യാസൂർ സന്ദർശിക്കുകയുണ്ടായി. പിറന്ന വീട് തകർക്കപ്പെട്ടത് കണ്ട അച്ഛൻ വല്ലാതെ വിഷമിക്കുന്നത് എനിക്ക് കാണാമായിരുന്നു. എന്നാൽ ആരാലും തകർക്കപ്പെടാതെ ആ ഉറുമാമ്പഴ മരം അവിടെ നിന്നിരുന്നു. മറക്കാൻ കഴിയാത്ത ആ കാലം എന്റെ മനസ്സിലേക്കോടിയെത്തി. ഭാര്യയും മക്കളും 'ഇതെന്റെതാണ്, ഇതെന്റേതാണെ'ന്ന് പറഞ്ഞ് വീണുകിടക്കുന്ന ഉറുമാമ്പഴം എടുക്കാൻ മത്സരിക്കുമായിരുന്ന ആ നല്ല കാലം. 'ഇതാരാ നട്ടുവളർത്തിയത് എന്നറിയാമോ, നിന്റെ മുത്തശ്ശനാ' എന്ന് മകളെ അരികിലേക്ക് വിളിച്ച് പലപ്പോഴും ഞാൻ പറയുമായിരുന്നു. അബു-അൽ-മൈസിൽ ഞങ്ങൾക്ക് അൽപം സ്ഥലം ഉണ്ടായിരുന്നു.

എന്നാൽ അത് കണ്ടെത്താൻ ഞങ്ങൾക്ക് ആയില്ല. എല്ലാം വളരെയധികം മാറിയിരിക്കുന്നു. ഏറെ നേരത്തെ പരിശ്രമത്തിനു ശേഷം കുടിവെള്ള വിതരണത്തിനായുള്ള പൈപ്പ് കണ്ടുപിടിച്ചു.

അതിനടുത്തായിരുന്നു ആ സ്ഥലം. യാസൂരിൽ ഞങ്ങൾ അധികനേരം തങ്ങിയില്ല. അച്ഛൻ ദീർഘകാലം കൊണ്ടുണ്ടാക്കിയ വീടും സ്ഥലവും പണവും എല്ലാം നഷ്ടപ്പെട്ടിരിക്കുന്നു. അച്ഛന്റെ ഘനീഭവിച്ച മുഖത്തേക്ക് നോക്കാൻ എനിക്ക് കഴിയില്ലായിരുന്നു. യാസൂരിൽ ഒരുപാട് ഇറാഖി, യെമനി പട്ടാളക്കാർ ഉണ്ടായിരുന്നു. സംഭവിച്ചതൊന്നും തങ്ങളുടെ കുറ്റം കൊണ്ടല്ല എന്നായിരുന്നു അവരുടെ ന്യായം. ഞങ്ങൾ താമസിച്ചിരുന്ന വീട്ടിലേക്ക് പോയെങ്കിലും അവിടെ അപ്പോൾ താമസിച്ചിരുന്ന ജൂതർ വീട് കാണാൻ അനുവദിച്ചില്ല.

തിരികെ നാബ്ലസിലേക്ക് യാത്രയായി. കുറച്ച് ദിവസത്തിനകം അച്ഛന് ഹൃദയാഘാതം ഉണ്ടായി. അദ്ദേഹത്തിന്റെ മുഖം നീലവർണമണിയുന്നത് ഞാൻ കണ്ടു. നമ്മൾ മറ്റുള്ളവരേക്കാൾ എത്രയോ ഭാഗ്യവാൻമാരാണെന്ന് അച്ഛൻ ഇടയ്ക്കിടെ പറയുമായിരുന്നു. അവർക്കില്ലാത്ത പല സൗഭാഗ്യങ്ങളും ഞങ്ങൾക്കുണ്ടായിരുന്നു. വൈകാതെ അച്ഛൻ മരണത്തിനു കീഴടങ്ങി. അത് ഞങ്ങളെ വളരെ അപകടകരമായ ഒരവസ്ഥയിലേക്ക് കൊണ്ടെത്തിച്ചു.

ഞാൻ ദൈവത്തോട് ഇപ്പോഴും പ്രാർത്ഥിക്കുന്നു. ഈ നാബ്ലസിനും വെസ്റ്റ് ബാങ്കിനും പകരം എന്റെ ജന്മഭൂമിയായ യാസൂരിൽ എത്തിച്ചേരാൻ. അവിടെ ഒരു പിടി മണ്ണ്, അതിൽ ഒരു കൊച്ചു കുടിൽ, ആ കൊച്ചു കുടിലിൽ ജീവിക്കാനും മരിക്കാനും ഉള്ള ഭാഗ്യത്തിനും വേണ്ടി.

പേര്: അബു സലിം ജിബ്രിൽ

പ്രായം 74 വയസ്സ്

ജന്മസ്ഥലം: യാസൂർ ഗ്രാമം / ജാഫ

ഇപ്പോൾ താമസം: - അൽ ഈൻ അഭയാർത്ഥി ക്യാമ്പ് /നാബ്ലസ്.

ഞങ്ങളുടെ ടെന്റിന് മുകളിൽ മഞ്ഞ് വീണു കൊണ്ടേയിരിക്കുന്നു. അതിന്റെ ഭാരം താങ്ങാനാവാതെ തൂണുകൾ വളഞ്ഞു. തൂണുകൾ പൊട്ടി വീഴാതിരിക്കാൻ ടെന്റിന്വെ ളിയിലിറങ്ങി ഓരോരുത്തരും മഞ്ഞു നീക്കുന്ന ജോലിയിൽ ഏർപ്പെട്ടു.

ഞങ്ങൾ വാർത്തകൾ കേൾക്കുവാൻ പലപ്പോഴും ആശ്രയിച്ചിരുന്നത് സൈപ്രസ് സ്റ്റേഷനെയായിരുന്നു. ബ്രിട്ടീഷ് വാർത്തകളായിരുന്നു കൂടുതൽ. എങ്കിലും ഇടയ്ക്ക് പലസ്തീൻ വാർത്തകളും കേൾക്കാമായിരുന്നു.

ജാഫക്ക് വളരെ അടുത്തായിരുന്നു യാസൂർ എന്ന ഞങ്ങളുടെ ഗ്രാമം. അതുകൊണ്ട് തന്നെ ജാഫയിൽ വല്ല അക്രമമോ സ്ഫോടനമോ നടന്നോ എന്നറിയുന്നതിനു വേണ്ടി മാത്രമായിരുന്നു വാർത്ത ശ്രദ്ധിച്ചത്. ഞങ്ങളുടെ രക്ഷക്കായി വന്ന അറബ് സുരക്ഷാസേനയിലുണ്ടായിരുന്ന വിശ്വാസം ഏറെക്കുറെ നഷ്ടപ്പെട്ട അവസ്ഥയിലായിരുന്നു. അവരുടെ വരവ് ഞങ്ങൾക്ക് വല്ലാത്ത പ്രതീക്ഷ നൽകിയിരുന്നു. അപകടത്തിൽ പെടുമ്പോൾ രക്ഷിക്കാൻ വരുന്നവരെ നാം എങ്ങനെ സ്വീകരിക്കുമോ അതുപോലെയായിരുന്നു അവരെയും ഞങ്ങൾ സ്വീകരിച്ചത്.

യാസൂരിലും ഉടനെ തന്നെ യുദ്ധം ഉണ്ടാവും എന്ന് എനിക്കുറപ്പായിരുന്നു. കാരണം ജാഫക്കും ജെറുസലെമിനും ഇടയിലുള്ള മെയിൻ റോഡിനു മധ്യത്തിലായിരുന്നു യാസൂർ. കൂടാതെ യാസൂരിൽ നിന്നും വെറും രണ്ടു കിലോമീറ്റർ ദൂരത്തിലായിരുന്നു 'നിടെർ', 'മോലീടിറ്റ്' ജൂത കോളനികൾ. പലസ്തീന്റെ വടക്കൻ ഗ്രാമമായ സലാമയും, പടിഞ്ഞാറൻ ഗ്രാമമായ ഹസ്ബൂനും ജൂതർ തന്ത്ര പ്രധാനമായിയടങ്ങളായി കരുതിയിരുന്നതിനാൽ അത് ഞങ്ങളുടെ സുരക്ഷയ്ക്ക് തന്നെ ഭീഷണിയായിരുന്നു.

ജാഫയും സലാമയും യാസൂരും എല്ലാം ഒരേ സമയം തന്നെ ജൂതർ കീഴടക്കി. എങ്കിലും അഭയാർഥി ആവേണ്ടി വരും എന്ന് ഞാൻ ഒരിക്കൽ പോലും പ്രതീക്ഷിച്ചില്ല. കാരണം അങ്ങനെ ഒരവസ്ഥ വന്നുചേരും എന്നുള്ള ഒരു ചിന്ത പോലും ഞങ്ങളിൽ ഒരാൾക്കും ഇല്ലായിരുന്നു.

കാരണം സിയോണിസ്റ്റ് 'ഗ്യാങ്ങ്'കളേക്കാൾ എണ്ണത്തിൽ കൂടുതൽ ആയിരുന്നു അറബ് സുരക്ഷാസേനക്കാരുടെ എണ്ണം. എന്നാൽ അവിശ്വസനീയമായ കാര്യങ്ങളായിരുന്നു പിന്നീടുണ്ടായത്.

സേനയെ ഞങ്ങളുടെ സംരക്ഷകരായി കണ്ട് അവരിൽ അഭയം തേടി. എന്നാൽ അവർ ഞങ്ങളെ ചതിക്കുകയായിരുന്നു. സുരക്ഷാ സേന ഇല്ലാത്ത സമയങ്ങളിൽ ഞങ്ങൾ ചെറുപ്പക്കാർ ആയിരുന്നു യാസൂരിനു കാവലിരുന്നത്. സുരക്ഷാ സേന വന്നതും ഞങ്ങൾ കാവൽ പിൻവലിച്ചത് ജൂതർക്ക് സ്ഥലം കയ്യേറാൻ കൂടുതൽ അവസരം ഒരുക്കി.

ദിവസം കഴിയുംതോറും പ്രശ്നങ്ങൾ കൂടിക്കൊണ്ടിരുന്നു. സർക്കാർ വക സംവിധാനങ്ങൾ എല്ലാം നിശ്ചലമായി. എല്ലാം കൂടുതൽ പണം കൊടുത്ത് വാങ്ങണം എന്ന അവസ്ഥ. പലരും സ്വന്തം പണം മുടക്കി തോക്ക് പോലുള്ള ആയുധങ്ങൾ ശേഖരിക്കാൻ തുടങ്ങി. എല്ലാ പ്രശ്നങ്ങൾക്കും ഇടയിലും ആളുകൾ ജോലിക്ക് പോയിരുന്നു. എന്നാൽ അവിടം വിട്ട് പോവേണ്ടി വരും എന്ന് ഒരിക്കൽ പോലും ആരും നിനച്ചിരുന്നില്ല. പലപ്പോഴും ജൂതർ ഞങ്ങളുടെ ഗ്രാമങ്ങളിലൂടെ സഞ്ചരിക്കുന്നത് കാണാമായിരുന്നു. യാസൂരിൽ ഒരിക്കൽ വണ്ടിയിടിച്ച് ഏഴ് ഹഗാന പട്ടാളക്കാർ മരിച്ചിരുന്നു. വളരെയധികംപ്രായമുള്ള ഒരാളായിരുന്നു വണ്ടി ഓടിച്ചിരുന്നത്. അയാൾ മനപ്പൂർവം അവരെ ഇടിക്കുകയായിരുന്നു. പ്രത്യാക്രമണത്തിൽ യുവാക്കൾ മാത്രമല്ല വൃദ്ധരും പങ്കെടുത്തിരുന്നു.

മാർക്കറ്റിൽ എല്ലാവിധ സാധനങ്ങളുടെയും വില കുതിച്ചുയർന്നു. ആളുകൾ നിത്യം ഉപയോഗിച്ചിരുന്ന മണ്ണെണ്ണയുടെ വില ഒരു ടിന്നിന്

അമ്പതു പിയസ്റ്റയിൽ[1] നിന്നും പത്ത് പൗണ്ടായി ഉയർന്നു. അത് വളരെ വലിയ ഒരു തുകയായിരുന്നു. സ്വന്തമായി കാറും, ട്രാക്ടറും എല്ലാം ഉള്ളവർ പലയിടത്തുനിന്നും വളരെ ബുദ്ധിമുട്ടി മണ്ണെണ്ണ ശേഖരിച്ച് വരുമായിരുന്നു.

നാടിന്റെ വിവിധ ഭാഗങ്ങളിൽ ചെറുതും വലുതുമായ സംഘട്ടനങ്ങൾ ഉണ്ടായി. ഒരിക്കൽ ആക്രമിക്കാൻ വന്ന ജൂത ഗ്യാങ്ങിനെ അറബ് യുവാക്കൾ ഓടിച്ചുവിട്ടു. എന്നാൽ കുറച്ച് സമയത്തിന് ശേഷം തിരികെ വന്ന് ആക്രമണം തുടർന്നു. ജൂതഗ്യാങ്ങുകളിൽ പെട്ട ചിലരെ അറബ് യുവാക്കൾ പിടിച്ചുവക്കുകയും, വാക്കേറ്റത്തെ തുടർന്ന് പരസ്പരം ആക്രമിക്കുകയും ചെയ്തു. പിടിക്കപ്പെട്ടവരിൽ ഒരു ജൂതൻ ഹജ് ഖമിസ് എന്നാളുടെ വീടിനു മുമ്പിൽ കൊല്ലപ്പെട്ടു. തുടർന്ന് സ്ഥിതി കൂടുതൽ വഷളായി.

ഞാനിപ്പോഴും ഓർക്കുന്നു അബു അലി, അൽ ഹജ് അബു സഫിഹ് എന്നീ രക്തസാക്ഷികളെ. അവരെ ചതിപ്രയോഗത്തിലൂടെ കൊല്ലുകയായിരുന്നു. അവർ രണ്ടു പേരും കൃഷി സ്ഥലം നനച്ചുകൊണ്ടിരിക്കുമ്പോൾ കുറച്ച് ജൂതർ അറബി വേഷം കെട്ടിവന്ന് ബോംബിടുകയായിരുന്നു. അന്നത്തെ ബോംബ് സ്ഫോടനത്തിൽ നിരവധി പേർ കൊല്ലപ്പെട്ടു. യാസൂരിൽ നിന്നും ഒരുപാട് ആളുകൾ ജാഫയിലേക്ക് ജോലിക്ക് പോയിരുന്നു. അവിടെ ഉണ്ടായ മറ്റൊരു ബോംബ് സ്ഫോടനത്തിൽ ഇവിടെ നിന്നും പോയ രണ്ടു പേർ മരിച്ചതായി ഞങ്ങൾക്ക് വിവരം കിട്ടി.

അവിചാരിതമായി വരുന്ന വെടിയുണ്ടയിൽ ജീവിതം തീർന്നു പോവുമോ എന്ന് പലപ്പോഴും ഞാൻ ഭയപ്പെട്ടിരുന്നു. രാത്രികളിൽ ഭയന്ന് അച്ഛനെ ഉറക്കത്തിൽ നിന്നും വിളിച്ചുണർത്തി. ഏവരെയും ഭയം പിടികൂടിയിരുന്നു. ബെറ്റ് ദജാനിൽ പോരാട്ടം കനത്തു. ജൂതർ താമസിയാതെ ഗ്രാമങ്ങൾ ഓരോന്നായി കീഴടക്കി. അവിടെ നിന്ന് രക്ഷപ്പെടാൻ പോലും അത്ര എളുപ്പമായിരുന്നില്ല.

ഞങ്ങൾ എല്ലാവരും ഗ്രാമം വിടാൻ തീരുമാനിച്ചു. കാര്യങ്ങൾ കൂടുതൽ വഷളാവുക യായിരുന്നു. കൂടാതെ നാട്ടുകാർ എന്ത് ചെയ്യണം എന്നറിയാതെ ഭയന്നിരിക്കുന്ന അവസ്ഥ. ബെറ്റ് ദജാനിൽ ഇപ്പോൾ ആരും തന്നെ ഇല്ല. പലരും പല ദിക്കിൽ പോയി മറഞ്ഞിരിക്കുന്നു. വീട് വിട്ട് പോരുമ്പോൾ കയ്യിൽ കുറച്ച് കാശ് മാത്രമേ കരുതിയിരുന്നുള്ളൂ.

---

1 * 100 പിയാസ്ഥ=1 പൌണ്ട്=4 ഇന്ത്യൻ രൂപ (ഇപ്പോഴത്തെ നിരക്കനുസരിച്ചുള്ള തുക)

ദിവസം കഴിയുംതോറും യുദ്ധം കനത്തു വന്നു. യാസൂരിലെ ഐസ് ഫാക്ടറി ജൂതർ ബോംബിട്ട് തകർത്തു. അന്ന് രാത്രി ബ്രിട്ടീഷ് പട്ടാള ക്കാരുടെ സഹായത്തോടെ ജൂതർ വീണ്ടും യാസൂർ ആക്രമിച്ചു. എന്റെ ബന്ധുവായിരുന്ന മുക്താർ (ഗ്രാമത്തലവൻ) അൽ ഹജ് ഉസ്മാൻ ജിബ്രിൽ ബ്രിട്ടീഷ് പട്ടാളക്കരോട് ആക്രമണം നിർത്താൻ ആവശ്യപ്പെട്ടു. അവരോട് കയർത്തു. എന്നാൽ അതൊന്നും ചെവിക്കൊള്ളാൻ ബ്രിട്ടീഷ് പട്ടാളം തയ്യാറായില്ല എന്ന് മാത്രമല്ല അവർ അദ്ദേഹത്തിന് നേരെ തോക്ക് ചൂണ്ടി ഇറങ്ങിപ്പോകാൻ ആവശ്യപ്പെടുകയും ചെയ്തു. ബ്രിട്ടീഷ് പട്ടാളക്കാർ ജൂതരെ സഹായിക്കുകയാണെന്ന് മനസ്സിലാക്കാൻ ഇതിൽ കൂടുതൽ ഉദാഹരണം ആവശ്യമില്ലല്ലോ.

രാത്രി കാലങ്ങളിൽ ജൂതർ ഞങ്ങളുടെ തോട്ടത്തിൽ വന്ന് ബോം ബിടുന്നതിന്റെയും, വെടിവക്കുന്നതിന്റെയും മറ്റും ശബ്ദങ്ങൾ കേൾക്കാ മായിരുന്നു. പക്ഷെ ഭയന്ന് വിറച്ച ഞങ്ങൾ ആ ഭാഗത്തേക്ക് പോയില്ല. പിറ്റേന്ന് കാലത്തു ചെന്ന് നോക്കിയാൽ ഉപയോഗിച്ച വെടിയുണ്ടകളും, ബോംബിന്റെ അവശിഷ്ടങ്ങളും ഒക്കെ കാണാമായിരുന്നു. പലപ്പോഴും പൊട്ടാത്ത ബോംബുകളും പറമ്പിൽ കണ്ടെത്തി. ഒരിക്കൽ അങ്ങനെ കിട്ടിയ ഒരു ബോംബ് ഞാൻ തന്നെ വെള്ളത്തിലിട്ട് നിർവീര്യമാക്കി.

ഗ്രാമവും നഗരവും തമ്മിലുണ്ടായിരുന്ന ബന്ധങ്ങൾ എല്ലാം അറ്റുപോയി. എല്ലാവരും കൂടുതൽ സമയവും അവരുടെ വീടുകളിൽ തന്നെ കഴിഞ്ഞു.

അറബ് സുരക്ഷാ സേനയുടെ വരവിനെ ആവേശപൂർവ്വം കാത്തിരി ക്കുകയായിരുന്നു നാട്ടുകാർ. അവർ വന്ന ഉടനെ തന്നെ ടെൽ അവീവ് ലക്ഷ്യമാക്കി ഷെല്ലാക്രമണം ആരംഭിച്ചു. കുറച്ച് നേരത്തെ ആക്രമണ ത്തിന് ശേഷം അവർ പോയി. പിന്നീടുള്ള ദിവസങ്ങൾ ഞങ്ങൾക്ക് നരക തുല്യമായിരുന്നു. തുടർന്നുള്ള ഓരോ ദിവസവും ജൂതർ ഞങ്ങൾക്ക് നേരെ ആക്രമണം അഴിച്ചു വിട്ടു. ദുരിതം തീരട്ടെ എന്ന് കരുതി ഓരോരുത്തരും യാസൂർ വിടാൻ തുടങ്ങി. ഞാനും മുഹമ്മദ് അലർദ്ദയുമായിരുന്നു ഏറ്റവും അവസാനം യാസൂർ വിട്ടത്. ഞാൻ വളരെ ക്ഷീണിതനായിരുന്നു.

കീഴടങ്ങിയ എല്ലാ ഗ്രാമത്തെയും പോലെ യാസൂരും അവസാനം ജൂതന് അടിയറവ് പറഞ്ഞു. ജാഫയിലേക്ക് ഞങ്ങൾ യാത്രയായി. അത് എന്റെ ജീവിതത്തിന്റെ ദുരിത മുഖത്തേക്കുള്ള യാത്രയായിരുന്നു.

റംസാന് തൊട്ടു മുമ്പ്, ലിഡയിൽ വിളവെടുപ്പുകാലം അടുത്തപ്പോൾ ഞങ്ങൾ അവിടേക്ക് പോയി. ആ സമയങ്ങളിൽ തോട്ടങ്ങളിലൂടെ

ആരെങ്കിലും പോകുന്നുണ്ടെങ്കിൽ തന്നെ വിളഞ്ഞുകിടക്കുന്ന കതിരിന്റെ മറവിൽ ആർക്കും കാണാൻ കഴിയില്ല. ലിഡയിലെ കുറച്ച നാളത്തെ താമസത്തിന് ശേഷം ഞങ്ങൾ നാബ്ലസിലെക്ക് പോവാൻ തീരുമാനിച്ചു. അവിടെ ഞങ്ങൾക്ക് കുറെ ബന്ധുക്കളും, അച്ഛന്റെ രണ്ടാം ഭാര്യയും ഉണ്ടായിരുന്നു. എന്നാൽ എന്തുകൊണ്ടോ അമ്മക്ക് നാബ്ലസിലേക്ക് വരാൻ ഒട്ടും താത്പര്യം ഇല്ലായിരുന്നു. അവർക്ക് അവരുടെ സഹോദരങ്ങൾ എല്ലാവരും ഉള്ള ഗാസയിലേക്ക് പോവനായിരുന്നു താത്പര്യം. പക്ഷെ അച്ഛൻ അതിനു സമ്മതിച്ചില്ല.

അൽ യാസ്മിന ഭാഗത്ത് കൂടിയാണ് ഞങ്ങൾ നാബ്ലസിലേക്ക് കടന്നത്.

നാബ്ലസിലെ അന്തരീക്ഷം ഒട്ടും സന്തോഷിപ്പിക്കുന്നതായിരുന്നില്ല. മറ്റ് മാർഗങ്ങൾ ഒന്നും മുന്നിൽ തെളിയുന്നുമില്ല. ജാഫയെക്കാൾ വളരെ മോശമായിരുന്നു നാബ്ലസ്. അൽഗസല്ല എന്ന സ്കൂളിലായിരുന്നു ഞങ്ങളുടെ താമസം. എന്നാൽ ജാഫയിലെ പരിചയമുള്ള ചിലരെ കണ്ടത് മനസ്സിന് സന്തോഷം നൽകി.

ആ സ്കൂളിൽ കുറച്ച് കാലം കഴിയേണ്ടി വന്നു. ആളുകൾ തിങ്ങി നിറഞ്ഞ അന്തരീക്ഷം ഞങ്ങളിൽ മടുപ്പുളവാക്കി. അതിനാൽ ഞാനും സഹോദരനും സ്കൂൾ വിട്ട് വേറെ എങ്ങോട്ടെങ്കിലും പോവാൻ തീരുമാനിച്ചു. അങ്ങനെ ഞങ്ങളെ കൂടാതെ ഏട്ട് പേർ കൂടി ആ സ്കൂൾ വിട്ടിറങ്ങി. അൽപം അകലെ ഒരു ടെന്റ് കെട്ടി താമസം ആരംഭിച്ചു. എന്നാൽ ഡിസംബർ മാസം ആയതോടെ മറ്റൊരു പ്രതിസന്ധി നേരിട്ടു.

ടെന്റിന് മുകളിൽ വീഴുന്ന മഞ്ഞിന്റെ ഭാരം താങ്ങാനാവാതെ തൂണുകൾ വളയുന്നു. തൂണുകൾ പൊട്ടി വീഴാതിരിക്കാൻ ടെന്റിന് വെളിയിലിറങ്ങി ഞങ്ങൾ മഞ്ഞു നീക്കുന്ന ജോലിയിൽ ഏർപ്പെട്ടു. ഊഴമനുസരിച്ച് ഓരോരുത്തരും അത് ചെയ്തു. യാസൂരിൽ നിന്നും പോരുമ്പോൾ പലരും വിലയേറിയ ആഭരണങ്ങളും, പണവും മറ്റും വീടിനു സമീപം കുഴിച്ചിട്ടിരുന്നു. എന്നാൽ അവ തിരകെ എടുക്കാൻ പലരും വളരെയധികം ബുദ്ധിമുട്ടി.

ചിലർക്ക് തിരികെ കിട്ടി, ചിലർക്ക് കിട്ടിയില്ല, ഇനിയും ചിലർക്ക് അങ്ങോട്ട് പോവാനെ കഴിഞ്ഞില്ല. ചിലർ ജൂത പോലീസിന്റെ പിടിയിലുമായി.

1967ൽ ഒരിക്കൽ ഞാൻ യാസൂരിലേക്ക് പോയി. ഞങ്ങളുടെ രണ്ടുനില വീട് പൊളിച്ചു മാറ്റി അവിടെ കൃഷിത്തോട്ടം ഉണ്ടാക്കിയിരിക്കുന്നു.

വീടിന് പിറകിൽ ചരിത്ര പ്രാധാന്യമുള്ള ഒരു സ്ഥലമുണ്ടായിരുന്നു- അൽ ബോബരിയ- അത് ഒരു പഴയകാല തെരുവാണെന്നാണെന്നാണ് പറഞ്ഞു കേൾവി. അന്നുണ്ടായിരുന്ന ഷോപ്പുകൾ ചെറിയ മങ്ങലോടെ ഇന്നും അവിടെ ഉണ്ട്.

ഞങ്ങൾ പഠിച്ചിരുന്ന സ്കൂളും കാണാനിടയായി. അതിന്റെയും ഒരു ഭാഗം തകർക്കപ്പെട്ടിരുന്നു. സ്കൂൾ ഗ്രൗണ്ടിനു തൊട്ടുണ്ടായിരുന്ന ശ്മശാനവും തകർത്തു. എന്റെ മുത്തച്ഛനെ അവിടെയാണ് അടക്കിയിരിക്കുന്നത്. പൊട്ടിയ ബോംബിന്റെ അവശിഷ്ടങ്ങൾക്കിടയിൽ ചിന്നിചിതറിയ മീസാൻ കല്ലുകൾ. ശ്മശാനത്തിന് സമീപം ഉണ്ടായിരുന്ന പള്ളിയുടെ അവസ്ഥ വളരെ ദയനീയമായിരുന്നു.

ഇത്തരം ദയനീയാവസ്ഥയിൽ എന്റെ നാടിനെ കാണേണ്ടിവന്നതിൽ ഹൃദയം നടുങ്ങി. അതിനേക്കാൾ അസഹനീയമായ കാഴ്ചകൾ വേറെയുമുണ്ടായിരുന്നു. ഞങ്ങളുടെ വീടിന് സമീപത്തെ രണ്ടു വീടുകളിൽ ഏതോ അപരിചിതർ താമസിക്കുന്നു. അതിനടുത്തുണ്ടായിരുന്ന മറ്റൊരു വീട് പൊളിച്ചു മാറ്റിയിരിക്കുന്നു.

യൂറോപ്പിലുണ്ടായിരുന്ന എന്റെ സുഹൃത്ത് മുപ്പതു ദിവസത്തെ ലീവിന് നാട്ടിൽ വന്നു. യാസൂർ കാണാൻ ആഗ്രഹമുണ്ടെന്ന് അവനെന്നോട് പറഞ്ഞു. അങ്ങനെ ഒരു ദിവസം ഞങ്ങൾ രണ്ടുപേരും യസൂരിലേക്ക് പോവാൻ തീരുമാനിച്ചു. യാത്ര തുടങ്ങിയെങ്കിലും പാതിവഴിയിൽ ഒരു ഇറാഖി ജൂതൻ ഞങ്ങളെ തടഞ്ഞു. അയാളോട് "ഇത് ഞങ്ങൾ താമസിച്ചിരുന്ന സ്ഥലമാണ്" എന്ന് പറഞ്ഞ് കുറച്ചു ദൂരേക്ക് ചൂണ്ടി. 'ആ കാണുന്ന കൃഷിത്തോട്ടം എന്റെ അച്ഛന്റെതാണ്'' എന്ന് പറഞ്ഞെങ്കിലും അയാൾക്ക് ഞങ്ങളുടെ മറുപടി ഇഷ്ടപ്പെട്ടില്ല. പകരം ഒരു പരിഹാസത്തോടെ ഞങ്ങളെ നോക്കി '"രണ്ടു ദിവസം മുമ്പ് വേറൊരാൾ വന്ന് ഇത് അയാളുടെതാണെന്ന് പറഞ്ഞല്ലോ" എന്ന് പറഞ്ഞു.

തീർച്ചയായും അയാൾ പറഞ്ഞത് ശരിയായിരുന്നു. രണ്ട് ദിവസം മുമ്പ് എന്റെ സഹോദരൻ ഇതുവഴി വന്നിരുന്നു. ഒരിക്കൽ ഒരു ബന്ധു ഞങ്ങളുടെ വീട്ടിൽ വന്നു. അയാൾക്കും യാസൂരിലെ വീട് കാണണമെന്ന ആഗ്രഹമുണ്ടായിരുന്നു. അയാളുടെ കൂടെ ഞാനും ഒരിക്കൽ കൂടി യാസൂരിലേക്ക് പോയി. അയാൾക്ക് പഴയ വീട് ആദ്യമൊന്നും തിരിച്ചറിയാൻ കഴിഞ്ഞില്ല. എങ്കിലും കുറെ നേരത്തെ തിരച്ചിലിന് ശേഷം ഞങ്ങൾ വീട് കണ്ടെത്തി. വീടിന്റെ വരാന്തയിലേക്ക് കയറി. സന്തോഷത്തോടെ അങ്ങോട്ടുമിങ്ങോട്ടും നടന്ന് അയാൾ 'എന്റെ വീട്', 'ബയ്ത്ത് ഹ്ലൂദ്' എന്നാർത്തു വിളിച്ചു. പിന്നെ വീടിന്റെ തെക്ക് ഭാഗത്തേക്ക് നോക്കി.

അവിടെ വർഷങ്ങൾക്ക മുമ്പ് അയാൾ നട്ടുവളർത്തിയ ഒരു ഈത്തപ്പന. ഞങ്ങൾ സംസാരിച്ച കൊണ്ടിരിക്കെ ഒരു ഇറാഖി ജൂതനും അയാളുടെ ഭാര്യയും അടുത്തേക്ക് വന്ന് 'ഹല്ലോ' പറഞ്ഞു. അവർ വീടിനകത്തേക്ക് ക്ഷണിച്ചു. ആ വീട്ടിൽ ഇപ്പോൾ ഇവരാണ് താമസിക്കുന്നത്. അകത്തേക്ക് കയറിയ ഞങ്ങളോട് വീട്ടുകാരൻ സംസാരിച്ചു തുടങ്ങവേ എന്റെ സുഹൃത്ത് ഇടയ്ക്ക കയറി 'ഇതെന്റെ വീടായിരുന്നു, ഒരുപാട് കാലം ഞങ്ങളിവിടെ കഴിഞ്ഞു, താങ്കൾക്കറിയുന്നതിനെക്കാൾ കൂടുതൽ ഈ വീടിനെപറ്റി എനിക്കറിയാം'' എന്ന് പറഞ്ഞു. അതും പറഞ്ഞ് സുഹൃത്ത് വീടിനെക്കുറിച്ചുള്ള എല്ലാ കാര്യങ്ങളും ആ ജൂതനു വിവരിച്ചു കൊടുത്തു. എന്തിനേറെ മുകളിലെ മുറിയിൽ വിരിച്ച മാർബിളിന്റെ നിറവും ഡിസൈനും വരെ. അത് കേട്ട് അത്ഭുതത്തോടെ അയാൾ സുഹൃത്തിന്റെ മുഖത്തേക്ക് നോക്കിപ്പറഞ്ഞു "ഇത് നിങ്ങളുടെ വീടാണെന്ന് എനിക്കുറപ്പാണ്. പക്ഷെ ഞാൻ ഇനി എന്ത് ചെയ്യും? എന്റെ ഇറാഖിലെ വീട്? അതിന്റെ ഇപ്പോഴത്തെ അവസ്ഥ എന്താണ്? അത് എന്നെങ്കിലും എനിക്ക് തിരികെ ലഭിക്കുമോ?' അയാളുടെ ചോദ്യങ്ങൾക്ക് ഞാൻ എന്ത് ഉത്തരം പറയാൻ.

ഞങ്ങളുടെ ടാക്സി ഡ്രൈവർ ഹജ് മുഹമ്മദ് മുമ്പ് ബാഗ്ദാദിലെ ടാക്സി ഡ്രൈവർ ആയിരുന്നു. "ബാഗ്ദാദിൽ നിങ്ങൾ എവിടെയായിരുന്നു?" ജൂതന്റെ ചോദ്യം കേട്ടതും അയാൾ ബാഗ്ദാദിലെ പല തെരുവുകളുടെയും പേരുകൾ ആവർത്തിച്ചു. "നിർത്തൂ" ഒരു പേര് കേട്ടതും ആ ജൂത വൃദ്ധൻ ആവശ്യപ്പെട്ടു. ആ ജൂതന്റെയും ഭാര്യയുടെയും കണ്ണുകളിൽ നിന്നും അശ്രുകണങ്ങൾ ഉതിർന്നു വീണു. ഗദ്ഗദത്തോടെ 'എന്റെ ബാഗ്ദാദ്' എന്ന് പറഞ്ഞു കരയാൻ തുടങ്ങി. ഞങ്ങൾ ആരും കുറേ നേരത്തേക്ക് ഒന്നും മിണ്ടിയില്ല. 'ഞാൻ ആ സ്ഥലത്തായിരുന്നു താമസിച്ചിരുന്നത്. ഇപ്പൊ അവിടത്തെ അവസ്ഥ എന്താണാവോ? എന്റെ അയൽവാസികൾ എങ്ങനെയായിരിക്കും കഴിയുന്നത്? നിങ്ങൾക്ക് ഇപ്പോൾ നിങ്ങളുടെ രാജ്യം എങ്കിലും ഉണ്ട്. ഞങ്ങൾക്കോ? ജൂതരെയും അറബികളെയും ഈ പരുവത്തിലാക്കിയവർക്കുള്ള ശിക്ഷ ദൈവം നൽകും'-ആ വൃദ്ധൻ പറഞ്ഞു നിർത്തിയതും ഞങ്ങൾ എഴുന്നേറ്റ് വീടിനു വെളിയിലേക്ക് വന്നു.

ഞങ്ങൾ നാബ്ലുസിലേക്ക് തിരിച്ചെങ്കിലും എവിടെയോ വെച്ച് വഴിതെറ്റി. കാർ നിർത്തി അവിടെ അടുത്തുണ്ടായിരുന്ന മറ്റൊരു ടാക്സി ഡ്രൈവറോട് 'നാടാനിയ ടുൽകരേം' ഭാഗത്തേക്ക് പോകുന്ന റോഡ് അറിയുമോ എന്ന് ചോദിച്ചു. എന്നാൽ വിസ്മയിപ്പിക്കുന്ന മറുപടിയായിരുന്നു അയാളുടേത്. റോഡ് കാണിച്ച് തരുന്നതിന് പകരം ഞങ്ങളെ

അയാളുടെ വീട്ടിലേക്ക് ക്ഷണിച്ചു. 'ഇന്നൊരു ദിവസം ഞങ്ങളുടെ അതിഥിയായി താമസിച്ച ശേഷം നാളെ പോയാൽ മതി" എന്നയാൾ നിർബന്ധം പിടിച്ചു. അയാളും ബാഗ്ദാദിൽ നിന്നുള്ള ജൂതനായിരുന്നു. ഞങ്ങൾ പോവണം എന്ന് ഉറപ്പിച്ച് പറഞ്ഞെങ്കിലും "എന്റെ അച്ഛൻ ഇറാഖിലെ ഷെയ്ഖ് ആയിരുന്നു. അതുകൊണ്ട് നിങ്ങൾ ഇവിടെ തങ്ങണം' എന്ന് വീണ്ടും നിർബന്ധിച്ചു. എങ്കിലും അയാളിൽ നിന്നും വഴി മനസ്സിലാക്കി ഒരുവിധം രക്ഷപ്പെട്ടു.

യാസൂരിൽ നിന്നും ഓരോ പ്രാവശ്യം തിരിച്ചു പോരുമ്പോഴും മനസ്സ് വിങ്ങുന്നുണ്ടായിരുന്നു. ജാഫയിലെ തിരക്കേറിയ തെരുവുകൾ ഒരു തേനീച്ചക്കൂട് പോലെയായിരുന്നു. എന്നാൽ ഇപ്പോൾ കടകൾ എല്ലാം അടഞ്ഞ്, ആളുകൾ ഇല്ലാത്ത മരുഭൂമി പോലെ തോന്നിച്ചു. തിരക്ക് കൊണ്ട് വീർപ്പുമുട്ടിയിരുന്ന അൽ ശബാബ് ബീച്ച് ആളും ബഹളവും ഇല്ലാതെ ശൂന്യമായിരിക്കുന്നു. ഓരോ ദിവസവും ഒരു പേടിസ്വപ്നം പോലെയായിരുന്നു കഴിഞ്ഞു പോയത്.

യാസൂരിലേക്ക് പോയത് പലപ്പോഴും തെറ്റായിപ്പോയോ എന്ന് തോന്നിയിരുന്നു. എന്നാൽ അല്ല എന്ന് ഇന്ന് എന്റെ മനസ്സ് പറയുന്നു. ഇനിയും പോവണം, കുട്ടികളെയും കൂട്ടി, അവർക്കും കാണിച്ചു കൊടുക്കണം. ജൂതർ ഇപ്പോൾ താമസിക്കുന്ന എന്റെ ഭൂമിയുടെ മുഴുവൻ ആധാരവും മറ്റ് രേഖകളും എല്ലാം കൈവശമുണ്ട്. എന്നിട്ടും ഞങ്ങൾ അവിടുന്ന് ആട്ടിയോടിക്കപ്പെട്ടു. ആ ഭൂമിയിൽ ഇപ്പോൾ മറ്റൊരാൾ വീട് പണിത് താമസം ആക്കി. അച്ഛന്റെയും, ബന്ധുവിന്റെയും കട ഇന്നും അവിടെ തന്നെയുണ്ട് അത് മറ്റൊരു ജൂതൻ കൈവശപ്പെടുത്തിയിരിക്കുന്നു. ചില വീടുകൾ കയ്യേറി ജൂതർ താമസിക്കുന്നു. അല്ലാത്തവ പൊളിച്ചു മാറ്റുന്നു. എന്തിനേറെ റോഡരികിലെ മരങ്ങൾ പോലും പിഴുതു മാറ്റപ്പെട്ടിരിക്കുന്നു.

എന്റെ വല്യച്ഛനെയും, മറ്റ് ഒരുപാട് ബന്ധുക്കളുടെയും മറവ് ചെയ്തിരിക്കുന്നത് യാസൂരിലെ ശ്മശാനത്തിലാണ്. അവരുടെ ആത്മാക്കൾ ഉറങ്ങിക്കിടക്കുന്ന മണ്ണ് വിട്ട് ഇപ്പോൾ ഞങ്ങൾ മറ്റൊരു ദേശത്ത് താമസിക്കുന്നു. കുടുംബ വേരുകൾ എല്ലാം മുറിച്ചുമാറ്റപ്പെട്ടിരിക്കുന്നു. ഓരോ തവണയും യാസൂരിൽ പോവുമ്പോൾ അവരുടെ ഖബറിടത്തിൽ പോയി ഖുറാൻ പാരായണം ചെയ്യുകയും, പ്രാർത്ഥിക്കുകയും ഒക്കെ ചെയ്യാറുണ്ടായിരുന്നു. ഇമാം അലിയുടെ പുണ്യ തീർഥാടന കേന്ദ്രം അടച്ചു. അവിടെ ഇപ്പോൾ ജൂത പുരോഹിതരായ റബ്ബിമാർ താമസിക്കുന്നു. എന്നെ ഏറ്റവും വേദനിപ്പിച്ച ഒരു കാര്യമായിരുന്നു അത്.

അവസാനമായി ഒരിക്കൽ കൂടി യാസൂർ സന്ദർശിച്ചു. സിറിയക്കാരനായ സുലാത്തയുടെ ഉടമസ്ഥതയിൽ പ്രവർത്തിച്ചിരുന്ന സ്പിന്നിംഗ് മിൽ അപ്പോൾ പ്രവർത്തിക്കുന്നത് ഒരു ജൂതന്റെ മേൽനോട്ടത്തിലാണ്. യാസൂരിലെ ഓരോ അടയാളങ്ങളും മാഞ്ഞുപോയിക്കൊണ്ടിരിക്കുന്നു. എന്റെ ഓർമ്മകൾ അമ്പത് വർഷം പിന്നോട്ട് പോയി. അവയൊന്നും മറക്കാനുള്ള സമയം ഇനിയും ആയില്ലല്ലോ ദൈവമേ..

പേര്: അബു സാലിം കരുനി

ജനനം: 1938

ജന്മസ്ഥലം: അൽ ഖിരിയ്യ / ജാഫ

ഇപ്പോൾ താമസം: - അൽ - ഈൻ അഭയാർഥി ക്യാമ്പ് / നാബ്ലസ്.

'അവർ ഞങ്ങളുടെ ഫല ഭൂയിഷ്ഠമായ താഴ്‌വരകൾ തട്ടിയെടുത്തു, എന്നിട്ട് കുന്നുകളിലേക്ക് ആട്ടിയോടിച്ചു." അമ്മൂമ്മ നിലവിളിച്ചുകൊണ്ട് പറഞ്ഞ വാക്കുകൾ ഇന്നും ഞാൻ ഓർക്കുന്നു.

ഞങ്ങളുടെ നാട്ടിൽ റേഡിയോ ഉള്ളവരുടെ എണ്ണം വളരെ കുറവായിരുന്നു. അതിനാൽ അടുത്തുള്ള ചായക്കടകളിൽ ചെന്ന് വാർത്തകൾ കേൾക്കുകയായിരുന്നു പതിവ്. വടക്ക് ഭാഗത്ത് ആക്രമണം അഴിച്ചുവിട്ട ജൂതർ പലസ്തീനിലേക്ക് വരുന്നുണ്ടെന്നുള്ള വാർത്തകൾ റേഡിയോവാർത്തകളിലൂടെ കൂടെക്കൂടെ കേൾക്കാമായിരുന്നു. അതിക്രമിച്ച് വരുന്ന ജൂതരെ നേരിടാൻ ഗ്രാമവാസികൾ തയ്യാറെടുത്തു. എല്ലാവരും കഴിയുന്നത്ര തോക്കും മറ്റ് ആയുധങ്ങളും ശേഖരിക്കാൻ തുടങ്ങി. എന്നാൽ പലർക്കും അത് കൃത്യമായി ഉപയോഗിക്കാനുള്ള പരിശീലനം കിട്ടിയിരുന്നില്ല. അത്തരം ആളുകൾക്ക് പരിശീലനം നൽകാൻ പട്ടാളത്തിൽ നിന്നും വിരമിച്ചവർ തയ്യാറായി. ഏത് വിധത്തിലും ജൂതരുമായി പോരാടാൻ തന്നെ നാട്ടുകാർ തീരുമാനിച്ചു. സ്ത്രീകളെയും കുട്ടികളെയും അടുത്തുള്ള ബന്ധു വീടുകളിലേക്ക് പറഞ്ഞയച്ചു. എന്റെ അച്ഛൻ ഒരു നല്ല പോരാളി ആയിരുന്നു.

ജൂതർ വരുന്ന വഴികളിലെല്ലാം വെടിവപ്പ് തുടരുന്നുണ്ടെന്നും, പലരും മരണപ്പെട്ടെന്നും മറ്റുമുള്ള കിംവദന്തികൾക്ക് ഒട്ടും കുറവുണ്ടായിരുന്നില്ല. എന്നാൽ സംഭവിച്ചത് മറ്റൊന്നായിരുന്നു. ജൂതരുടെ നേതാവ് ഞങ്ങളുടെ മുക്താറിനു ഒരു കത്ത് കൊടുത്തു വിട്ടു. ആരും തന്നെ ഇവിടം വിട്ടു പോവരുത്, നമുക്കെല്ലാം ഒരുമിച്ച് ജീവിക്കാം എന്നും മറ്റും എഴുതിയ ഒരു കത്ത്. എന്നാൽ മുക്താർ അത് വിശ്വസിച്ചില്ല. മാത്രമല്ല ഞങ്ങളുടെ ഗ്രാമം തന്ത്രപ്രധാനമായ സ്ഥലം കൂടിയായിരുന്നു.

ഇസ്രയേലികൾ കടന്നു വന്നപ്പോൾ അവരുടെ പട്ടാളം ഒപ്പമുണ്ടായിരുന്നു. അവർക്ക് വേണ്ട അത്യാധുനിക ടാങ്കുകളും വെടിക്കോപ്പുകളും ആയുധങ്ങളുമെല്ലാം കരുതിയിരുന്നു. എന്നാൽ അവരെ നേരിടാൻ ഞങ്ങളുടെ കയ്യിൽ നാടൻ തോക്കുകളല്ലാതെ മറ്റൊന്നും ഉണ്ടായിരുന്നില്ല.

'അറബ് സുരക്ഷാസേന' വരുന്നുണ്ട് എന്ന വാർത്ത ഞങ്ങൾ പലയിടത്ത് നിന്നും കേട്ടു. പക്ഷെ എത്ര നാൾ കാത്തിരുന്നിട്ടും സുരക്ഷാസേന വന്നില്ല. ഞാനിന്നും ഓർക്കുന്നു അബ്ദുൽ ഖാദർ അൽ ഹുസൈനി കൊല്ലപ്പെട്ട ദിവസം, അമ്മാവൻ പത്രം വായിച്ച് എന്നോട് ആ വാർത്ത പറഞ്ഞ ദിവസം. അമ്മാവൻ ജാഫയിൽ നിന്നും അൽ-ഖരിയയിലേക്ക് നടന്നു പോയി വാങ്ങിക്കൊണ്ടു വന്നതായിരുന്നു ആ പത്രം.

എന്റെ അമ്മാവൻ സൈദ് അൽ കളുനിയും യുദ്ധത്തിൽ കൊല്ലപ്പെട്ടു. ജൂത പട്ടാളക്കാരുടെ തടവറയിലായിരുന്നു മരണം. തുടർന്ന് ഹസൻ സലാമ നേതൃത്വത്തിലേക്ക് വരികയും ജാഫ, സലാമ ഗ്രാമങ്ങളുടെ സംരക്ഷണ ചുമതല ഏറ്റെടുക്കുകയും ചെയ്തു. നിർഭാഗ്യവശാൽ ഞങ്ങളുടെ ഗ്രാമവും ജൂതർ വളരെ എളുപ്പം കീഴടക്കി. അവർ വരുന്നതിന് മുമ്പ് തന്നെ ഞങ്ങൾ മിക്ക പേരും അവിടം വിട്ടു പോയിരുന്നു. എന്നാൽ അച്ഛൻ ഞങ്ങളെ സുരക്ഷിത സ്ഥാനത്തേക്ക് പറഞ്ഞയച്ച ശേഷം അവിടെത്തന്നെ നിന്നു. എന്താണ് സംഭവിക്കുന്നത് എന്നറിയുന്നതിന് വേണ്ടിയായിരുന്നു അത്. അതിനിടെ ജൂതർ ഗ്രാമത്തിലേക്ക് വന്നതും ലഘുലേഖകൾ വിതരണം ചെയ്യാൻ ആരംഭിച്ചു. ഈ പ്രദേശം ജൂത കോളനി ആക്കുന്നതിനു വേണ്ടി പട്ടാളം വളഞ്ഞിരിക്കുകയാണ്, ആരെങ്കിലും ഇവിടം വിട്ടു പോവാൻ ഇനിയും ബാക്കിയുണ്ടെങ്കിൽ എത്രയും പെട്ടെന്ന് പോവണമെന്നും ഒക്കെയായിരുന്നു ലഘുലേഖയിൽ. പോകുവാൻ കൂട്ടാക്കാത്തവരെ പട്ടാളക്കാരും ജൂതരും വീടുകളിൽ നിന്നും പിടിച്ചിറക്കി. ചിലർ അവരോടേറ്റുമുട്ടി മരണം വരിച്ചു. മറ്റുള്ളവർ ജീവഭയത്താൽ നാടുവിട്ടു പോയി. ദിവസങ്ങൾക്കകം ജാഫ പലസ്തീനികൾക്ക് പകരം ജൂതരെക്കൊണ്ട് നിറഞ്ഞു.

അബു ഉമർ എന്ന മനുഷ്യനെ ഞാൻ ഓർക്കുന്നു. ആളുകൾ ഭയം കൊണ്ട് ചിതറി ഓടുന്ന തിക്കിലും തിരക്കിലും പെട്ട് ഒരാളുടെ മകനെ കാണാതായി. ആ കുട്ടി വേറെ ഏതോ ഒരു കുടുംബത്തോടൊപ്പം അമ്മാനിലേക്ക് പോയിരുന്നു. എന്നാൽ അബു ഉമർ അമ്മാനിലേക്കു പോയി, വളരെ കാലത്തെ അന്വേഷണങ്ങൾക്ക് ശേഷം കുട്ടിയെ കണ്ടെത്തി അവന്റെ രക്ഷിതാക്കളുടെ പക്കൽ തിരികെ ഏൽപ്പിച്ചു.

ഞങ്ങളുടെ കൂടെ വല്യച്ഛനും വന്നിരുന്നില്ല. വല്യച്ഛൻ പിടിവാശിക്കാരനായിരുന്നു.

രോഗാവസ്ഥയുടെ കാരണം പറഞ്ഞ് വീട്ടിൽ തന്നെ നിന്നു. എന്നാൽ അധികം വൈകാതെ ജൂതർ അദ്ദേഹത്തെ വീട്ടിൽ നിന്ന് പുറത്താക്കി ഒരു കഴുതപ്പുറത്ത് കയറ്റിവിട്ടു. ചെരുപ്പ് മാത്രമാണ് അവർ എടുക്കാൻ അനുവദിച്ചത്. ജൂതർ അൽ-ഖയരിയ പിടിച്ചെടുത്ത് കഴിഞ്ഞപ്പോൾ ഞങ്ങൾ ബേദിയ എന്ന ഒരു ഗ്രാമത്തിലേക്ക് പോയി. പോകുന്ന വഴിയെ ഒരു വാൻ വാടകയ്ക്ക് എടുത്ത് സാധനങ്ങൾ എല്ലാം അതിൽ കയറ്റി. ആ യാത്രയിൽ അമ്മൂമ്മ നിലവിളിച്ചുകൊണ്ട് പറഞ്ഞ വാക്കുകൾ ഇന്നും ഞാൻ ഓർക്കുന്നു- 'ഞങ്ങളുടെ ഫലഭൂയിഷ്ഠമായ താഴ്വരകൾ അവർ തട്ടിയെടുത്തു, എന്നിട്ട് ഞങ്ങളെ കുന്നിൻ മുകളിലേക്ക് ആട്ടിയോടിച്ചു." ചില ബന്ധുക്കൾ ബേദിയയിൽ ഉണ്ടായിരുന്നു. അക്കാരണം കൊണ്ട് മാത്രമാണ് അവിടെ തങ്ങാൻ ഞങ്ങൾ തീരുമാനിച്ചത്.

അതിന് ശേഷം വീണ്ടും അൽ-സാവിയയിലേക്ക് പോയി അവിടെ മൂന്നു മാസം താമസിച്ചു. തുടർന്ന് നാബ്ലൂസിലേക്ക് യാത്രയായി. നാബ്ലൂസിൽ ഞങ്ങൾ ഒരു താൽക്കാലിക ടെന്റുണ്ടാക്കി താമസം ആരംഭിച്ചു. എന്നാൽ കനത്ത മഞ്ഞ് വീഴ്ചയും തണുപ്പും കാരണം മറ്റ് അഭയാർഥികളുടെ കൂടെ യാഖോറിലേക്ക് പോവാൻ ഞങ്ങൾ നിർബന്ധിതരായി. അവിടെ ഷെയ്ഖ് ഹെൽമെ അൽ ഇദ്രിസി അയാളുടെ വലിയ ഒരു ഗോഡൗൺ ഞങ്ങൾക്കായി തുറന്നു തന്നു. മഞ്ഞുകാലം തീരുന്നത് വരെ അവിടെ താമസിച്ചു.

കുറച്ചു മാസങ്ങൾക്ക് ശേഷം നബ്ലൂസിന് സമീപത്തുള്ള ഈൗൻ-മേരയിലേക്ക് പോയി. അവിടെ ഒരു ചെറിയ വീട് കല്ലുകൾ കൊണ്ട് കെട്ടി ഉണ്ടാക്കി. തകരപാത്രങ്ങൾ മുറിച്ച് വയറുകൾ കൊണ്ട് കൂട്ടിക്കെട്ടിയായിരുന്നു വാതിൽ.

1954ൽ അവിടെ നിന്നും പോന്ന് 'അൽ-ഈൗൻ' അഭയാർഥി ക്യാമ്പിൽ എത്തി. വീട്ടിൽ എനിക്ക് മാത്രമായിരുന്നു പേരിനെങ്കിലും ഒരു ജോലി

ഉണ്ടായിരുന്നത്. കുറച്ച് കാലം ഒരു സോപ്പ് കമ്പനിയിൽ, ശേഷം തൈര് വിൽക്കുന്ന ഒരു കടയിലും. 1967ൽ ഞങ്ങൾ യാസൂർ സന്ദർശിച്ചു. അപ്പോൾ എന്റെ കൂടെ അമ്മാവനും അമ്മായിയും ഉണ്ടായിരുന്നു. ഞങ്ങൾ കൃഷിത്തോട്ടത്തിലേക്ക് പോയി. അപ്പോൾ ആ സ്ഥലം ഒരു ജൂതൻ അയാളുടെ കാലിത്തൊഴുത്തായി ഉപയോഗിക്കുകയായിരുന്നു. ഞങ്ങൾ അയാളോട് സംസാരിച്ചെങ്കിലും തിരിച്ച് സംസാരിക്കാൻ തീരെ താത്പര്യം കാണിച്ചില്ല.

ഞങ്ങളുടെ ഗ്രാമം ആകെ നശിപ്പിക്കപ്പെട്ടിരിക്കുന്നു. നഗരത്തിലുള്ള മുഴുവൻ മാലിന്യങ്ങളും ഇവിടെയാണ് കൊണ്ട് തള്ളിയിരിക്കുന്നത്. നശിക്കാതെ ബാക്കിയായത് അവിടത്തെ ശ്മശാനം മാത്രമായിരുന്നു. ഞാൻ എന്താണ് ഇനിയും കൂടുതൽ പറയേണ്ടത്? എനിക്ക് ഒരിക്കലും മറക്കാൻ കഴിയാത്ത ഒരു ദിവസമായിരുന്നു 1948 ഏപ്രിൽ 28. അന്നായിരുന്നു എനിക്ക് എന്റെ ജന്മ സ്ഥലം നഷ്ടപ്പെട്ടത്.

പേര്: മഹമൂദ് ബാറകാത്ത്

ജനനം: 1928

ജന്മസ്ഥലം: യാസൂർ / ജാഫ

ഇപ്പോൾ താമസം: - അൽ-ഈൻ അഭയാർഥി ക്യാമ്പ് / നാബ്ലസ്.

എനിക്ക് യാസൂരിലേക്ക് പോകുവാൻ കഴിയുമായിരുന്നില്ല. നാല് ഭാഗത്തും ശത്രുക്കൾ ഉണ്ടാവുമ്പോൾ എങ്ങനെയാണ് ഉപേക്ഷിക്കപ്പെട്ട നാട്ടിലേക്ക്, വീട്ടിലേക്ക്, തിരികെ പോവാൻ കഴിയുന്നത്.

1948ൽ എനിക്ക് ഇരുപത് വയസ്സ്. അപ്പോൾ ഞാൻ വിവാഹിതനായിരുന്നില്ല. റേഡിയോ, പത്ര മാധ്യമങ്ങൾ വഴി ആയിരുന്നില്ല നാട്ടിൽ നടക്കുന്ന പല സംഭവങ്ങളും ഞങ്ങൾ അറിഞ്ഞിരുന്നത്. ജാഫയിൽ നിന്നും ജെറുസലേം വഴി ഗാസയിലേക്ക് പോവുന്ന പ്രധാന നിരത്തിന് സമീപത്തായിരുന്നു ഞങ്ങളുടെ വീട്. ഈ നിരത്ത് പട്ടണത്തെ രണ്ടായി വിഭജിച്ചു. യാസൂരിൽ നിന്നും ബൈറ്റ് ദജാനിലേക്കും ലിഡയിലേക്കും രാംല ബാബ് അൽ വാദിലേക്കും പോകുന്ന ഒരു ഭാഗം. പിന്നെ തെക്ക് കലോനിയിലൂടെ ഗാസയിലേക്ക് പോകുന്ന മറ്റൊരു ഭാഗം. യാസൂർ കയ്യേറിയ ജൂതർ, നമുക്ക് നല്ല അയൽക്കാരായി കഴിയാം, പരസ്പരം പോരടിക്കുന്നതെന്തിനാണെന്നും മറ്റും നാട്ടുകാരോട് അഭ്യർഥിക്കുന്ന ലഘുലേഖകൾ വിതരണം ചെയ്തു. ഞങ്ങൾക്കും അവരുമായി പോരടിക്കണം എന്നൊന്നുമില്ലായിരുന്നു. എന്നാൽ അവരുടെ ഈ അഭ്യർത്ഥന

വ്യാജമായിരുന്നെന്ന് പിന്നീട്ടുള്ള അനുഭവങ്ങൾ തെളിയിച്ചു.

പ്രശ്നങ്ങൾ ഇല്ലാതിരുന്നാൽ മാത്രമേ യാസൂരിലൂടെ മറ്റുള്ളവർക്ക് കടന്നു പോകുവാൻ കഴിയുമായിരുന്നുള്ളൂ. അതിന് വേണ്ടി മാത്രമായിരുന്നു അവരുടെ സമാധാന ആഹ്വാനം.

ഇംഗ്ലീഷുകാർ വിഭജനത്തെ കുറിച്ച് സംസാരിക്കുമ്പോഴേക്കും വിവിധയിടങ്ങളിൽ ഇരു വിഭാഗങ്ങളും തമ്മിൽ സംഘട്ടനങ്ങൾ ആരംഭിച്ചിരുന്നു. 1936ൽ ഉണ്ടായ അതേപോലെ തന്നെ.

എന്നാൽ വീണ്ടും ഇങ്ങനെ സംഘട്ടനങ്ങൾ ഉണ്ടാവുമെന്നോ അത് നക്ബയേിലക്ക് നയിക്കുമെന്നോ ഞാൻ ഒരിക്കലും കരുതിയിരുന്നില്ല. പോകുന്ന വഴികൾക്കിരുവശത്തേക്കും വെടിവച്ചുകൊണ്ടാണ് ജൂതർ ഗാസയിലേക്ക് പോയത്. സംഘട്ടനങ്ങൾ ഇല്ലാത്ത ഒരു ദിവസം പോലും പിന്നീടുണ്ടായില്ല. എന്റെ അമ്മാവനടക്കം കുടംബത്തിലെ ഏകദേശം ഇരുപതോളം ആളുകൾ ജൂതരുടെ വെടിവെപ്പിൽ കൊല്ലപ്പെട്ടു. റിബലുകൾ പോരാടാൻ തയ്യാറായി മുമ്പോട്ട് വന്നെങ്കിലും അവർക്ക് ആയുധങ്ങൾ വാങ്ങുവാനുള്ള സാമ്പത്തിക ശേഷി ഇല്ലായിരുന്നു. ഇരുപത്തിയഞ്ച് പൗണ്ട് വീതം ഓരോ കുടുംബത്തിൽ നിന്നും സംഭാവന പിരിച്ച് ആയുധങ്ങൾ സംഭരിച്ചു. ചിലർ വീട്ടിലെ സ്ത്രീകളുടെ ആഭരണങ്ങൾ വിറ്റ് പണം കണ്ടെത്തി. ഒന്നാം ലോകമഹായുദ്ധത്തിൽ പങ്കെടുത്ത പട്ടാളക്കാരിൽ നിന്നായിരുന്നു ആയുധങ്ങൾ വാങ്ങിയത്.

പഴയ ആയുധങ്ങൾ പക്ഷെ മിക്കവയും ഉപയോഗ ശൂന്യമായിരുന്നു. പലപ്പോഴും വെടിയുണ്ടകൾ തോക്കിൽ വച്ച് തന്നെ പൊട്ടിത്തെറിച്ച് ആളുകൾക്ക് പരിക്ക് പറ്റുകയും മരണപ്പെടുകയുമുണ്ടായി. 1936ൽ ആരംഭിച്ച, 1948വരെ നീണ്ട ലഹളകളിൽ ആയുധങ്ങൾ കൈവശം വക്കുന്ന ഏത് അറബിയെയും വെടിവച്ചു കൊല്ലാനുള്ള അധികാരം ബ്രിട്ടീഷ് പട്ടാളക്കാർക്കുണ്ടായിരുന്നു. എന്നാൽ ജൂതർക്ക് ആയുധം കൈവശം വെക്കുന്നതിൽ യാതൊരു നിയന്ത്രണവുമില്ലായിരുന്നു.

മാത്രമല്ല ആയുധങ്ങൾ ഉപയോഗിക്കുന്നതിനെ കുറിച്ച് അവർക്ക് വിദഗ്ധ പരിശീലനവും ലഭിച്ചിരുന്നു. എന്തിനേറെ പലസ്തീനിൽ ആദ്യ ഹൈകമ്മീഷണർ ആയി നിയമിക്കപ്പെട്ടത് ഒരു ജൂതൻ ആയിരുന്നു.

ആളുകൾ അവരുടെ കൃഷിയിടങ്ങളിൽ ജോലിക്ക് പോകുവാൻ തുടങ്ങി. അവരുടെ തോളിൽ എപ്പോഴും ആയുധങ്ങൾ തൂങ്ങിക്കിടന്നു. ജൂതരെ നേരിടാൻ തങ്ങൾ സ്വയം പര്യാപ്തരാണെന്ന ഒരു മിഥ്യാബോധം അവരിലുണ്ടായിരുന്നു. അതായിരുന്നു അവർക്ക് കൃഷിയിടങ്ങളിലേക്ക്

പോകുവാനുള്ള ആത്മവിശ്വാസം നൽകിയത്.

ആദ്യമൊക്കെ ജൂതർ യാസൂരിലേക്ക് വരാൻ മടിച്ചിരുന്നു. അവർ പലപ്പോഴും ടെൽ അവിവിൽ നിന്നും നിതെർ കോളനികളിൽ നിന്നും വെടിവക്കുക മാത്രമേ ചെയ്യുള്ളൂ. ജൂതർക്ക് ശരിക്കും അറബികളെ പേടിയായിരുന്നു. പ്രത്യേകിച്ച് ദേർ യാസീൻ കൂട്ടക്കൊലക്ക് ശേഷം.

യാസൂരിലായിരുന്ന ഞങ്ങൾക്ക് പക്ഷെ ഭയമില്ലായിരുന്നു. എങ്കിലും കൂട്ടക്കൊല നടന്നതിനു ശേഷം മൂന്ന് ആഴ്ചയോളം ഞങ്ങൾ ഇവിടെ തന്നെ കഴിഞ്ഞു. ജൂതരുമായി പോരാട്ടം തുടർന്നു. അടുത്ത ഗ്രാമത്തിൽ നിന്നും കുറച്ചാളുകൾ ഞങ്ങൾക്ക് ചില സഹായ വാഗ്ദാനങ്ങളുമായി എത്തി. പക്ഷെ അവർക്ക് ഒന്നും ചെയ്യാൻ പറ്റുമായിരുന്നില്ല. അറബ് സുരക്ഷാസേന എത്തിച്ചേരുന്നത് വരെ പോരാട്ടം തുടരാൻ തന്നെയായിരുന്നു ഞങ്ങളുടെ തീരുമാനം. അവസാനം അറബ് സുരക്ഷാസേന എത്തി - ഒരു ജീപ്പിൽ വെറും നാല് പേർ. അവർ ഞങ്ങളോട് ഏറ്റവും ഉയരം കൂടിയ സ്ഥലങ്ങൾ എല്ലാം കാണിച്ച് തരാൻ ആവശ്യപ്പെട്ടു. ഞങ്ങൾ കാണിച്ച് കൊടുക്കുകയും ചെയ്തു. ഏതാനും ദിവസങ്ങൾക്ക് ശേഷം കുറച്ച് ആളുകൾ കൂടി വന്നു. നാട്ടുകാർ സന്തോഷം കൊണ്ട് മതിമറന്നു. സ്ത്രീകൾ പാട്ടുപാടുകയും നൃത്തം ചെയ്യുകയും ചെയ്തു. എന്നാൽ

അറബ് സുരക്ഷാ സേനയെക്കൊണ്ടൊന്നും യാതൊരു പ്രയോജനവും ഇല്ലായിരുന്നു. അച്ഛൻ നാട്ടുകാർക്കിടയിൽ ഒരു നേതാവായിരുന്നു. അറബ് സുരക്ഷാസേന എത്തിയപ്പോൾ അവരുടെ തലവൻ എന്റെ അച്ഛനെ കാണാനും പരിചയപ്പെടാനുമായി വീട്ടിൽ വന്നു. അച്ഛൻ അവർക്ക് വേണ്ട എല്ലാ സഹായങ്ങളും വാഗ്ദാനം ചെയ്തു. പക്ഷെ അവരുടെ ആവശ്യം മറ്റൊന്നായിരുന്നു. താമസിക്കുന്ന സ്ഥലത്തു നിന്നും എല്ലാവരും കഴിയും വേഗം ഒഴിഞ്ഞു പോവുക. അവർക്കു അവിടെ ചില പദ്ധതികൾ നടപ്പിലാക്കാനുണ്ട്. നാട്ടുകാരുടെ സാന്നിധ്യം അതിനു തടസ്സം സൃഷ്ടിക്കുന്നു എന്നൊക്കെ. എന്നാൽ അച്ഛൻ അവരുടെ ആവശ്യം പൂർണമായും അംഗീകരിച്ചില്ല. സ്ത്രീകളെയും കുട്ടികളെയും ഇവടെ നിന്നും മാറ്റാം, പക്ഷെ ആയുധധാരികളായ പുരുഷന്മാർ അവിടെത്തന്നെ നിൽക്കും എന്ന് അവരെ അറിയിച്ചു. പക്ഷെ അവർ അതിനും സമ്മതിച്ചില്ല. "ഇവിടെ ഒരാൾ പോലും പാടില്ല, നിങ്ങളുടെ സുരക്ഷ മാത്രമാണ് ഞങ്ങളുടെ ലക്ഷ്യം" ഇതായിരുന്നു അവരുടെ മറുപടി. ഒരുപാട് നേരത്തെ ചർച്ചയ്ക്ക് ശേഷം അച്ഛൻ അവരുടെ ആവശ്യങ്ങൾ അംഗീകരിക്കുകയും തുടർന്ന് ഞങ്ങൾ യാത്ര ആരംഭിക്കുകയും ചെയ്തു. എന്നാൽ നമ്മൾ നാട്ടും വീട്ടും വിട്ട് മറ്റൊരിടത്ത് പോവുന്നത്

ശുദ്ധ അസംബന്ധം ആണെന്ന് അമ്മാവൻ അപ്പോഴും പറയുമായിരുന്നു. നമ്മുടെ ജീവൻറെയും സ്വത്തിന്റെയും സുരക്ഷിതത്വം നമ്മൾ തന്നെ തീരുമാനിക്കണം. അതിന്റെ അന്തസ്സ് വേറെ തന്നെ. പക്ഷെ അത്തരം തീരുമാനങ്ങൾ ആരും തന്നെ കൈകൊണ്ടില്ല. ആത്മവിശ്വാസം നഷ്ടപ്പെട്ട ആ ജനത അഭയാർത്ഥി ക്യാമ്പിലേക്കാണ് നയിക്കപ്പെട്ടത്.

അറബ് സുരക്ഷാ സേന രക്ഷിക്കുമെന്ന വിശ്വാസം ഞങ്ങളിൽ നിന്നും നഷ്ടപ്പെട്ടിരുന്നു. നേരിടാൻ തയ്യാറായി നിന്ന ചെറുപ്പക്കാർ ഒഴികെ മറ്റാരും പോരാടാൻ തയ്യാറായില്ല. അറബ് സുരക്ഷാ സേന വെറും രണ്ട് ദിവസം മാത്രമാണ് അവിടെ തങ്ങിയതെന്ന് പിന്നീടാണറിഞ്ഞത്. അതിന് ശേഷം അവർ ടെൽഅവിവിനു നേരെ രണ്ടോ മൂന്നോ ബോംബെറിഞ്ഞ് തിരികെ പോയി. ലിഡയിൽ നിന്നുള്ള ഒരാൾ യാസൂരിൽ കുറച്ചു ഭൂമി വാങ്ങി കൃഷി ചെയ്തിരുന്നു. തോട്ടങ്ങൾ നനയ്ക്കാൻ സ്വന്തമായ ജലസേചന സംവിധാനവും അയാൾക്കുണ്ടായിരുന്നു. സുരക്ഷാസേന നാട്ടിൽ നിന്നും മാറി നിൽക്കാൻ ആവശ്യപ്പെട്ടപ്പോൾ ഞങ്ങൾ ഈ തോട്ടത്തിൽ ആയിരുന്നു അഭയം കണ്ടെത്തിയത്. എന്റെ കുടുംബത്തിലെ ചിലർ അയാളുടെ കൂടെ ലിഡയിലേക്കും ചിലർ രാമല്ലയിലേക്കും പോയി. ഞങ്ങൾ ആദ്യം യാസൂരിൽ നിന്നും ലിഡയിലേക്കാണ് പോയത്. അതും കാൽ നടയായി. അതൊരു വേനൽ കാലമായിരുന്നു. കുറച്ച് ദിവസം അവിടെ തങ്ങി. പിന്നീട് അച്ഛന്റെ ഒരു സുഹൃത്ത് വന്ന് അവരുടെ ഖിബിയയിലുള്ള തോട്ടത്തിൽ എത്രദിവസം വേണമെങ്കിലും താമസിച്ചുകൊള്ളാൻ പറഞ്ഞു. എപ്പോൾ വേണമെങ്കിലും ലിധിലേക്ക് തിരിച്ചും വരാം എന്നും. ആ സമയത്ത് ലിഡയിലും ഖിബിയയിലും ഒന്നും പ്രശ്നങ്ങൾ തുടങ്ങിയിരുന്നില്ല.

ദിവസങ്ങൾക്കകം ഞങ്ങളും ആ വാർത്ത കേട്ടു യാസൂരും ജൂതർ കീഴടക്കിയിരിക്കുന്നു. യാസൂരിലേക്കും സലാംയിലേക്കുമുള്ള എല്ലാവിധ ബന്ധങ്ങളും വിച്ഛേദിച്ചിരിക്കുന്നു.

അതിന് ശേഷം ജൂതർ ലിഡയിലേക്ക് പോയി. അതുകൊണ്ട് ഞങ്ങൾക്ക് ഖിബിയയിൽ തന്നെ താമസിക്കേണ്ടതായി വന്നു. ലിഡയിൽ നിന്ന് പോരുമ്പോൾ ഫർണിച്ചറുകളും മറ്റും ഒന്നും കൊണ്ട് വന്നിരുന്നില്ല. രണ്ടോ മൂന്നോ മാസങ്ങൾക്ക് ശേഷം തിരികെ പോരാൻ പറ്റുമല്ലോ എന്ന വിശ്വാസത്തിൽ അതെല്ലാം അവിടെ ഉപേക്ഷിച്ചു വന്നതാണ്. ലിഡയും ജൂതരുടെ പിടിയിലായപ്പോൾ ഞങ്ങളിൽ ഉണ്ടായിരുന്ന, തിരികെ പോകാമെന്ന ചെറിയ ആഗ്രഹം കൂടി ഇല്ലാതായി.

യാസൂരിൽ ഉണ്ടായിരുന്ന എല്ലാവരും വിവിധ ഭാഗങ്ങളിലേക്ക് ചിതറിപ്പോയി. ഓരോരുത്തരും അവരവരുടെ ജീവിതവും തൊഴിലും സ്വയം കണ്ടെത്തി. ഖിബിയയിൽ രണ്ട് മാസം നിന്ന ശേഷം ദേർ അമ്മാർ എന്ന സ്ഥലത്തേക്കും പിന്നീട് നാബ്ലസിലെക്കും പോയി. നാബ്ലസിൽ എത്തിയ ഞങ്ങൾ ഒരു ചെറിയ കുടിൽ കെട്ടി താമസം തുടങ്ങി. ഞങ്ങളുടെ അകന്ന ചില ബന്ധുക്കളും അച്ഛന്റെ ഒരുപാട് കൂട്ടുകാരും നാബ്ലസിൽ ഉണ്ടായിരുന്നെങ്കിലും അവരുടെ കൂടെ ഒന്നും താമസിക്കുവാൻ അഭിമാനം അച്ഛനെ അനുവദിച്ചില്ല. അവിടെ ഞങ്ങൾ ഒരു ചെറിയ വീട് വച്ചു. താൽക്കാലിക ടെന്റുകൾ ഉണ്ടാക്കി അഭയാർ ഥികൾ എല്ലാം അങ്ങോട്ട് പോയി. ബലാത, ജെറികോ അഭയാർഥി ക്യാമ്പുകൾ ഇത്തരത്തിൽ ഉള്ളവയാണ്. ചിലർ ക്യാമ്പുകളിൽ പത്തു വർഷത്തോളം താമസിച്ചു എന്നാണറിവ്. ടെന്റുകൾ ഉണ്ടാക്കിയ ആദ്യ വർഷം കടുത്ത മഞ്ഞ് വീഴ്ചയായിരുന്നു. കൂടി വന്ന അഭായാർഥികളെ ഉൾക്കൊള്ളാൻ വിധം വിശാലമനസ്കരായിരുന്നു നാബ്ലസുകാർ. നാബ്ലസിലെ സ്കൂളുകളും പള്ളികളും എല്ലാം ആളുകളുടെ അഭയ കേന്ദ്രങ്ങളായി. പണക്കാരായ അഭയാർഥികളിൽ ചിലർ വാടകക്കെട്ടിട ത്തിലേക്ക് മാറി. ലിഡയിലും മറ്റും നിലനിൽക്കുന്ന ഭീകരാന്തരീക്ഷത്തെ കുറിച്ച് പല കഥകളും ക്യാമ്പിൽ പരക്കാൻ തുടങ്ങി. കഴിയുന്നതും വേഗം അവിടെ നിന്നും പോവുന്നതാണ് നല്ലത് എന്ന അഭിപ്രായമായിരുന്നു പലർക്കും. പല സ്ത്രീകളും ഭയം കൊണ്ട് മോഹാലസ്യപ്പെട്ടു, പരസ്പര ബന്ധമില്ലാതെ സംസാരിക്കുകയും പ്രവർത്തിക്കുകയും ചെയ്തു. ഭക്ഷ ണത്തിനും വെള്ളത്തിനും ഏറെ ബുദ്ധിമുട്ടി. വിശന്നും ദാഹിച്ചും പലരും മരിച്ചു വീണു. കുട്ടികളുടെ കരച്ചിൽ അമ്മമാർക്ക് സഹിക്കാൻ കഴിയു ന്നതിനും അപ്പുറമായിരുന്നു. ലിഡ ഒരു നരകമായി മാറുകയായിരുന്നു.

1967ൽ ജൂത അധിനിവേശം നടന്ന സമയം എല്ലാ ഗോത്രത്തല വന്മാരും ക്യാമ്പിൽ ഒത്തുകൂടി. അപ്പോഴേക്കും ഇസ്രയേൽ രൂപീകൃ തമായിരുന്നു. ഇസ്രയേലിൽ ജോലി നോക്കാൻ ചിലർ ശ്രമിച്ചിരുന്ന വിവരം കിട്ടിയതിനെ തുടർന്നായിരുന്നു ഈ സമ്മേളനം. ക്യാമ്പിലെ തലവൻ എല്ലാവരെയും ഒന്നിച്ച് വിളിച്ച്, ആർക്കെങ്കിലും ഇസ്രയേലിൽ ജോലി ചെയ്യണം എന്നുണ്ടെങ്കിൽ അവർ ഇവിടം വിട്ടു പോവണം എന്ന് പറഞ്ഞു. ഒരേ സമയം രണ്ടു തോണിയിൽ കാലിടുന്ന വിദ്യ ഇവിടെ നടപ്പില്ല. അത് കേട്ട എല്ലാവരും ഇസ്രായേലിൽ കിട്ടിയേക്കാവുന്ന ജോലി ഉപേക്ഷിച്ചു. എന്നാൽ ഒരു സ്ത്രീ വിലക്ക് വകവക്കാതെ ക്യാമ്പ് വിട്ട് പോയി. പിന്നീടൊരിക്കലും അവർ തിരികെ വന്നില്ല.

ഞാൻ ഒരിക്കലും യാസൂരിലേക്ക് പോയതേ ഇല്ല. ഇനി പോവാൻ ഉദ്ദേശിക്കുന്നുമില്ല. എന്റെ സ്വത്തും ഭൂമിയും തട്ടിയെടുത്ത് എന്നെ ഇല്ലാതാക്കാൻ ശ്രമിക്കുന്ന ഒരിടത്തേക്ക് എനിക്കെങ്ങനെ പോവാൻ പറ്റും? എന്റെ വീടിന് മുന്നിൽ ഒരപരിചിതനെ പോലെ എനിക്കെങ്ങനെ നിൽക്കുവാൻ കഴിയും? ഒരിക്കൽ അച്ഛൻ അവിടെ പോയിരുന്നു. തിരികെ വന്നത് മുതൽ അച്ഛൻ ആരോടും സംസാരിക്കാതെയായി. അച്ഛന്റെ മനസ്സ് വല്ലാതെ വിഷമിച്ചിരുന്നു. തിരികെയെത്തി ദിവസങ്ങൾക്കകം ഹൃദയാഘാതം വന്ന് അദ്ദേഹം മരണത്തിന് കീഴടങ്ങി.

പേര്: മുഹമ്മദ് അഹ്മദ് അബു ഈശ

ജനനം: 1930

ജന്മസ്ഥലം: അൽ സുഫ്സാഫ് / സഫാദ്

ഇപ്പോൾ താമസം: - അൽ-ഈൻ അഭയാർഥി ക്യാമ്പ്/ നാബ്ലസ്.

ഞാനും എന്റെ മക്കളും വഴിയരികിൽ അവൾക്ക് വേണ്ടി കാത്തിരിക്കുകയായിരുന്നു. അവൾ വന്നതും ഞങ്ങൾ അവളെ കെട്ടിപ്പിടിച്ച് കരഞ്ഞു.

ഞങ്ങൾ നാട് വിട്ടുപോവുന്നതിന് കുറച്ച് ദിവസങ്ങൾക്ക് മുമ്പ് തന്നെ നാട്ടിൽ പത്രങ്ങൾ ഒന്നും കിട്ടിയിരുന്നില്ല. റേഡിയോ വളരെ അപൂർവമായിരുന്നു നാട്ടിൽ. ആരുടെ പക്കലും ഇല്ല എന്ന് തന്നെ പറയാം. യുദ്ധം ഒരു ദുരന്തത്തിലേക്ക് നീങ്ങുകയാണെന്ന് എനിക്ക് തോന്നി. ഈ ഒരു ചിന്ത നാട്ടുകാർക്കിടയിലും ഉണ്ടായിരുന്നു. ആറ് കിലോമീറ്റർ അകലെയുള്ള സഫാദ് ഗ്രാമം ജൂതർ പിടിച്ചെടുത്ത വാർത്ത നാട്ടിൽ പരന്നു തുടങ്ങിയിരുന്നു.

ഞങ്ങൾ താമസിച്ചിരുന്ന അൽ-സുഫാഫ് ഗ്രാമത്തിലെ ഓരോ വീട്ടുകാരും തോക്കും തിരകളും വാങ്ങി വക്കാൻ തീരുമാനിച്ചു. ഗ്രാമത്തിൽ ഓരോരുത്തരും ഊഴമനുസരിച്ച് കാവൽ നിന്നു. ഒളിച്ചിരിക്കാൻ ടണലുകൾ നിർമിച്ചു.

തോക്ക് എങ്ങനെയാണ് ഉപയോഗിക്കേണ്ടത് എന്ന് കൃത്യമായി അറിയുന്ന ആളുകൾ ഞങ്ങളിൽ വളരെ കുറവായിരുന്നു. പലരുടെ കയ്യിൽ നിന്നും അബദ്ധത്തിൽ വെടി പൊട്ടി, പലർക്കും പരിക്ക് പറ്റി. തോക്ക് ഉപയോഗിക്കുന്നതിന് പരിശീലനം നൽകാൻ മാത്രം അതിനെക്കുറിച്ച് അറിവുള്ള ആരും നാട്ടിൽ ഉണ്ടായിരുന്നില്ല. അത് വല്ലാത്ത ഒരു പ്രതിസന്ധിയായി അവശേഷിച്ചു. ഞങ്ങളുടെ നാട്ടിലേക്ക് ജൂതർ ആ സമയത്തൊന്നും എത്തിയിരുന്നില്ല.

സഫാദ് കീഴടക്കിയ ശേഷം അറബ് സുരക്ഷാ സേന എത്തുകയുണ്ടായി. അവരുടെ കയ്യിൽ ആധുനിക യുദ്ധോപകരണങ്ങൾ ഉണ്ടായിരുന്നു. നാട്ടുകാരിൽ ചിലർ സേനയുടെ കൂടെ കൂടി പോരാട്ടത്തിൽ പങ്കു ചേർന്നു. അവർ ഏകദേശം നൂറ് പേർ ഉണ്ടായിരുന്നു. സേനയുടെ സാന്നിധ്യം എന്തുകൊണ്ടും ഞങ്ങളിൽ ഒരു സുരക്ഷിത ബോധം ഉണ്ടാക്കി. സേനയും നാട്ടുകാരും തമ്മിൽ ഊഷ്മളമായ ഒരു ബന്ധം നിലനിർത്തി പോന്നു.

ഈ ഗ്രാമം വളരെ തന്ത്രപ്രധാനമായ ഒരു പ്രദേശത്താണ് എന്നതായിരുന്നു സുരക്ഷാ സേന വരാനുണ്ടായ പ്രധാന കാരണം. ഈ സമയമൊക്കെയും സമാധാനപൂർണമായ അന്തരീക്ഷം നിലനിന്നു. ഞങ്ങൾ കൃഷിയിലേക്ക് തിരിഞ്ഞു. പുകയില, മുന്തിരി, ഒലിവ്, അത്തിപ്പഴം, ഗോതമ്പ് അങ്ങനെ പലതും കൃഷി ചെയ്യാൻ ആരംഭിച്ചു. ഒരിക്കൽ പാടത്ത് വച്ച് കുറച്ച് ആയുധങ്ങളും മദ്യ കുപ്പികളും കാണാനിടയായത് ഞങ്ങളിൽ ചില സംശയങ്ങൾ ജനിപ്പിച്ചു. ജൂതരുടെ സാന്നിധ്യം അവിടങ്ങളിൽ ഉണ്ട് എന്ന തോന്നൽ ഞങ്ങളിൽ ഭയമുളവാക്കി. വിവരം അറിഞ്ഞ സുരക്ഷാസേന വിവിധ ഇടങ്ങളിൽ ചെക്ക് പോസ്റ്റുകൾ സ്ഥാപിച്ചു.

ധൈര്യപൂർവം ഞങ്ങൾ നാടിനെ രക്ഷിക്കാൻ മുന്നിട്ടിറങ്ങി. ആര് വന്നാലും അവരെ എന്ത് വിലകൊടുത്തും അതിർത്തിയിൽ തടയണം എന്നായിരുന്നു തീരുമാനം. അതിനായി കിടങ്ങുകൾ നിർമിച്ചു. ആ സമയത്ത് തന്നെ രണ്ട് അറബി പെൺകുട്ടികളെ ജൂതർ തട്ടിക്കൊണ്ടു പോയി. എങ്കിലും യാതൊരു കുഴപ്പവും കൂടാതെ അവർ തിരികെ എത്തി. നാടിന്റെ പല ഭാഗത്തും ആക്രമണങ്ങൾ ആരംഭിച്ചു. ആക്രമണങ്ങൾ മരണത്തിൽ കലാശിച്ചു.

മരിക്കുന്നവരിൽ കൂടുതലും അറബികളായിരുന്നു. അതിനിടെ സുരക്ഷാ സേനയും അവിടം വിട്ടു. പ്രശ്നങ്ങൾ കൂടി വന്ന സമയത്ത് സേന നാട് വിട്ടു പോയത് ഞങ്ങളെ നിരാശപ്പെടുത്തി. ഞങ്ങൾ നിരാലംബരായി.

ജൂതർ മോർടാർ ആക്രമണം ആരംഭിച്ചു. അവരെ നേരിടാൻ ഞങ്ങളുടെ കയ്യിൽ ഒന്നും ഇല്ലായിരുന്നു. തുടർന്ന് മിസൈലുകളും മറ്റും ഉപയോഗിച്ചുള്ള ആക്രമണം തുടങ്ങി. അവസാനം പിടിച്ചു നിൽക്കുവാനാവാതെ ഞങ്ങളുടെ നാടും ജൂതർക്ക് കീഴടങ്ങി.

പേടിച്ചു ഭയന്ന ഞങ്ങൾ എല്ലാവരും ഗ്രാമത്തിലെ വടക്ക് ഭാഗത്തുണ്ടായിരുന്ന രണ്ടു വീടുകളിലായി ഒളിച്ചു. പിറ്റേന്ന് നേരം പുലരുന്നത് വരെ അവിടെ തങ്ങി. കാലത്ത് ഭയന്നു വിറച്ച് മറ്റ് രണ്ട് പേർ അവിടേക്ക് ഓടി വന്നു. അവരുടെ ഗ്രാമവും ജൂതർ കീഴടക്കി എന്ന വാർത്തയാണ് ഞങ്ങളോട് പറഞ്ഞത്. അവരുടെ വീട്ടിൽ കയറി ആക്രമണം തുടങ്ങിയപ്പോൾ പേടിച്ച് ഓടി വന്നതാണ്. കുറച്ച് സമയം കഴിഞ്ഞപ്പോഴേക്കും ജൂത പട്ടാളം ഞങ്ങൾ താമസിച്ചിരുന്ന വീട് വളഞ്ഞു. ഞങ്ങൾ കൈകൾ രണ്ടും ഉയർത്തി കീഴടങ്ങാൻ തയ്യാറായി. തോക്ക് ചൂണ്ടി, 'പുറത്തേക്കു പോകൂ' എന്ന് പറഞ്ഞ് തോക്ക് കൊണ്ട് അടയാളവും കാട്ടി. ഞങ്ങൾ പുറത്തിറങ്ങി വന്ന വഴിയെ തിരികെ പോയി. ആ നടത്തം അവസാനിച്ചത് യാലൂൺ എന്ന ഗ്രാമത്തിലായിരുന്നു.

ഞങ്ങൾ നാട് വിട്ട് പോരുമ്പോൾ എന്റെ അമ്മായിയുടെ ചെറിയ മകളും കൂടെ ഉണ്ടായിരുന്നു. എന്നാൽ ആളുകളുടെ ബഹളത്തിലും രക്ഷപ്പെടാനുള്ള തിക്കിലും തിരക്കിലും പെട്ട് അവളെ കാണാതായി. പല സ്ഥലത്ത് തിരഞ്ഞെങ്കിലും കണ്ടെത്താനായില്ല.

അവളുടെ നഷ്ടം ഇപ്പോഴും മനസ്സിൽ മായാത്ത ഒരു മുറിവായി അവശേഷിക്കുന്നു. യാലൂണിൽ ഒരു ദിവസം തങ്ങി. ഗ്രാമത്തിലെ പതിനഞ്ച് പേരെ കൂട്ടക്കൊല ചെയ്തതായുള്ള വാർത്ത ഞങ്ങളിൽ നടുക്കമുളവാക്കി. ജൂതർ ആ പതിനഞ്ച് പേരെയും വരിയായി നിർത്തി നിറയൊഴിക്കുകയായിരുന്നു. അതിന് ശേഷം മൃതദേഹം വലിച്ചിഴച്ച് കൊണ്ട് പോയി മാൻഹോളിൽ തള്ളി. പട്ടാളക്കാർ പോയ ശേഷം നാട്ടുകാർ മാൻഹോളിൽ നിന്നും മൃതദേഹങ്ങൾ പുറത്തെടുത്തു. പിന്നീട് മതാചാര പ്രകാരം സംസ്കരിച്ചു. ഈ സംഭവം കഴിഞ്ഞ് ദിവസങ്ങൾക്കകം മറ്റൊരു പതിനഞ്ച് പേരെക്കൂടി കൊന്നു. തൊട്ടടുത്ത ദിവസം നാൽപ്പത്തിയൊമ്പത് പേർ കൊല ചെയ്യപ്പെട്ടു. തോക്ക് കൈവശം വച്ചു എന്ന് സംശയം തോന്നിയ എല്ലാവരെയും ജൂതർ വെടിവച്ചു കൊന്നു.

യാലൂണിൽ നിന്നും ഞങ്ങൾ ബിന്ത്-ജബൈലിലേക്ക് പോയി. കുറെ സമയത്തെ നടത്തത്തിനു ശേഷം അൽ-ബോർജ് അഭയാർഥി ക്യാമ്പിൽ എത്തി. ബൈറൂതിന് തെക്ക് വശത്തായിരുന്നു ഈ സ്ഥലം. ജീവിതം കൂടുതൽ കുഴപ്പത്തിലേക്കു നീങ്ങുകയായിരുന്നു. ഒരു

പലസ്തീനിക്ക് കിട്ടുന്ന കൂലി ലബനീസ് തൊഴിലാളിക്ക് കിട്ടുന്നതിന്റെ അഞ്ചിൽ ഒന്ന് മാത്രം. അതുകൊണ്ട് തന്നെ ഞാൻ വെസ്റ്റ് ബാങ്കിലേക്ക് പോവാൻ തീരുമാനിച്ചു. അവിടുന്ന് വീണ്ടും നാബ്ലൂസിലേക്ക് സുദീർഘമായ ഒരു യാത്ര. അവസാനം ഇപ്പോൾ റാസ്-അൽ-ഈൗൻ- അഭയാർഥി ക്യാമ്പിൽ ജീവിക്കുന്നു.

വർഷങ്ങൾ ഒരുപാട് കടന്നു പോയി. ഒരിക്കൽ ഒരു പലസ്തീൻ ഉദ്യോഗസ്ഥൻ എന്നെ വിളിച്ച് ഒരു സ്ത്രീക്ക് എന്നോട് എന്തോ സംസാരിക്കാനുണ്ട് എന്ന് പറഞ്ഞു.

ടെലിഫോണിന്റെ മറുവശത്ത് നിന്നും അവളുടെ ശബ്ദം ഞാൻ കേട്ടു. അത്ഭുതവും സന്തോഷവും കൊണ്ട് ഞാൻ മതിമറന്നു പോയി. 'എന്തൊക്കെയുണ്ട് അങ്കിളേ വിശേഷം' എന്ന് ചോദിച്ചു.

ഫോണിന്റെ അങ്ങേത്തലക്കൽ ഇരുന്ന് അവൾ കരയുവാൻ തുടങ്ങി. അവൾ ഇപ്പോൾ പലസ്തീനിലെ ഒരുദ്യോഗസ്ഥന്റെ ഭാര്യയായിക്കഴിയുകയാണ്. ഇപ്പോൾ ഗാസയിൽ താമസിക്കുന്നു. അവളെ കാണാൻ എനിക്ക് അതിയായ ആഗ്രഹം ഉണ്ടായി. അവരുമായി സംസാരിച്ച ശേഷം ഖാൽകിലിയയിൽ വെച്ച് കാണാമെന്ന് തീരുമാനിച്ചു. ഗാസയിൽ നിന്നും വരുന്നവർക്ക് ഏറ്റവും അടുത്ത നഗരമായിരുന്നു ഖാൽകിലിയ. ഞാൻ നേരത്തെ തന്നെ എത്തി ടാക്സി സ്റ്റാൻഡിൽ കാത്ത് നിന്നു. താമസിയാതെ അവൾ ഒരു ടാക്സിയിൽ വന്നിറങ്ങി. അവളെ കണ്ടതും എന്നിൽ വല്ലാത്തൊരു സന്തോഷം നിറഞ്ഞു. ഞങ്ങൾ പരസ്പരം കെട്ടിപ്പിടിച്ച് കരഞ്ഞു. ആദ്യം കുറച്ചു നേരത്തേക്ക് ഞങ്ങൾക്ക് ഒന്നും സംസാരിക്കാൻ കഴിഞ്ഞില്ല.

പിന്നീട് അവൾ വിട്ടുപോന്നതിന് ശേഷമുള്ള എല്ലാ കാര്യങ്ങളും പരസ്പരം സംസാരിച്ചു. ജീവിതത്തിലെ ഏറ്റവും മനോഹരമായ നിമിഷങ്ങളിൽ ഒന്നായിരുന്നു അത്. 1983ൽ ഞാൻ സുഹൂഫിലേക്ക് പോയി. പക്ഷെ അവിടം എല്ലാം നശിപ്പിക്കപ്പെട്ടിരുന്നു. എന്റെ വീടും സ്ഥലവും, എല്ലാം. ഒന്നും സംസാരിക്കാൻ കഴിയാതെ അവിടെ അൽപനേരം നിന്നു. ചുറ്റും നോക്കിക്കണ്ടു. വേദനയും ദേഷ്യവും മനസ്സിനെ വല്ലാതെ മഥിച്ചു. കൃഷിയിടങ്ങളിലെ മരങ്ങൾ എല്ലാം പിഴുതുമാറ്റപ്പെട്ടിരിക്കുന്നു. മറ്റ് ഗ്രാമങ്ങൾക്കുണ്ടായ അതേ വിധി തന്നെയായിരുന്നു സുഹൂഫിനും. സുഹൂഫും നശിച്ചിരിക്കുന്നു.

പേര്: ഒം ഇസ്സ അബു സെരായ

ജനനം: 1916

ജന്മസ്ഥലം: ഷേക് എംവാനെസ് / യാഫ സിറ്റി

ഇപ്പോൾ താമസം: - അസ്കർ അഭയാർഥി ക്യാമ്പ് - നാബ്ലസ് സിറ്റി.

പിറന്നമണ്ണിലേക്ക് തിരികെ പോകുവാൻ കഴിയും എന്ന് ഞാൻ ഇപ്പോഴും വിശ്വസിക്കുന്നു. ആ വിശ്വാസം മനസ്സിൽ ഉറഞ്ഞുകൂടിയിട്ട് നാളൊരുപാടായി.

ആറ് ദുനം* സ്ഥലം മുഴുവനും ഞങ്ങളുടെ കുടുംബം കൃഷിയിറക്കിയിരുന്നു. ഗോതമ്പും, പച്ചക്കറികളും അങ്ങനെ പലതും. എന്നാൽ അവ വിളവെടുപ്പാവുന്നതിന് മുൻപേ എല്ലാം വിട്ടെറിഞ്ഞ് ഞങ്ങൾക്ക് പലായനം ചെയ്യേണ്ടി വന്നു. വർഷങ്ങളോളം പലസ്തീനികളും ജൂതരും ഒരു കുടുംബം പോലെ സമാധാനത്തോടും സന്തോഷത്തോടും കഴിഞ്ഞിരുന്നു. പക്ഷേ അവരെപ്പോലെയായിരുന്നില്ല യൂറോപ്പിൽ നിന്നും മറ്റ് പടിഞ്ഞാറൻ രാജ്യങ്ങളിൽ നിന്നും വന്നവർ. അവർ വർണവെറിയന്മാരും ദുഷ്ടരുമായിരുന്നു. അവർ വന്നതും 'ഹഗാന', 'സ്റ്റെൺ' എന്നീ പേരുകളിൽ ഗ്യാങ്ങുകൾ ഉണ്ടാക്കി ഞങ്ങളെ ഉപദ്രവിക്കാൻ തുടങ്ങി. ഉപദ്രവങ്ങൾ കൊലപാതകത്തിലേക്ക് നയിച്ചു. അങ്ങനെ ഘട്ടം ഘട്ടമായി ഞങ്ങളെ വീടുകളിൽ നിന്നും പുറത്താക്കി.

നാട്ടിൽ നിന്നും ഓടിപ്പോവുന്ന സമയം വസ്തുക്കളുടെ ആധാരമോ മറ്റ് രേഖകളോ ഒന്നും തന്നെ കൈവശം വച്ചിരുന്നില്ല. കുറച്ചു ദിവസങ്ങൾക്കകം തിരികെ വരും എന്ന പ്രതീക്ഷയിലായിരുന്നല്ലോ പോവുന്നത്. അതുകൊണ്ട് തന്നെ മിക്കവാറും എല്ലാവരും തങ്ങളുടെ വസ്തുക്കളുടെ ആധാരം അവരവരുടെ വീടുകളിൽ തന്നെ സൂക്ഷിച്ചു. ഞാൻ എന്റെ ചെരുപ്പ് പോലും കൂടെ എടുത്തിരുന്നില്ല.

ഞങ്ങളിൽ ചിലർ ബ്രിട്ടീഷ് സൈനികരുമായി വളരെ നല്ല ബന്ധത്തിലായിരുന്നു. പലപ്പോഴും മുഖം മറച്ചുകൊണ്ട് അവരുടെ വാഹനങ്ങളിൽ യാത്ര ചെയ്യും, കൂടെ താമസിച്ചും മറ്റും ഞങ്ങൾക്കിടയിലെ പോരാളികളെ അവർക്ക് ഒറ്റിക്കൊടുത്തു. കിട്ടിയ വിവരം ശരിയോ തെറ്റോ എന്ന് നോക്കാതെ ബ്രിട്ടീഷ് സൈനികർ പലരെയും അറസ്റ്റ് ചെയ്ത് ജയിലിലടച്ചു.

കുടുംബത്തിലെ ഓരോരുത്തരും ഗ്രാമം വിടാൻ ആരംഭിച്ചു. ജൂതർ യാതൊരു ദാക്ഷണ്യവുമില്ലാതെ ആളുകളെ ഉപദ്രവിക്കാനും ആക്രമിക്കാനും തുടങ്ങി. മഴയും വെയിലും ഒന്നും നോക്കാതെ കുട്ടികളും വൃദ്ധരുമൊക്കെയായി ഓരോരുത്തരും ഗ്രാമം വിട്ടു പോവാൻ നിർബന്ധിതരായി. ഞങ്ങൾ ഖാൽഖിലിയയിലേക്കാണ് പോയത്. പരിചയക്കാരും അയൽവാസികളും എല്ലാം പലവഴിക്ക് പോയത് കാരണം സഹായത്തിന് പോലും ആരെയും കിട്ടിയില്ല. ഖാൽഖിലിയയിൽ നിന്നും ഞങ്ങൾ സൽഫിറ്റിലേക്ക് പോയി. കുറച്ച് ദിവസത്തിന് ശേഷം നാബ്ലുസിലെക്കും. നാബ്ലുസിൽ യാതൊരു പരിചയവുമില്ലാത്ത, ഗുഹ പോലെ തോന്നിച്ച ഒരിടത്തായിരുന്നു ഞങ്ങൾ കിടന്നത്.

രാത്രി ഒട്ടും ഉറങ്ങാൻ കഴിഞ്ഞില്ല. കാട്ടു ജീവികളുടെ ശബ്ദവും, നാട് വിട്ടുപോന്നതിലുള്ള വ്യസനവും കാരണം ഉറക്കം വന്നതേയില്ല. തൊട്ടടുത്ത ദിവസങ്ങളിൽ UNRWA യുടെ ആളുകൾ അഭയാർഥി ക്യാമ്പുകൾ ഉണ്ടാക്കിയപ്പോൾ ഞങ്ങൾ അങ്ങോട്ടുപോയി. ക്യാമ്പിൽ മൂന്ന് വർഷത്തോളം താമസിച്ചു. ഒരു റൂമിൽ ആറ് പേരായിരുന്നു താമസിച്ചിരുന്നത്. എന്റെ മകൻ ജോലി ചെയ്ത് സമ്പാദിക്കാൻ തുടങ്ങിയപ്പോൾ ഞങ്ങൾ താമസം മാറുകയും അവിടെ വൈദ്യുതി, കുടിവെള്ള കണക്ഷനുകൾ എടുക്കുകയും ചെയ്തു.

ഞങ്ങൾ താമസിച്ച ഇടങ്ങളിലും ആരും സുരക്ഷിതരല്ലായിരുന്നു. ജൂതരുടെ ആക്രമണങ്ങളിൽ ധാരാളം ആളുകൾ കൊല ചെയ്യപ്പെട്ടു. പല കുടുംബങ്ങളും ചിന്നിച്ചിതറി പലഭാഗങ്ങളിലേക്ക് പോയി. ജോർദാനിലേക്കും, കുവൈത്തിലേക്കും ഒക്കെ പോയവരുണ്ടായിരുന്നു.

ബാക്കിയുള്ളവർ അവിടെത്തന്നെ അലഞ്ഞ് തിരിഞ്ഞ് നടന്നു. ജൂതരുടെ ആക്രമണത്തിൽ നിന്നും എങ്ങനെയെങ്കിലും രക്ഷപ്പെടണം എന്ന ഒറ്റ ചിന്ത മാത്രമേ എല്ലാവരെയും അലട്ടിയിരുന്നുള്ളൂ. നാട് വിട്ട് ഓടിപ്പോന്നത് വെറുതെ ആയിരുന്നു എന്ന് എനിക്ക് പലപ്പോഴും തോന്നി.

1967ലെ യുദ്ധത്തിന് ശേഷം ഞാനും മകനും ഞങ്ങളുടെ പഴയ ഗ്രാമത്തിലേക്ക് പോയി. 1948ൽ അവിടെ നിന്നും പോരുന്നതിന് കുറച്ച വർഷങ്ങൾക്ക് മുമ്പായിരുന്നു ഞാൻ പുതിയ വീട് കെട്ടിത്തുടങ്ങിയത്. അപ്പോൾ ജനൽ വച്ചിട്ടുണ്ടായിരുന്നേയുള്ളൂ. മുഴുവൻ പണിയും തീർന്നിരുന്നില്ല. ഞാൻ എന്റെ വീടിനടുത്തേക്ക് പോയി. ഇപ്പോൾ അവിടെ ഒരു ജൂത കുടുംബം താമസിക്കുന്നു. അവർ ഇറാഖിൽ നിന്നും വന്നവരായിരുന്നു. അവർ ഞങ്ങളെ വീട്ടിലേക്ക് ക്ഷണിച്ചു. എന്റെ സ്വപ്നമായിരുന്ന വീട് ഞാൻ ഒന്ന് ചുറ്റിക്കണ്ടു. മനസ്സ് വല്ലാതെ വിങ്ങി. ഞാൻ വേഗം അവിടെനിന്നും പുറത്തിറങ്ങി. അതിനു ശേഷം ഒരിക്കൽ പോലും അങ്ങോട്ട് പോയിട്ടില്ല.

പതിവായി പോവാറുണ്ടായിരുന്ന, വീടിനടുത്തുള്ള കടൽക്കരയിലേക്ക് പോയി. മിക്കവാറും ദിവസങ്ങളിൽ വൈകുന്നേരങ്ങളിൽ ഞാൻ ഇവിടെ വന്ന് ഇരിക്കാറുണ്ടായിരുന്നു. അപ്പോൾ എനിക്ക് കിട്ടുന്ന കടലിന്റെ മണം ഒരിക്കൽ കൂടി ഞാൻ ആസ്വദിച്ചു. 'വർഷങ്ങളായി എനിക്ക് നഷ്ടപ്പെട്ട ആ മണം ഇന്നിതാ ഞാൻ വീണ്ടും ആസ്വദിക്കുന്നു' അൽപം ഉറക്കെയായിരുന്നു ഞാൻ അത് പറഞ്ഞത്. അത് കേട്ടതും അവിടെ മീൻ പിടിച്ചുകൊണ്ടിരുന്ന ഒരു ജൂതൻ ഭയപ്പെടുത്തുന്ന തരത്തിൽ തുറിച്ചു നോക്കി "ഇത് നിങ്ങളുടെ രാജ്യമല്ല. നിങ്ങൾ ജോർദനിലേക്ക് പൊയ്ക്കോ, അതാണ് നിങ്ങളുടെ രാജ്യം" എന്നു പറഞ്ഞു. എന്റെ എല്ലാ സന്തോഷവും പോയി. ഞാൻ മകനെ വിളിച്ച് നാബ്ലസിലേക്ക് പോകാമെന്ന് പറഞ്ഞു. ആ യാത്രയെക്കുറിച്ച് ഓർക്കാൻ പോലും ഞാൻ ഇപ്പോൾ ഇഷ്ടപ്പെടുന്നില്ല.

എന്തുതന്നെ പറഞ്ഞാലും ഒരിക്കൽ ഗ്രാമത്തിലേക്ക് തിരികെ പോകാൻ കഴിയുമെന്ന് ഞാൻ ഇപ്പോഴും സ്വപ്നം കാണാറുണ്ട്. അത് എപ്പോഴും എന്റെ മനസ്സിൽ മായാതെ ഉണർന്നിരിക്കുന്നു. പ്രായമേറെയായി, എന്നിട്ടും അത് മനസ്സിൽ നിന്നും പോകുന്നില്ല. ഞങ്ങളുടെ കുട്ടിക്കാലം, അഭയാർത്ഥികൾ, എല്ലാത്തിനെ പറ്റിയും ഞാൻ എന്റെ കുട്ടികളോട് ഇപ്പോഴും പറയാറുണ്ട്. അത് അവർക്ക് അവരുടെ അവകാശങ്ങളെ കുറിച്ച് ബോധ്യം വരാൻ വേണ്ടിയാണ്. ജൂതർ പറയുന്നത്

പോലെ പലസ്തീൻ ആൾത്താമസമില്ലാത്ത ഒഴിവിടമല്ല. രാഷ്ട്രമില്ലാത്ത ജനതയ്ക്ക് വേണ്ടി നൽകാനുള്ള ജനങ്ങളില്ലാത്ത രാഷ്ട്രമല്ല. തെറ്റായ മുദ്രാവാക്യമാണ് അത്.

എന്റെ ഗ്രാമത്തിനു പകരം ഒന്നും സ്വീകരിക്കാൻ ഞാൻ തയ്യാറല്ല. നൂറ് ദുനം[1] സ്ഥലം എനിക്ക് നഷ്ടപ്പെട്ടിരിക്കുന്നു. എനിക്ക് അവിടേക്ക് തിരികെ പോവണം, ഞാൻ സ്വപ്നം കണ്ട വീടിന്റെ പണി പൂർത്തീകരിക്കണം, അവിടെ താമസിക്കണം.

1 *1 ദുനം = 900 ചതുരശ്ര മീറ്റർ (ഓട്ടോമൻ കാലത്ത് ഏരിയ അറിയാൻ ഉപയോഗിച്ചിരുന്ന ഏകകം)

പേര്: അബ്ദുൽ ഖാദർ യൂസെഫ് അൽ-ഹാഫി

ജനനം: 1938

ജന്മസ്ഥലം: ഖാകോൻ വില്ലേജ് ടുൽകരേം

ഇപ്പോൾ താമസം: - അസ്കർ അഭയാർഥി ക്യാമ്പ് / നാബ്ലസ്.

പുതുതായി പണിതീർത്ത വീടുകളിൽ താമസിക്കുവാനോ, സന്തോഷത്തോടെ ഒരു രാത്രിയെങ്കിലും അവിടെ ഉറങ്ങു വാനോ കഴിയാത്തവർ. വളരെ കുറച്ച ദിവസങ്ങൾ മാത്രം അതിൽ താമസിച്ച്, തിരിച്ചുവരാൻ കഴിയാത്ത വിധം വീട് വിട്ടവർ...

ഞങ്ങൾ താമസിച്ചിരുന്ന ഗ്രാമത്തിലെ മുഴുവൻ കുടുംബങ്ങളും ഒരുമിച്ചായിരുന്നു യാത്ര തുടങ്ങിയത്. ഏറ്റവും ഫലഭൂയിഷ്ഠ മായ മണ്ണായിരുന്നു ഞങ്ങളുടേത്. ഇവിടെ നിന്നും എട്ട് കിലോമീറ്റർ പോയാൽ മെഡിറ്ററേനിയൻ സമുദ്രം എത്തി. ജൂതരുമായുള്ള പ്രശ്ന ങ്ങൾ അഞ്ച് വർഷം മുമ്പേ തുടങ്ങിയിരുന്നു, നാടുവിട്ട് പോവുന്നതിനും അഞ്ചു വർഷം മുമ്പേ. നാട് വിട്ടുപോവാതിരിക്കാൻ പല തവണ ശ്രമി ച്ചതാണ്. എന്നാൽ ജൂത പട്ടാളക്കാരുടെ ആക്രമണത്തിന് മുമ്പിൽ ഞങ്ങൾക്ക് പിടിച്ചു നിൽക്കാൻ കഴിഞ്ഞില്ല. അവരുടെ അത്യാധുനിക ആയുധങ്ങൾക്ക് മുമ്പിൽ അല്ലെങ്കിലും ഞങ്ങൾക്ക് എന്തുചെയ്യാൻ കഴിയും?

പട്ടാളക്കാരുടെ എണ്ണം ഗ്രാമത്തിൽ ആകെയുണ്ടായിരുന്ന ആളുകളേക്കാൾ കൂടുതൽ ആയിരുന്നു. അവർക്ക് ഗ്രാമം മൊത്തം ഒഴിപ്പിക്കണം, എന്നിട്ട് ജൂതരെ കുടിയിരുത്തണം. അവരോട് എതിർത്ത് നിൽക്കാനുള്ള ശക്തി ഞങ്ങൾക്കില്ലായിരുന്നു.

ഞങ്ങളുടെ ഗ്രാമം തന്ത്രപ്രധാനമായ ഒരു ഇടമാണെന്നത് കൊണ്ടായിരുന്നു കൂടുതൽ സേനയുമായി അവർ വന്നത്. ഞങ്ങൾക്ക് എന്ത് ചെയ്യാൻ കഴിയും, സ്ത്രീകളെയും കുട്ടികളെയും മാറ്റി നിർത്തി ആണുങ്ങൾ മാത്രം നാട്ടിൽ നിന്നാലോ എന്നും ആലോചിച്ചു. അതിന് അയൽ ഗ്രാമങ്ങളിൽ നിന്നുള്ളവരുടെ പിന്തുണയുമുണ്ടായിരുന്നു. എന്നിരുന്നാലും ജൂത പട്ടാളക്കാരെ നേരിടാൻ അതൊന്നും മതിയാകുമായിരുന്നില്ല. അവർ ആയുധ സജ്ജരായിരുന്നു. ജൂതർ പിടിച്ചെടുത്ത ഗ്രാമങ്ങൾ തിരികെ പിടിക്കാൻ അറബ് സുരക്ഷാസേന വരുന്നുണ്ടെന്ന വിവരം ഞങ്ങൾ കേട്ടിരുന്നു. അവർ വന്നാൽ വളരെ വേഗം നാട് പിടിച്ചെടുക്കും എന്നും ഞങ്ങൾ ഊഹിച്ചു. പകൽ വൈകുവോളം ഞങ്ങൾ കാത്ത് നിന്നെങ്കിലും അവരെ കാണാൻ സാധിച്ചില്ല. കാത്തിരുപ്പ് രാത്രി വരെ തുടർന്നു. പക്ഷെ സംഭവിച്ചത് നേരെ വിപരീതമായിരുന്നു. അർദ്ധരാത്രിയോടടുത്ത സമയം ജൂത പട്ടാളം അതിക്രമിച്ചു വരികയും ഞങ്ങൾക്ക് നേരെ ഷെല്ലാക്രമണം ആരംഭിക്കുകയും ചെയ്തു. പ്രതിരോധിക്കാൻ ശ്രമിച്ചെങ്കിലും അത് എങ്ങിനെ വേണം എന്നതിനെ കുറിച്ച് യാതൊരു വിധ അറിവുമില്ലായിരുന്നു. അന്നത്തെ ഷെല്ലാക്രമണത്തിൽ അമ്പതോളം പേർ മരണപ്പെട്ടു. ഈ അമ്പത് പേരും ജൂത ആക്രമണത്തെ പ്രതിരോധിക്കാൻ ശ്രമിക്കുന്നതിനിടയിലാണ് കൊല്ലപ്പെട്ടത്.

പലരും പോരാളികൾക്കായി ആയുധങ്ങൾ ശേഖരിക്കാനുള്ള ശ്രമങ്ങൾ ആരംഭിച്ചു. ആയുധങ്ങൾ സിറിയയിൽ നിന്നും ഒളിച്ചു കടത്തുകയെന്നതായിരുന്നു ഞങ്ങൾ തിരഞ്ഞെടുത്ത ഒരു വഴി. ഒരു റൈഫിളിന് നൂറ് പൗണ്ടായിരുന്നു വില. അതും തിരകൾ ഒന്നും ഇല്ലാതെ. അന്ന് നൂറു പൗണ്ട് ഞങ്ങൾക്ക് ഒരു വലിയ സംഖ്യ തന്നെയായിരുന്നു. ഒരു പൗണ്ട് ഏകദേശം നാല് അമേരിക്കൻ ഡോളറിന് തുല്യമായിരുന്നു. ഓരോ കുടുംബവും ആയുധങ്ങൾക്കുള്ള തുക വീതിച്ചെടുത്തു.

ഏത് വിധത്തിലും ചെറുത്തു നിൽപ്പ് ഞങ്ങൾക്ക് അനിവാര്യമായിരുന്നു. ജൂതർ ആക്രമണം തുടങ്ങിയതോടെ നാട് വിട്ട് പോവേണ്ടി വരുമെന്ന് ഞങ്ങൾക്ക് തോന്നിയിരുന്നു. ജൂതരും അറബികളും തമ്മിലുള്ള പ്രശ്നങ്ങളും ചെറിയ ചെറിയ കശപിശകളും എല്ലാം പലപ്പോഴും വലിയ ആക്രമണങ്ങളിലേക്ക് വളർന്നു. അവർ ഞങ്ങളുടെ ഗ്രാമങ്ങളിൽ കോളനികളും ചെക്ക്പോസ്റ്റുകളും സ്ഥാപിച്ചു.

അതിനെ എതിർത്ത പലർക്കും ജീവൻ നഷ്ടമായി. ബ്രിട്ടീഷുകാർ ബാൽഫോർ പ്രഖ്യാപനത്തിലൂടെ ജൂതർക്ക് വേണ്ട എല്ലാ ഒത്താശയും ചെയ്ത് കൊടുത്തു. പലസ്തീനിൽ ജൂത രാഷ്ട്രം സൃഷ്ടിക്കാനുള്ള നിയമ പരിരക്ഷയായിരുന്നു ഇത്. പലസ്തീനികളെ പുറത്താക്കാനുള്ളതെല്ലാം ഈ പ്രഖ്യപനത്തിന്റെ മറവിൽ അവർ ചെയ്തുകൂട്ടി. അങ്ങനെ ഞങ്ങളുടെ മണ്ണിൽ ഒരു ജൂത രാഷ്ട്രം സ്ഥാപിതമായി. ജൂതർ അന്ന് കൈക്കൊണ്ട അതേ നടപടികൾ ഇപ്പോൾ വെസ്റ്റ്ബാങ്കിലും തുടങ്ങി. അവിടെയുണ്ടായിരുന്നവരെ ഓടിച്ചും കൊന്നും അവർ അവിടെയും അധീശത്വം സ്ഥാപിച്ചു.

ഒരിക്കൽ ഞങ്ങളുടെ ഗ്രാമത്തിലേക്ക് തൊടുത്തുവിട്ട ഒരു മിസൈൽ ലക്ഷ്യം തെറ്റി അൽപം ദൂരെ പതിച്ചു. എന്നാൽ അത് കാണാൻ ചെന്ന ആളുകൾക്ക് നേരെ വീണ്ടും മിസൈൽ ആക്രമണമുണ്ടായി. ആ ആക്രമണത്തിൽ പരിക്കേറ്റ അമ്പതോളം പേർ പിന്നീട് മരണത്തിനു കീഴടങ്ങി. ഞങ്ങൾ ഗ്രാമം വിട്ടു ഓടിപ്പോവാൻ നിർബന്ധിതരാവുകയായിരുന്നു. ഗ്രാമം മുഴുവനും ഒഴിഞ്ഞു പോയി എന്ന് ഉറപ്പാക്കിയ ശേഷം ജൂതർ അവിടേക്ക് കുടിയേറാൻ തുടങ്ങി.

നാട്ടിൽ ഞങ്ങൾ മാത്രമായിരുന്നപ്പോൾ എത്രയോ സമാധാനവും സന്തോഷവും ഉണ്ടായിരുന്നു. നന്നായി വിള നൽകുന്ന ഭൂമിയും, കൃഷിയും. സന്തോഷത്തിന്റെ ദിനങ്ങൾ ജൂതകുടിയേറ്റത്തോടെ അവസാനിച്ചു. പുതിയ വീടുകൾ കെട്ടിയുണ്ടാക്കിയവർക്ക് അതിൽ കൊതിതീരുവോളം താമസിക്കാൻ പോലും പറ്റിയില്ല. അതിനു മുമ്പേ അവർക്ക് വീട് ഉപേക്ഷിച്ചു പോവേണ്ടി വന്നു.

ഞാൻ ഒരിക്കലും പിന്നെ ഗ്രാമത്തിലേക്ക് പോയിട്ടില്ല. എന്നാൽ എന്റെ കൂടെയുള്ളവർ പലപ്പോഴും പോയിരുന്നു. അതും രാത്രികാലങ്ങളിൽ ആരും കാണാതെ. അവർ ഉപേക്ഷിച്ച പലതും എടുക്കുവാൻ വേണ്ടിയായിരുന്നു ഈ ഒളി സന്ദർശനം.

പല അഭയാർഥികളും ടെന്റുകളിലും ഗുഹകളിലുമൊക്കെയായിരുന്നു കഴിഞ്ഞിരുന്നത്. വേനൽ കാലങ്ങളിൽ ചൂട് കൊണ്ട് വിയർത്തും, തണുപ്പ് കാലങ്ങളിൽ തണുത്തുവിറച്ചും ദുരിതം നിറഞ്ഞ ജീവിതം. ആവശ്യത്തിന് വെള്ളമോ, ഭക്ഷണമോ, വൃത്തിയുള്ള ടോയ്‌ലറ്റോ ഒന്നുമില്ലായിരുന്നു. തുറന്ന അഴുക്കുചാലുകളിൽ കൊതുകും ഈച്ചയും നിറഞ്ഞു. UNRWA ഉണ്ടാക്കിയ ടെന്റുകളിലായി പിന്നീടുള്ള ജീവിതം. അവിടെ 1963 വരെ ജീവിച്ചു. രാജ്യത്തിന്റെ പലഭാഗത്ത് നിന്നും സംഭാവനകൾ ഒഴുകിയെത്തി. എങ്കിലും അവയൊന്നും ഞങ്ങളുടെ ജീവിത നിലവാരം

മെച്ചപ്പെടുത്താൻ ഉപകരിച്ചില്ല. ജീവിതം ദുരിതപൂർണമായി തുടർന്നു.

പകർച്ച വ്യാധികൾ പലതവണ ടെന്റുകളിൽ പടർന്ന് പിടിച്ചു. എന്നാൽ നല്ല ചികിത്സക്കുള്ള സാഹചര്യം ഞങ്ങൾക്കില്ലായിരുന്നു. 1967ലെ യുദ്ധത്തിന് ശേഷം ഞാൻ എന്തെങ്കിലും ജോലി കിട്ടുമോ എന്ന റിയാൻ ഇസ്രയേലിലേക്ക് പോയി -അല്ല, ഒരിക്കലുമല്ല, അത് പലസ്തീൻ തന്നെയായിരുന്നു. ഞാനോ എന്റെ മാതാപിതാക്കളോ ഒരിക്കൽ പോലും പഴയ ഗ്രാമത്തിലേക്ക് പോയില്ല. അത് കാണാൻ ഞങ്ങൾ ആഗ്രഹിച്ചിരുന്നില്ല. എങ്കിലും ഒരിക്കൽ സ്വതന്ത്രമായാൽ, അവിടെ പോവണം എന്ന് പലപ്പോഴും ആഗ്രഹിക്കാറുണ്ട്. പഴയ ഗ്രാമത്തിലൂടെ വെറുതെ ഒന്ന് നടക്കാൻ -

അത്രമാത്രം. ഞങ്ങളുടെ കൂടെയുണ്ടായിരുന്ന അയൽവാസികളും സുഹൃത്തുക്കളും പലയിടങ്ങളിലെക്ക് കുടിയേറി. ചിലർ കുവൈത്തിലേക്ക്, മറ്റു ചിലർ ജോർദാൻ, ചിലർ മറ്റ് ഗൾഫ് രാജ്യങ്ങളിലേക്ക്. ഇപ്പോൾ ഞങ്ങൾ വളരെ കുറച്ചു പേർ മാത്രം തനിച്ച് ഇവിടെ ജീവിക്കുന്നു. ആദ്യം ഷുവൈകിലേക്കായിരുന്നു പോയത്. ടുൽകരെമിനടുത്ത ഒരു ചെറിയ ഗ്രാമമായിരുന്നു അത്.

എങ്കിലും അവിടെ അധിക കാലം നിന്നില്ല. അവിടുന്ന് ബുർഖയിലേക്ക് മാറി. അവിടെ രണ്ടു വർഷം താമസിച്ചു. അവിടത്തെ ജനങ്ങൾ ഞങ്ങളെ സ്വീകരിച്ചെങ്കിലും ഒരു ജോലി കണ്ടെത്താൻ വളരെ ബുദ്ധിമുട്ടി. അച്ഛന്റെ ഒരു സുഹൃത്തിന്റെ കൂടെയായിരുന്നു ഏഴ് മാസത്തോളം താമസിച്ചത്. അതുകൊണ്ട് തന്നെ അധികം താമസിയാതെ ഞങ്ങൾ ടുൽകരേമിലേക്ക് പോയി. മൂന്ന് വർഷത്തോളം അവിടെ നിന്നു. കൃഷി വളരെ കുറഞ്ഞ ഒരിടമായിരുന്നു ടുൽകരേം.

മറ്റ് ജോലികൾ ഒന്നും കിട്ടിയുമില്ല. UNRWA യുടെ ഭക്ഷണപ്പൊതികളായിരുന്നു ഏക ആശ്രയം. അതിന് ശേഷം നാബ്ലസിലേക്ക് പോയി. 1960 വരെ നാബ്ലസിൽ തന്നെയായിരുന്നു. പഴയ സിറ്റിയിൽ, വൈദ്യുതിയോ കുടിവെള്ളമോ ഇല്ലാത്ത ഒരു സ്ഥലത്തായിരുന്നു ഞങ്ങളുടെ താമസം.

1955ന് ശേഷം പലരും ഗൾഫ് നാടുകളിലേക്ക് കുടിയേറി. അവിടെ നിന്നും അയച്ചു കിട്ടിയ പണം കൊണ്ട് പലരും വെസ്റ്റ് ബാങ്കിൽ സ്ഥലം വാങ്ങുകയും വീട് വെക്കുകയും ചെയ്തു. രാജ്യത്തിന്റെ അവസ്ഥ 1967 വരെ ഇതേ രീതിയിൽ തുടർന്നു. രാജ്യത്തിന്റെ നിയന്ത്രണം ജോർദാനായിരുന്ന ആ സമയമൊക്കെയും ജൂതർ പലസ്തീനിൽ പിടിമുറുക്കുകയായിരുന്നു.

1967ൽ ഇസ്രയേൽ അധിനിവേശം മറ്റൊരു തലത്തിലേക്ക് നീങ്ങി. സിവിൽ അഡ്മിനിസ്ട്രേഷൻ ഡിപാർട്മെന്റ് പ്രവർത്തനം ആരംഭിച്ചു. അവർ ഞങ്ങളിൽ നിന്നും നികുതി പിരിക്കാൻ തുടങ്ങി. ഭീമമായ നികുതികൾ കമ്പനികളുടെ മേൽ ചുമത്തി. നികുതി ഭാരം താങ്ങാൻ കഴിയാത്ത കമ്പനികൾ, കടകൾ, മറ്റു ബിസിനസ് സ്ഥാപനങ്ങൾ എല്ലാം സാമ്പത്തികമായ ഞെരുക്കത്തിൽ പെട്ട് പൂട്ടിപ്പോയി. തുടർന്ന് അത്തരം സ്ഥാപനങ്ങൾ ജൂതർ കയ്യേറി. ഒരുപക്ഷെ അതിനു വേണ്ടി തന്നെയായിരിക്കണം നികുതി വർധിപ്പിച്ചതും.

വർഷങ്ങൾ പലതു കഴിഞ്ഞു. ഇപ്പോൾ പലസ്തീനികൾ ജീവിക്കാനായി പലയിടത്തും ജോലിക്ക് പോകുന്നു. ഉടമസ്ഥരായിരുന്ന സ്ഥാപനങ്ങളിൽ പോലും ഇപ്പോൾ അവർ തൊഴിലാളികൾ മാത്രമാണ്.

പേര്: അബു ഖാദർ ഹംദാൻ

ജനനം: 1928

ജന്മസ്ഥലം: സലാമ - യാഫ സിറ്റി

ഇപ്പോൾ താമസം: - അസ്കർ അഭയാർഥി ക്യാമ്പ് / നാബ്ലസ്.

ഞങ്ങൾ മലമുകളിലേക്ക് ഓടി രക്ഷപെട്ടു. അവിടെ അതികഠിനമായ ചൂടായിരുന്നു. ദാഹിച്ചും, ക്ഷീണിച്ചും, വിശന്നും പലരും മരിച്ചു വീണു.

ഞാൻ ജോലി ചെയ്തിരുന്നതും ജീവിച്ചതും ടെൽ അവീവിൽ നിന്നും ആറ് കിലോമീറ്റർ ദൂരെയുള്ള സലാമയിലായിരുന്നു. ഇവിടെ പലസ്തീനികളും ജൂതരും വളരെ സൗഹൃദപരമായ ജീവിതമായിരുന്നു നയിച്ചിരുന്നത്. ടെൽ അവീവ് വികസനം ജൂതരുടെ ഒരു പ്രധാന ആവശ്യമായിരുന്നു. യാഫയുടെ ഭാഗമായിരുന്ന ടെൽ-അൽ-രബെയിലാണ് പുതിയ നഗരമായ ടെൽ അവീവ് സ്ഥാപിതമാവുന്നത്.

1947 നവംബറിന് ശേഷമാണ് കാര്യങ്ങൾ മാറുവാൻ തുടങ്ങിയത്. പലസ്തീൻ എന്ന രാജ്യത്തെ, ജൂതർക്കും പലസ്തീനികൾക്കുമായി വിഭജിക്കാൻ യു.എൻ. തീരുമാനിച്ചത് അന്നായിരുന്നു. ഈ തീരുമാനം പലസ്തീനികൾക്കിടയിൽ രോഷം സൃഷ്ടിച്ചു. കാരണം യു.എൻ. പ്രഖ്യാപനം മുഴുവൻ പലസ്തീനികൾക്കും ദോഷം ചെയ്യുകയും, ജൂതരെ

സഹായിക്കുകയും ചെയ്യുന്ന തായിരുന്നു. ആദ്യ അഞ്ച് മാസങ്ങൾ ഞങ്ങൾക്ക് വല്ലാത്ത പരീക്ഷണം തന്നെയായിരുന്നു. 1947 നവംബർ മുതൽ 1948 മാർച്ച് വരെ ജൂതരുമായി നേരിട്ടേറ്റുമുട്ടി. പക്ഷെ എല്ലാം വെറുതെയായി. ജൂതരെ സഹായിക്കാൻ അവരുടെ പട്ടാളം ഉണ്ടായിരുന്നു. മാത്രമല്ല അവർക്ക് സ്വയ രക്ഷക്കായി ചെക്കോസ്ലോവാക്യൻ നിർമിത തോക്കുകളും നൽകിയിരുന്നു. ജൂതരുടെ മോർടാറുകൾക്കും, മിസൈലുകൾക്കും എതിരെ ഞങ്ങളുടെ നാടൻ തോക്ക് കൊണ്ട് എന്ത് ചെയ്യാൻ?

ജൂത പട്ടാളം സലാമയിൽ ഷെല്ലാക്രമണം നടത്തി. കൂട്ടക്കൊലകൾ പലതും നടന്നു. ഞങ്ങൾക്ക് അവിടുന്ന് ഓടിപ്പോവുകയല്ലാതെ മറ്റൊരു വഴിയില്ലായിരുന്നു. അങ്ങിനെ 1948 ഏപ്രിൽ 17ന് ഞങ്ങൾ സലാമ വിട്ടു. ഓറഞ്ച് വിളവെടുപ്പിന്റെ സമയത്തായിരുന്നു പലായനം.

അതിനാൽ രാത്രികാലങ്ങളിൽ തോട്ടത്തിൽ ഒളിച്ചു കയറിയായിരുന്നു ഓറഞ്ച് വിളവെടുപ്പ്. എന്നാൽ അത് വലിയ ബുദ്ധിമുട്ടുള്ള ജോലിയായിരുന്നു.

ആദ്യം ഞങ്ങൾ പോയത് സരഫ്നാദ് എന്ന സ്ഥലത്തേക്കായിരുന്നു. അതിർത്തിയിലുള്ള ഒരു ചെറിയ ഗ്രാമം. എന്നാൽ കുറച്ചു ദിവസങ്ങൾക്കകം സരഫ്നാദും ജൂതർ പിടിച്ചെടുത്തു. അവിടെയും ജീവിതം ദുരിത പൂർണമായിരുന്നു. ജോലിയൊന്നും കിട്ടിയില്ല. അങ്ങനെ അവിടുന്നും യാത്രയായി. ലിഡ ആയിരുന്നു ലക്ഷ്യം. എന്നാൽ 1948ൽ അവിടെയും ജൂതർ ആക്രമണം നടത്തി. ഒരുപാട് ആളുകളെ പള്ളിയിൽ കയറ്റി എല്ലാവരെയും വെടിവച്ചു കൊന്നു. ഞങ്ങൾ എത്തി മൂന്നാം നാൾ 'പലസ്തീനികൾ എത്രയും പെട്ടന്ന് ഇവിടം വിട്ടു പോവണം' എന്ന് ഒരു അനൗൺസ്മെന്റ് ഉണ്ടായി. ജീവ ഭയത്താൽ അവിടെയുണ്ടായിരുന്ന പലരും മലമുകളിലേക്ക് ഓടിക്കയറി. കഠിനമായ ചൂടുണ്ടായിരുന്നു അവിടെ. പലരും മരണത്തിന് കീഴടങ്ങി. വെള്ളവും ഭക്ഷണവും കിട്ടാതെ വലഞ്ഞ ഞങ്ങൾ രാത്രിയോടെ കുന്നിറങ്ങി യാത്രയായി. എങ്ങോട്ടെന്നറിയാതെ പലരും പല വഴികളിലൂടെ. മിക്കയിടത്തും ഇസ്രയേൽ പട്ടാളം കാവൽ നിന്നിരുന്നു. റോഡിലൂടെ പോവുന്നവരെ

അവർ തടഞ്ഞു നിർത്തി ചോദ്യം ചെയ്തു. ചിലരെ ഉപദ്രവിച്ചു. വേദനയും അപമാനഭാരവും കൊണ്ട് ശിരസ് കുനിഞ്ഞ്, കഠിന യാത്രയായിരുന്നു അത്.

ഒരിക്കൽ ഞാൻ യാഫ സന്ദർശിച്ചു. 1967ലെ വെസ്റ്റ് ബാങ്ക് അധിനിവേശത്തിന് ശേഷമുള്ള എന്റെ ആദ്യ സന്ദർശനമായിരുന്നു. പലരും തങ്ങളുടെ നാട്ടിലേക്ക് പോവാൻ വളരെയധികം ഭയപ്പെടുന്നതായി കണ്ടു. കാരണം ഒരിക്കൽ നാട്ടിൽ പോയി വന്നവർക്ക് ഹൃദയാഘാതമോ വിഷാദ രോഗമോ മറ്റു അസുഖങ്ങളോ ഒക്കെ പിടികൂടുന്നത് കാണാമായിരുന്നു. നാടിന്റെ അപ്പോഴത്തെ അവസ്ഥയും, തങ്ങളുടെ ജീവിതവും എല്ലാം അവർക്ക് നൽകിയത് മാനസിക പീഡനമായിരുന്നു. ഞാൻ യാഫയിലേക്ക് പോയെങ്കിലും സലാമയിലേക്ക് പോവാൻ മനസ് വന്നില്ല. സലാമ എന്ന സ്ഥലം ഇപ്പോൾ നിലവിൽ ഇല്ല, ഭൂപടത്തിൽ നിന്നും എന്നേ നീക്കം ചെയ്യപ്പെട്ടിരിക്കുന്നു എന്ന് എന്റെ സുഹൃത്ത് ഒരിക്കൽ പറയുകയുണ്ടായി.

പേര്: ഫാത്തിമ ദൗദ് അബ്ദുൽ റഹ്മാൻ

ജനനം: കൃത്യമായി അറിയില്ല

ജന്മസ്ഥലം: എംസെര, ലിഡ സിറ്റി

ഇപ്പോൾ താമസം: - അസ്കർ അഭയാർഥി ക്യാമ്പ്- നാബ്ലസ്.

ജൂത പട്ടാളം കവചിത വാഹനങ്ങളിൽ വന്ന് ഞങ്ങളുടെ നഗരത്തെ ആക്രമിച്ച് കീഴടക്കി. അവർ ഞങ്ങളുടെ വീടുകൾ തകർത്തു. ഓടിപ്പോവുകയല്ലാതെ മറ്റൊരു മാർഗവും ഞങ്ങളുടെ മുമ്പിൽ ഇല്ലായിരുന്നു.

എന്റെ ഭർത്താവ് അടുത്തുള്ള ചായക്കടകളിൽ നിന്നും വരുമ്പോൾ അന്നത്തെ വാർത്തകളും കൂടെ കൊണ്ട് പോരുമായിരുന്നു. വീട്ടിൽ റേഡിയോ, വർത്തമാനപത്രം ഒന്നും ഇല്ലാത്തതിനാൽ ഞാൻ വാർത്തകൾ അറിഞ്ഞിരുന്നത് ഇങ്ങനെയായിരുന്നു. ബ്രിട്ടീഷ് ഭരണാധികാരികൾ ആളുകളെ ചിലയിടങ്ങളിൽ നിന്നും കുടിയൊഴിപ്പിക്കുന്നതായി കേട്ടിരുന്നു. അവർ സ്വാതന്ത്ര്യം തരും എന്നാണ് ഞങ്ങൾ വിശ്വസിച്ചിരുന്നത്. എന്നാൽ ഞങ്ങൾക്ക് തെറ്റി. പകരം അസ്വാതന്ത്ര്യം ഞങ്ങളിലേക്ക് അടിച്ചേൽപ്പിക്കുകയായിരുന്നു.

ജൂതർക്കായി അവർ ഞങ്ങളുടെ ഭൂമി തുറന്ന് കൊടുത്തു. അതൊന്നും സംഭവിക്കരുതേ എന്ന ഞങ്ങളുടെ പ്രാർത്ഥന ദൈവം കേട്ടില്ല. ബ്രിട്ടീഷ് ഭരണത്തിൽ നിന്നും മോചനം ആഗ്രഹിച്ച ഞങ്ങൾക്ക് പക്ഷെ കിട്ടിയത് മറ്റൊരു യജമാനനെ ആയിരുന്നു.

ജൂതർ കുടിയേറുന്നതിന് കുറച്ച് ദിവസങ്ങൾക്ക് മുമ്പേ തന്നെ ഒരു ബ്രിട്ടീഷ് പട്ടാളക്കാരൻ വന്ന്, അവിടെ നിന്ന് വിട്ടുപോവണം, അവർക്ക് അവിടെ ചില പദ്ധതികൾ നടപ്പിലാക്കാനുണ്ട് എന്ന് പറഞ്ഞു. എന്നാൽ ഞങ്ങളുടെ അയൽവാസിയായ ഒരാൾ ഇത് തട്ടിപ്പാണെന്നും, ഒരാൾ പോലും ഇവിടെ നിന്ന് എങ്ങോട്ടും പോവരുതെന്നും, അങ്ങിനെ പോയാൽ ഉടനെ തന്നെ ഇവിടേയ്ക്ക് ജൂതർ വന്ന് താമസം ആകുമെന്നും പറഞ്ഞു. ഇത് കേട്ട ആളുകൾ നാട് വിട്ടു പോവാനുള്ള തങ്ങളുടെ തീരുമാനത്തിൽ നിന്നും പിൻവലിഞ്ഞു. എന്റെ ഭർത്താവും അക്കൂട്ടത്തിൽ പെട്ടും.

ജൂത പട്ടാളക്കാർ അവരുടെ വണ്ടികളിൽ വന്ന് തെരുവുകളിൽ ബോംബ് സ്ഫോടനം നടത്തുമായിരുന്നു. ആളുകൾ ഭയന്ന് വീടിന് വെളിയിൽ ഇറങ്ങാതെയായി, കടകൾ എല്ലാം പൂടിക്കിടന്നു. എല്ലാത്തരം കച്ചവടങ്ങളും ഇടപാടുകളും നിശ്ചലമായി. ഭക്ഷണത്തിനും കുടിവെള്ളത്തിനുമെല്ലാം ക്ഷാമം അനുഭവപ്പെട്ടു.

ഞങ്ങളുടെ അയൽവാസിയായ സാല മുഹമ്മദ് പരിക്കേറ്റ് റോഡരികിൽ കിടക്കുന്നുണ്ടെന്ന് ആരോ പറഞ്ഞു. അയാളെ പാടത്ത് പോവുന്ന വഴി പോലീസുകാർ വെടിവക്കുകയായിരുന്നു. പരിക്കേറ്റ മുഹമ്മദിനെ ആളുകൾ ഉടനെ തന്നെ ആശുപ ത്രിയിൽ എത്തിച്ചു. ആബിദ് എന്ന മറ്റൊരാൾ ഒരു പട്ടാളക്കാരിയുടെ വെടിയേറ്റായിരുന്നു മരിച്ചത്. ജൂത പട്ടാളക്കാർ ഞങ്ങളുടെ പട്ടണത്തിലേക്ക് ടാങ്കുകളും മറ്റായുധങ്ങളുമായി കടന്ന് വരുന്നത് ഞാൻ കണ്ടു. ദേർ ഗസന, മജ്ദൽ, ഖുലിയ, എന്നിവിടങ്ങളിൽ നിന്നും പോരാളികൾ അവരോടേറ്റുമുട്ടി. നാട്ടുകാർ എല്ലാവരും ഭീതിലായിരുന്നു. ദേർ യാസീൻ കൂട്ടക്കൊല പോലെ ഒരു കൂട്ടക്കൊലയിലേക്ക് തങ്ങളുടെ നാട്ടും വീണ് പോവുമോ എന്ന തോന്നലായിരുന്നു അവരുടെ ഭീതിക്ക് കാരണം. അത്തരത്തിലുള്ള കിംവദന്തികളും നാടൊട്ടുക്കുംപരന്നിരുന്നു.

നഗരത്തിലെ ഒരു പ്രധാനയിടത്തായിരുന്നു എന്റെ കുടുംബം താമസിച്ചിരുന്നത്. ഞാൻ മക്കളെ കൂട്ടി, കുറച്ച് ബ്രഡ്ഡും, വെള്ളവും, കൂടെ കുറച്ചു ദിവസത്തേക്കുള്ള വസ്ത്രവും കരുതി കുടുംബ വീട്ടിലേക്ക് യാത്രയായി. ജൂതർ ഞങ്ങളുടെടെ ഗ്രാമത്തിലേക്ക് അധിനിവേശം നടത്തിക്കൊണ്ടിരുന്നു. ആളുകൾ ഒഴിഞ്ഞു പോവാൻ വിസമ്മതിച്ച പല വീടുകളും അവർ തകർത്തു. ആളുകൾ ഓടി രക്ഷപെട്ടു. മിക്കയിടങ്ങളിലും ഷെല്ലാക്രമണം നടത്തി. ജൂതർ ഗ്രാമം മുഴവൻ വളഞ്ഞു. ദേർ യാസീൻ കൂട്ടക്കൊലയെപ്പറ്റി കേട്ട ആളുകൾക്ക് ഭയമായി. ഷെല്ലാക്രമണം കനത്തതോടെ

ആളുകൾ കൂട്ടമായി ഗ്രാമം ഒഴിയാൻ തുടങ്ങി. മിക്കവാറും അടുത്ത നഗരമായ മാർജ് ഉബൈദിലേക്കും റാസ് തനാനയിലേക്കുമായിരുന്നു പോയത്.

റംസാൻ മാസമായിരുന്നു ഇതെല്ലാം സംഭവിച്ചത്. നോമ്പ് നോറ്റു കൊണ്ട് തന്നെ ഞങ്ങൾ നടന്നു. ഒരു മരം പോലുമില്ലാതെ, തീക്ഷ്ണമായ വെയിലത്ത് ഇരിക്കേണ്ടി വന്നു. വിശപ്പും, ദാഹവും, നിരാശയും മൂലം ആകെ അവശരായിരുന്നു എല്ലാവരും. മരച്ചുവട്ടിലുംമറ്റുമായി മൂന്ന് ദിവസത്തോളം കഴിക്കേണ്ടി വന്നു. പലർക്കും നോമ്പ് വല്ലാത്ത ദുരിതമായി മാറി. കൂടെക്കൂടെയുള്ള ഷെല്ലാക്രമണം അന്തരീക്ഷ മലിനീകരണവും ചൂടും വർദ്ധിപ്പിച്ചു.

ഞങ്ങൾ പോയത് ദേർ ഗസ്സനയിലേക്കായിരുന്നു. അവിടെ മരക്കമ്പുകൾ കൊണ്ട് ഉണ്ടാക്കിയ ഒരു കുടിലിൽ ഞങ്ങൾ ഒമ്പത് വർഷം ജീവിച്ചു.. അവിടെയുണ്ടായിരുന്ന നാട്ടുകാർ വേണ്ട എല്ലാ സഹായങ്ങളും ചെയ്തു തന്നു. പലപ്പോഴും ഭക്ഷണവും മറ്റും തന്ന് സഹായിച്ചു. ഞങ്ങളുടെ അയൽവാസികളായിരുന്നവരൊക്കെ ഇപ്പോൾ എവിടെയാണെന്ന് പോലും അറിയില്ല. അവസാനമായി ഞങ്ങൾ അസ്കർ അഭയാർത്ഥി ക്യാമ്പിൽ എത്തി. അതിന് മുമ്പ് മൂന്ന് പ്രദേശങ്ങളിൽ ഞങ്ങൾ മാറി താമസിച്ചിരുന്നു.

പേര്: ഖാലിദ് റാഷിദ് മൻസൂർ.

ജനനം: 1932

ജന്മസ്ഥലം: എജ്സിം, ഹൈഫ.

ഇപ്പോൾ താമസം: - ജെനിൻ അഭയാർഥി ക്യാമ്പ്, ജെനിൻ.

ഒരു സ്ത്രീ കരഞ്ഞു വിളിച്ച നടക്കുന്നുണ്ടായിരുന്നു. രക്ഷപെടാനുള്ള ശ്രമത്തിൽ അവർ സ്വന്തം കുഞ്ഞിനെ മറന്നു പോയി.

'എജ്സിം' എന്ന സ്ഥലത്തായിരുന്നു ഞാൻ ജനിച്ചത്. നക്ബ ആരംഭിച്ചപ്പോൾ എനിക്ക് ഏകദേശം പതിനാറ് വയസ്സായിരുന്നു. ഹൈഫയിലെ അൽ ബാഷ തെരുവിലെ അറബ് സ്കൂളിലായിരുന്നു ഞാൻ പോയിരുന്നത്. ആ സ്കൂൾ ആകെ തകർന്നു. അതിന്റെ ഒരു ഭാഗം ബാർ ആയി പരിണമിച്ചിരിക്കുന്നു.

1938ൽ ഞങ്ങൾ അച്ഛന്റെ ജോലി ആവശ്യാർത്ഥം ഹൈഫയിലേക്ക് മാറി. 1948 ഏപ്രിൽ പന്ത്രണ്ട് വരെ അവിടെ തന്നെയായിരുന്നു. എജ്സിം പ്രദേശത്ത് കൃഷിയല്ലാതെ മറ്റു ജോലി കിട്ടുക വളരെ പ്രയാസമായിരുന്നു. എന്നാൽ വ്യാവസായികമായി വളർന്ന ഒരു സിറ്റിയായിരുന്നു ഹൈഫ. സിമന്റ് ഫാക്ടറികൾ, ഓയിൽ ഫിൽട്ടർ യൂണിറ്റുകൾ, ധനകാര്യ സ്ഥാപനങ്ങൾ എല്ലാം ഹൈഫയിൽ വളർന്നു കൊണ്ടിരിക്കുകയായിരുന്നു. നക്ബ ആരംഭിച്ചപ്പോൾ ഞങ്ങൾ അക്ക സിറ്റിയിലേക്ക് മാറി.

ഞങ്ങളുടെ പ്രദേശത്ത് ഗ്രാമത്തലവന്റെ വീട്ടിൽ മാത്രമായിരുന്നു അന്ന് റേഡിയോ ഉണ്ടായിരുന്നത്. ഓരോ ദിവസത്തെയും വാർത്തകൾ കേൾക്കാൻ ഗ്രാമത്തലവന്റെ വീട്ടിൽ എന്നും ആളുകൾ കൂടി. ഒരു ദിവസം ദേർ യസ്സീനിലെ കൂട്ടക്കൊലയെ പറ്റിയുള്ള വാർത്ത കേട്ടത് ഇന്നും മറക്കാൻ കഴിയില്ല. ഞങ്ങളെ ഏവരെയും ആ വാർത്ത വല്ലാതെ വേദനിപ്പിച്ചു. മാത്രമല്ല ഇനി ഇവിടെയും അത് ആവർത്തിക്കുമോ എന്ന ഭയത്തോടെയായിരുന്നു അന്ന് അവിടെ കൂടിയവർ എല്ലാം വീടിലേക്ക് മടങ്ങിയത്. അടുത്ത് തന്നെ ഒരു യുദ്ധം പൊട്ടിപ്പുറപ്പെടും എന്ന വാർത്തകൾ ആളുകളെ കൂടുതൽ നിരാശയിലാഴ്ത്തി. യുദ്ധമുണ്ടായാൽ ഒന്നും ചെയ്യാനില്ല, ഇവിടം വിട്ട് എങ്ങോട്ടെങ്കിലും ഓടിപ്പോവേണ്ടി വരുമെന്നുമൊക്കെയുള്ള കിംവദന്തികൾ എവിടെയും പ്രചരിച്ചു. ഇവിടെ ജൂത രാഷ്ട്രം സ്ഥാപിക്കപ്പെടുവാൻ പോവുകയാണെന്ന വാർത്ത ഒരിക്കൽ ഞങ്ങളുടെ സ്കൂളിലെ ടീച്ചർ പറയുകയുണ്ടായി.

എജ്സിമ്മിലെ ആളുകൾ ഹൈഫയിലേക്കുള്ള ജൂതരുടെ വരവിനെ തടയാനുള്ള ശ്രമത്തിൽ നല്ലൊരു പങ്കുവഹിച്ചിരുന്നു. അവർ ഈജിപ്തിൽ നിന്നും സിറിയയിൽ നിന്നും മറ്റും ആയുധങ്ങൾ ശേഖരിച്ചു. ജൂതരും പലസ്തീനികളും തമ്മിലുള്ള പോരാട്ടം കനത്തു. ഗത്യന്തരമില്ലാതെ ആളുകൾ ഒഴിഞ്ഞു പോയിക്കൊണ്ടിരുന്നു. പലസ്തീനികൾ ഒഴിഞ്ഞ ഇടങ്ങൾ ജൂതർ കയ്യേറി. ഒഴിഞ്ഞു പോകുന്ന പലസ്തീനികൾക്ക് ബ്രിട്ടീഷ് അധികാരികൾ എല്ലാവിധ സഹായങ്ങളും ചെയ്യുന്നുണ്ടായിരുന്നു. ഹൈഫ പോർട്ടിൽ ഇമിഗ്രേഷൻ വിഭാഗം തന്നെ പ്രവർത്തനം തുടങ്ങി. കൂടുതൽ ആളുകൾ ഒഴിഞ്ഞു പോവുന്നതോടെ അത്രയും ജൂതരെ അവിടെ കുടിയിരുത്താമല്ലോ എന്ന ചിന്തയായിരുന്നു അവർക്ക്.

ഞങ്ങൾ അക്കയിലേക്ക് യാത്രയായി. പക്ഷെ അധികകാലം അവിടെ നിൽക്കാൻ സാധിച്ചില്ല. വൈകാതെ തന്നെ സോർ, സൈദ എന്നീ സ്ഥലങ്ങളിലും പല തവണയായി മാറി താമസിക്കേണ്ടി വന്നു. തുടർന്ന് ഹൈഫയിൽ കുറച്ചു ദിവസം താമസിച്ചു. തന്റോര എന്ന ഗ്രാമത്തിലും താമസിച്ചിരുന്നു. ഏകദേശം നാല് മാസം. പിന്നെ എജ്സിമ്മിലേക്ക് പോയി. അവിടെയും കുറച്ച് മാസമേ താമസിക്കാൻ കഴിഞ്ഞുള്ളൂ.

ഇറാഖി സൈനികർ ഞങ്ങൾക്ക് ആയുധങ്ങൾ തന്നെങ്കിലും അപ്പോഴേക്കും വെടിനിർത്തൽ കരാർ നിലവിൽ വന്നു. കരാർ നിലവിൽ വന്ന് പതിനഞ്ച് ദിവസത്തിനകം ജൂതർ ഹൈഫ കയ്യേറാൻ തുടങ്ങി. കയ്യേറ്റത്തിന് തയ്യാറായ ജൂതരെ സഹായിക്കാൻ വേണ്ടിയായിരുന്നു ഈ വെടിനിർത്തൽ കരാർ നടപ്പിലാക്കിയത്.

ഞങ്ങളുടെ ഗ്രാമത്തിന് സമീപം കുടിയേറിയ ജൂതർ ഞങ്ങളുമായി ചില കരാറുകളിൽ ഏർപ്പെടാൻ മുന്നോട്ട് വന്നു. എന്നാൽ അത് എന്ത് കരാർ ആണെന്ന് ഞങ്ങൾക്ക് ആർക്കും അറിയില്ലായിരുന്നു. അതിൽ ഒപ്പിടാൻ ആരും സന്നദ്ധരായതും ഇല്ല. ടാൻടോര വില്ലേജിൽ കുടിയേറിയ ജൂതർ അന്നാട്ടുകാരെ മുഴുവൻ കൂട്ടക്കൊല ചെയ്തു. ഇരുന്നൂറ്റി അമ്പതോളം പേർ മരണത്തിന് കീഴടങ്ങി.. അവരുടെ വീടുകൾ ആക്രമിച്ച ജൂതർ പണവും ആഭരണങ്ങളും കൊള്ള ചെയ്തു.

ഞങ്ങളുടെ ബന്ധുവായ അബ്ദുൽ റഹിമാൻ ഖാസിമിനെ ഈ ആക്രമണത്തിൽ ഞങ്ങൾക്ക് നഷ്ടപ്പെട്ടു. ഒരു ജൂതന്റെ വീടിനു സമീപം താമസിച്ച അയാളെ രാത്രിയിൽ ഉറങ്ങിക്കിടക്കുമ്പോഴായിരുന്നു വധിച്ചത്.

എന്നാൽ ഞങ്ങൾ താമസിക്കുന്ന ഭാഗങ്ങളിലേക്ക് ഒരിക്കലും ജൂതർക്ക് കടക്കാൻ കഴിഞ്ഞില്ല. അവരെ ഞങ്ങൾ എല്ലാവരും ഒരുപോലെ നേരിട്ടു. ആക്രമിക്കാൻ ശ്രമിച്ച ഓരോ സമയത്തും ഞങ്ങൾ തിരിച്ചടിച്ചു. അതിനായി അയൽ ഗ്രാമങ്ങളിൽ നിന്നുള്ളവരും സഹായിച്ചു. ഒരു സിറിയക്കാരൻ എപ്പോഴും ഞങ്ങളെ സഹായിക്കാൻ കൂടെയുണ്ടായിരുന്നു. അയാളുടെ കയ്യിൽ ഒരു പീരങ്കി ഉണ്ടായിരുന്നു. എന്നാൽ ജൂതപ്പട്ടാളക്കാരുമായുള്ള ഒരേറ്റുമുട്ടലിൽ അയാൾ കൊല്ലപ്പെട്ടു. അയാളുടെ പേരോ, മറ്റു കാര്യങ്ങളോ ഒന്നും ആർക്കും അറിയില്ലായിരുന്നു. സിറിയയിൽ നിന്നും, ലബനോനിൽ നിന്നുമെല്ലാം ധാരാളം ആളുകൾ പോരാടുവാൻ തയ്യാറായി വന്നു. എങ്കിലും അതുകൊണ്ടൊന്നും യാതൊരു പ്രയോജനവും ഉണ്ടായിരുന്നില്ല. പതുക്കെ ഞങ്ങളുടെ ഗ്രാമവും ജൂതരുടെ കൈപ്പിടിയിൽ ഒതുങ്ങി. കൊലപാതകം ചെയ്യാനുള്ള ശത്രുക്കളുടെ കരുത്തും, ഒരിക്കൽ പോലും കൊലയെ പറ്റി ചിന്തിക്കാത്ത പലസ്തീനികളും തമ്മിൽ ഏറ്റുമുട്ടിയാൽ വിജയം ആർക്കൊപ്പം നിൽക്കും എന്ന് കൂടുതൽ വിശദീകരണം ആവശ്യമില്ലല്ലോ.

ഒരു കൂട്ടക്കൊലയെ ഞങ്ങൾ ഭയപ്പെട്ടിരുന്നു. അതിനാൽ നാട് വിട്ട് എങ്ങോട്ടെങ്കിലും പോവുക എന്നല്ലാതെ മറ്റൊരു മാർഗവും മുന്നിൽ ഇല്ലായിരുന്നു. ഞങ്ങൾ എല്ലാവരും പോയപ്പോൾ പോലും മഹമൂദ് അൽമാദി എന്നൊരാൾ അവിടം വിട്ടുപോവാൻ കൂട്ടാക്കിയില്ല. തന്റെ അനവധിയായ സ്വത്തും, കൃഷിയും എല്ലാം വിട്ടുപോവാൻ വൈമനസ്യം തോന്നിയിരിക്കാം. പിന്നീട് അയാളെപ്പറ്റി കേട്ടതേ ഇല്ല.

രണ്ട് വർഷത്തിന് ശേഷം ഒരിക്കൽ ആ ഗ്രാമം സന്ദർശിച്ചത് ഇപ്പോഴും മറക്കാൻ കഴിയില്ല. ഗ്രാമം ആകെ തകർക്കപ്പെട്ടിരുന്നു.

സ്കൂളും അക്കൂട്ടത്തിൽ പെട്ടും. തകർന്ന സ്കൂളിനു സമീപം ഒരു സിനഗോഗ് ഉയർന്നു.

ഞങ്ങൾ അരഹ് എന്ന ഗ്രാമത്തിലേക്ക് പോയി. ഒരു മുഴുദിവസ യാത്രയുടെ അവസാനം ആണ് അരഹിൽ എത്തിയത്. നാട്ടുകാർ ഞങ്ങൾക്ക് ഭക്ഷണവും വെള്ളവും എല്ലാം തന്നു. അപ്പോഴേക്കും ഇറാഖി പട്ടാളക്കാർ വന്നു. അവരുടെ വണ്ടിയിൽ ജെനിനിലേക്ക്. അവിടെ നിന്നും പിന്നെ ഞങ്ങൾ ഓരോരുത്തരും വിവിധ ഭാഗങ്ങളിലേക്ക് യാത്രയായി.

ഒരിക്കലും മറക്കാൻ കഴിയാത്ത ഒരനുഭവം ഇവിടെ സൂചിപ്പിക്കട്ടെ. ഒരു ദിവസം, ഒരു സ്ത്രീ ഭ്രാന്തിയെപ്പോലെ കരഞ്ഞു കൊണ്ട് ജെനിൻ മുഴുവൻ നടക്കുന്നു. ദേർ യാസീൻ കൂട്ടക്കൊലയുടെ നാളുകളിൽ, പലായനത്തിനിടെ അവർക്കു ഏക മകളെ നഷ്ട്ടപ്പെട്ടതാണ്. അവർ വളരെ ഉച്ചത്തിൽ നിലവിളിച്ച്കൊണ്ട് നടക്കുകയാണ്. ദേർ യാസീൻ കൂട്ടക്കൊല ആളുകൾക്കിടയിൽ എത്രമാത്രം മാനസിക ആഘാതം സൃഷ്ടിച്ചിരുന്നു എന്നതിന്റെ ജീവിക്കുന്ന ഉദാഹരണമായിരുന്നു ആ സ്ത്രീ..

ആളുകൾ പോകുന്ന വഴികളിലെല്ലാം ജൂതർ കൂട്ടം കൂട്ടമായി നിന്ന് കൊള്ളയടിക്കുക പതിവായിരുന്നു. അവർ കരുതിയിരുന്ന സ്വർണ്ണം, പണം എല്ലാം വഴികളിൽ കൊള്ളയടിക്കപ്പെട്ടു. കുഞ്ഞുങ്ങളുടെ വസ്ത്ര ങ്ങളിൽ ഒളിപ്പിച്ച് വച്ച് ചില സ്ത്രീകൾ ഈ കൊള്ളക്കാരെ കബളിപ്പി ച്ചു. ഒന്നോ രണ്ടോ ആഴ്ചകൾ കഴിഞ്ഞാൽ തിരികെ പോകാം എന്ന വിശ്വാസത്തിലായിരുന്നു ഞങ്ങൾ പുറപ്പെട്ടത്. എന്നാൽ ഇപ്പോൾ വർഷങ്ങൾ പലത് കഴിഞ്ഞിരിക്കുന്നു. തിരികെ പോവുക എന്നത് ഒരു സ്വപ്നം മാത്രമായി അവശേഷിക്കുന്നു.

ജെനിനിൽ ആയിരുന്നപ്പോൾ കൃഷിയായിരുന്നു എന്റെ പ്രധാന ജോലി. ഞങ്ങളുടെ താമസസ്ഥലത്തിന് ചുറ്റും ധാരാളം കൃഷി സ്ഥല ങ്ങൾ ഉണ്ടായിരുന്നു. അവിടെ പണി ചെയ്താൽ വളരെ കുറഞ്ഞ കൂലിയും, അൽപം ഭക്ഷണവും മാത്രമായിരുന്നു കിട്ടിയിരുന്നത്. ആ തുക ഒന്നിനും തികയുമായിരുന്നില്ല. UNRWA നൽകിയ ഭക്ഷണം കൊണ്ടായിരുന്നു പിന്നീടുള്ള ജീവിതം. കുറച്ച് നാളുകൾക്ക് ശേഷം ഞങ്ങൾ അമ്മാനി ലേക്ക് പോയി. അവിടെ ഒരു പലഹാരക്കടയിൽ കുറേക്കാലം ജോലി ചെയ്തു. പിന്നീട് ജർമനിയിലേക്ക് പോയി. നാല് വർഷത്തെ ജർമ്മൻ ജീവിതത്തിന് ശേഷം വീണ്ടും വെസ്റ്റ് ബാങ്കിലേക്ക് വന്നു.

1967ലെ യുദ്ധത്തിന് ശേഷം എന്നെയും എന്റെ ഏഴ് മക്കളെയും ഇസ്രയേൽ പോലീസ് അറസ്റ്റ് ചെയ്തു. ആറ് മാസത്തെ ജയിൽ ശിക്ഷയായിരുന്നു എല്ലാവർക്കും (അത് എന്തിനായിരുന്നു എന്നത് ഇന്നും എനിക്കറിയില്ല). ജയിലിൽ നിന്ന് പുറത്തിറങ്ങിയ ശേഷം ഞാൻ ഹൈഫയിലേക്ക് പോയി. എന്റെ കുട്ടിക്കാലം മുഴുവൻ ചിലവഴിച്ച ഹൈഫ എത്രയോ മനോഹരമാണ്. ഭൂമിയിൽ എനിക്കേറ്റവും ഇഷ്ടപ്പെട്ട സ്ഥലം. ഭാഗ്യമെന്നെ പറയേണ്ടു എനിക്ക് ഇപ്പോൾ നല്ലൊരു ജോലിയുണ്ട്.

പേര്: ഹാഫിസ അബ്ദുള്ള .

ജന്മസ്ഥലം: കാനോൻ / ടുൽകരേം.

ഇപ്പോൾ താമസം: - ശ്വേഖെ / ടുൽകരേം.

ഒരു വേനൽക്കാലം മുഴുവൻ ഞങ്ങൾ മരത്തിനു കീഴിൽ കഴിച്ചുകൂട്ടി, നാളെ നല്ല നാളുകൾ പുലരുമെന്ന വിശ്വാസത്തിൽ. എന്നാൽ അതുണ്ടായില്ല. അവർ പറഞ്ഞതത്രയും നുണകളായിരുന്നു.

തണ്ണിമത്തനും കക്കരിയും ഗോതമ്പും ചോളവും എല്ലാം കൃഷി ചെയ്തിരുന്ന മനോഹരമായ ഒരിടമായിരുന്നു ഞങ്ങളുടെ ഗ്രാമം. ജീവിതം ഏറ്റവും സന്തോഷകരമായിരുന്ന ഒരു കാലം. രണ്ടാം ലോക മഹായുദ്ധത്തെ പറ്റി ധാരാളം വാർത്തകൾ അക്കാലത്ത് റേഡിയോയിലൂടെ കേട്ടിരുന്നു.

ആളുകൾ യുദ്ധത്തെ പറ്റി സംസാരിക്കുന്നതും കേൾക്കാമായിരുന്നു. ജർമനി എന്നും ഹിറ്റ്ലർ എന്നും മറ്റുമുള്ള പേരുകൾ കൂടെക്കൂടെ കേട്ടുവെങ്കിലും യുദ്ധത്തെക്കുറിച്ചുള്ള മറ്റ് കാര്യങ്ങൾ ഒന്നും എനിക്കറിയില്ലായിരുന്നു. പക്ഷെ ഞാൻ കേട്ട് കൊണ്ടിരുന്ന രണ്ടാം ലോക മഹായുദ്ധം, ഞങ്ങളെ കൂട്ടപ്പലായനത്തിന് വിധേയമാക്കാൻ മാത്രം ശക്തിയുള്ള അതി ഭീകരമായ എന്തെങ്കിലും ആയിരിക്കുമെന്ന് ആരും തന്നെ ഒരിക്കലും കരുതിയിരുന്നില്ല.

ഞങ്ങളുടെ നാട്ടിലെ മിക്കവാറും എല്ലാവരും സാധാരണ കൃഷിക്കാരായിരുന്നു. വിളവെടുപ്പ് കാലത്തിന് ഏതാനും ആഴ്ചകൾക്ക് മുമ്പായിരുന്നു പലായനത്തിന്റെ തുടക്കം. 1948ലായിരുന്നു അത്. എന്റെ സഹോദരൻ സമീറടക്കം സ്ത്രീകളും കുട്ടികളും വൃദ്ധരുമൊക്കെയായി ഇരുപത്തിയേഴ് ആളുകൾ അന്നത്തെ ജൂത ആക്രമണത്തിൽ കൊല്ലപ്പെട്ടു. മാത്രമല്ല രണ്ടിടങ്ങളിൽ വീണ ബോംബുകൾ നിരവധി കുടുംബങ്ങളെ അനാഥരാക്കി. അതിൽ ഞങ്ങളുടെ അയൽവാസികളായ, എനിക്ക് വളരെ പരിചയമുള്ള, അൽഹയാതിന്റെ ഭാര്യ, ശുമാലി കുടുംബത്തിലെ മുഴുവൻ പേരും, അബു സബയുടെ മകൾ, അബ്ദുൽ റഹിമിന്റെ മകൻ തുടങ്ങി ഒട്ടു മിക്കപേരും മരണപ്പെട്ടു.

ഞങ്ങൾ കൃഷി ചെയ്തിരുന്ന ഭൂമിയെല്ലാം ജൂതർ കയ്യേറി. അങ്ങോട്ട് പോകുവാൻ പോലും ഇപ്പോൾ അവരുടെ അനുവാദം വേണം എന്നായി. ഞങ്ങളുടെ കുടുംബക്കാർക്ക് പലയിടങ്ങളിൽ കൃഷിയുണ്ടായിരുന്നു. അൽ-കുവാർ പ്രദേശത്ത് മുപ്പതു ദുനം*, നരേയയിൽ ഇരുപത്തിയേഴ് ദുനം, അൽ-ജെരാ യിൽ പതിനഞ്ച് ദുനം. ഇതെല്ലാം അവർ

പിടിച്ചെടുത്തു. മരങ്ങൾ എല്ലാം വേരോടെ പിഴുതു മാറ്റി. ഞങ്ങൾക്ക് വീടുകൾ നഷ്ടപ്പെട്ടു. കൃഷി ഭൂമി നഷ്ടപ്പെട്ടു. ചോളമില്ല, ഗോതമ്പുമില്ല, ഒന്നും തന്നെയില്ല. വിളഞ്ഞ് കൊയ്യാൻ പാകത്തിന് നിൽക്കുന്ന ഗോതമ്പുമണികളെ കുറിച്ചുള്ള പഴയ ഓർമകൾ അല്ലാതെ. എല്ലാം നശിപ്പിക്കപ്പെട്ടിരിക്കുന്നു. ഞങ്ങൾക്കിനി ഒന്നും ബാക്കിയില്ല.

എല്ലാവരും നാട് വിട്ടുപോവാൻ നിർബന്ധിതരായി. എല്ലാം നഷ്ടപ്പെട്ട ഞങ്ങൾക്ക് ഇനി ജീവനെങ്കിലും ബാക്കി വേണമല്ലോ. ടുൽകരേമിനടുത്ത ശ്വേഖെ ഗ്രാമത്തിലേക്കായിരുന്നു ഞങ്ങൾ പോയത്. നാട് വിട്ട് പോരുമ്പോൾ ഞങ്ങൾ ഒന്നും കരുതിയിരുന്നില്ല. ശ്വേഖെയിൽ എത്തിയ ആദ്യ ദിവസങ്ങളിൽ ജോലി ഒന്നും ശരിയായിരുന്നില്ല. കയ്യിലുണ്ടായിരുന്ന പണമെല്ലാം തീർന്ന് തുടങ്ങി. ആ വർഷത്തെ വേനൽക്കാലം മുഴുവൻ ഞങ്ങൾ ഒരു മരത്തിനു കീഴിൽ കഴിച്ചുകൂട്ടി. നാളെ നല്ല നാളുകൾ പുലരുമെന്ന വിശ്വാസത്തിൽ. എന്നാൽ അതുണ്ടായില്ല.

അവർ പറഞ്ഞതത്രയും നുണകളായിരുന്നു. ചെറിയ കൃഷിയും മറ്റുമായി കുറെ നാളായി ഇവിടെ തന്നെയാണ് താമസം. ദിവസങ്ങളും മാസങ്ങളും പലത് കഴിഞ്ഞു. ഇപ്പോഴും തിരികെ പോവാനുള്ള കാത്തിരിപ്പാണ്. ഞങ്ങളുടെ എല്ലാവരുടെയും ഈ കാത്തിരിപ്പ് എന്ന് തീരും? ആർക്കറിയാം.

1967ന് ശേഷം ഒരിക്കൽ ഞാൻ കാനോനിലേക്ക് പോയി. ഇതുവരെ കാണാത്ത തീർത്തും അപരിചിതരായ ഒരുകൂട്ടം ആളുകൾ ഞങ്ങളുടെ കൃഷി തോട്ടം മുഴവൻ കയ്യേറിയിരിക്കുന്നു. ഞങ്ങളെ കുടിയിറക്കിയവർ ഇപ്പോൾ ഞങ്ങളുടെ പാടത്ത് കൃഷി ചെയ്യുന്നു. അവർ ഞങ്ങളെ ഒന്നുമല്ലാതാക്കി. ഞങ്ങൾ അനാഥരായി.

പേര്: മുഹമദ് രാദ്വാൻ

ജനനം: : 1931

ജന്മസ്ഥലം: വാദി ഹവാർത്തെ.

ഇപ്പോൾ താമസം: - ടുൽകരം ടൗൺ

ലോകത്തിന്റെ പല ഭാഗത്ത് നിന്നും വന്ന ഏത് ജൂതനും താമസിക്കാനും ജീവിക്കാനുമുള്ള എല്ലാവിധ സൗകര്യങ്ങളും ഗവൺമെന്റ് ചെയ്തു കൊടുക്കുന്നു. എന്നാൽ ഇവിടെ ജനിച്ച് വളർന്ന ഞങ്ങൾക്ക് ഈ ഭൂമിയിൽ ജീവിക്കാൻ അവകാശമില്ല. എന്നെ എപ്പോഴും കുഴപ്പിച്ച ഒരു സമസ്യയായിരുന്നു അത്.

അന്ന് പത്രങ്ങളുടെ പ്രചാരം വളരെ കുറവായിരുന്നു. ഉണ്ടെങ്കിൽ തന്നെ നഗരങ്ങളിൽ മാത്രമായിരുന്നു ലഭിച്ചിരുന്നത്. നാട്ടിൻ പുറത്തുകാരായ ഞങ്ങളെപ്പോലുള്ളവർക്ക് വാർത്തകൾക്ക് റേഡിയോ തന്നെയായിരുന്നു ശരണം. ഞങ്ങൾ പലസ്തീനികളും ജൂതരും വളരെ അടുത്തടുത്തായിരുന്നു താമസിച്ചിരുന്നത്, ഒരുമിച്ചായിരുന്നു ജോലി ചെയ്തിരുന്നത്. പക്ഷെ ഒരുനാൾ എല്ലാം അവസാനിച്ചു. സുഹൃത്തുക്കളായി കഴി ഞ്ഞിരുന്നവർ പരസ്പരം ശത്രുക്കളായി മാറി. യാതൊരു വിധ പ്രശ്നങ്ങളോ, പ്രകോപനങ്ങളോ ഇല്ലാതിരുന്നിട്ടും ജൂതർ ഞങ്ങളെ ആക്രമിച്ചു.

ജീവിതം വളരെ പ്രയാസത്തിലേക്ക് നീങ്ങി. കൃഷി ചെയ്തിരുന്നവർക്ക് മാത്രം അവരുടെ ജോലി തുടരാൻ പറ്റി. മറ്റുള്ളവർക്ക് തൊഴിലവസരങ്ങൾ കുറഞ്ഞു. കൃഷിയിടങ്ങളിലേക്ക് പോയവരെയും ജൂതർ ആക്രമിച്ചിരുന്നു. ആളുകൾ വീടിന് പുറത്തിറങ്ങാൻ പേടിച്ചു. അതോടെ കൃഷിയും നിന്നു. ഭക്ഷണത്തിന് ക്ഷാമം അനുഭവപ്പെടാൻ തുടങ്ങി. പല ഭക്ഷ്യ വസ്തുക്കളും മാർക്കറ്റിൽ കിട്ടാതെയായി. കിട്ടുന്നതിന് വില വളരെ കൂടുതലായത് കാരണം ആർക്കും വാങ്ങാൻ പറ്റാതെ യായി. ജീവിതം കൂടുതൽ കൂടുതൽ ദുരിതപൂർണമായി.

ഞങ്ങളുടെ ഗ്രാമവും ആക്രമണങ്ങൾക്ക് വിധേയമായി. പല തവണ ഷെല്ലുകൾ വർഷിച്ചു. പുകപടലം കൊണ്ട് ഗ്രാമം വീർപ്പുമുട്ടി. 'ഹഗാന' എന്ന് പേരുള്ള സൈനിക വിഭാഗം, അവർ നാട്ടുകാരോട് യാതൊരു ദാക്ഷണ്യവും കാണിച്ചില്ല. ഒരു ദിവസം ടൂൽകരേമിൽ നിന്നും അവർ ആറ് പേരെ പിടികൂടി. നാല് പേരെ പരസ്യമായി വധിച്ചു. ബാക്കി രണ്ടു പേരെ വിട്ടയച്ചു. ആ സംഭവം ആളുകളിൽ വല്ലാത്ത ഭീതി പടർത്തി. ആളുകൾ ഓരോരുത്തരായി നാട് വിട്ടു പോകുവാൻ തുടങ്ങി. 'പുറത്തു പോ, ഇത് ഞങ്ങൾക്കവകാശപ്പെട്ട ഭൂമിയാണ്' എന്ന് ജൂതർ പലരും വിളിച്ചു കൂവുന്നുണ്ടായിരുന്നു. നാട് വിട്ട് പോകുന്നവരെയും അവർ ഉപദ്രവിക്കാൻ തുടങ്ങി. ഇംഗ്ലീഷ് പട്ടാളക്കാർ ഞങ്ങൾ ഇവിടെ നിന്നും വിട്ട് പോവുന്നുണ്ട് എന്ന് ഉറപ്പു വരുത്തി. ഗോതമ്പ് വയലുകൾ വിളവെടുപ്പിന് പാകമായ സമയത്തായിരുന്നു ഇതെല്ലാം സംഭവിക്കുന്നത്.

അതിനിടെ അറബ് സുരക്ഷാ സേന വാദി ഹവാർത്തെയിൽ എത്തിച്ചേർന്നു. അവരുടെ സാന്നിധ്യത്തിലും ഇംഗ്ലീഷ് ഉദ്യോഗസ്ഥർ തദ്ദേശീയരുടെ പലായനത്തെ പ്രോത്സാഹിപ്പിക്കുകയും, ആളൊഴിഞ്ഞ ഇടങ്ങളിലേക്ക് ജൂതരെ കുടിയിരുത്തുകയും ചെയ്തു.

എന്നെങ്കിലും ഒരിക്കൽ തിരികെ പോകാൻ കഴിയുമെന്ന വിശ്വാസത്തിൽ നിന്ന ഞങ്ങളുടെ കണക്കുകൂട്ടലുകൾ എല്ലാം തെറ്റുകയായിരുന്നു. ഒന്നോ രണ്ടോ ദിവസത്തെ പ്രശ്നങ്ങൾക്ക് ശേഷം തിരികെ പോകാൻ കഴിയുമെന്ന ഉറച്ച വിശ്വാസത്തിലായിരുന്നു ഞങ്ങൾ നാടുവിട്ടത്. അതുകൊണ്ട് തന്നെ ജോലി നോക്കാനൊന്നും ആദ്യകാലങ്ങളിൽ ഞങ്ങൾ മിനക്കെട്ടില്ല. ആണ്ടുകൾ നീണ്ട ആ കാത്തിരുപ്പ് ഇപ്പോഴും തുടരുന്നു..

ആ സമയത്ത് തന്നെ ദേർ യാസ്സീനിൽ കൂട്ടക്കൊല നടന്ന വാർത്തയും ഞങ്ങൾ കേട്ടു. അതിനേക്കാൾ ഭയാനകമായ വാർത്തയായിരുന്നു ലുദ് സിറ്റിയിൽ നിന്നും രാമല്ലയിൽ നിന്നും കേട്ടത്. എങ്കിലും

ഒരു യുദ്ധം ഉണ്ടാവുമെന്ന് ഞങ്ങൾ സ്വപ്നത്തിൽ പോലും വിചാരിച്ചില്ല.

ഹൈഫയിൽ ജൂതർ ആക്രമണം നടത്തുന്ന വിവരം ഞങ്ങൾ റേഡിയോ വാർത്തയിലൂടെ കേട്ടു. ആളുകളെ, അതും സ്ത്രീകളെയും കുട്ടികളെയും അടക്കം, യാതൊരു ദാക്ഷണ്യവുമില്ലാതെ കൊന്നൊടുക്കുന്ന അവർ ആളുകളിൽ വല്ലാത്ത ഭയം നിറച്ചു. പലസ്തീൻ പോലീസുകാർക്കോ മറ്റ് പട്ടാളക്കാർക്കോ ഹൈഫയിലേക്ക് പ്രവേശനം നിഷേധിച്ചു. ആയുധങ്ങൾ കൈവശം വക്കുന്ന ഓരോ പലസ്തീനിയേയും അവർ ഇല്ലായ്മ ചെയ്തു.

അഭയാർഥിയായി നാട് വിട്ട ഞങ്ങൾ ആദ്യം ടെന്റുകളിൽ താമസിച്ചു. കുറച്ചു മാസങ്ങൾക്ക് ശേഷം ഞങ്ങൾ 'ഹോം യൂണിറ്റി'ലേക്ക് മാറി. ലോകത്തിന്റെ പല ഭാഗത്ത് നിന്നും വന്ന ഏത് ജൂതനും താമസിക്കാനും, ജീവിക്കാനുമുള്ള എല്ലാവിധ സൗകര്യങ്ങളും ഗവൺമെന്റ് ചെയ്തു കൊടുക്കുന്നു. എന്നാൽ ഇവിടെ ജനിച്ചു വളർന്ന ഞങ്ങൾക്ക് ഈ ഭൂമിയിൽ ജീവിക്കാൻ അവകാശമില്ല. എന്നെ എപ്പോഴും കുഴപ്പിച്ച ഒരു സമസ്യയായിരുന്നു അത്.

പേര്: നസൊഹ് വാഫി

ജനനം: : 1936

ജന്മസ്ഥലം: യാഫ.

ഇപ്പോൾ താമസം: – അസ്കർ അഭയാർഥി ക്യാമ്പ് – നാബ്ലസ്.

ഞങ്ങളിൽ നിന്നും പിഴുതെറിയപ്പെട്ട മനോഹരമായ ആ ബാല്യകാലം എപ്പോഴും ഞാൻ ഓർക്കാറുണ്ട്.

പ്രധാനമായും 'അൽ ഖുദ്സ്', 'നിയർ ഈസ്റ്റ്' റേഡിയോ സ്റ്റേഷനുകളിലൂടെയും ഫലസ്തീൻ ന്യൂസ് പേപ്പറിലൂടെയും കിട്ടുന്ന വാർത്തകൾ ഒക്കെ കേട്ടുകൊണ്ടാണ് ഞങ്ങൾ ഓരോ ദിവസവും തള്ളി നീക്കുന്നത്. വാർത്ത വായിക്കുന്നവരും,പത്രങ്ങളിൽ എഴുതുന്നവരും എല്ലാം ഇപ്പോൾ ഞങ്ങളുടെ സ്വന്തക്കാരെ പോലെയാണ്.

മുഹമ്മദ് അബു ദ്‌ലയെൻ, ഹാസം അൽ ശാന്തി, സമി അൽ ശാന്തി, ജോർജ് ദാബൂർ, ഹോസാം അഹ്മദ്, മൂസ അൽ ദാജ്നെ, ഇവരൊക്കെയായിരുന്നു റേഡിയോവിലൂടെ വാർത്തകൾ വായിക്കുകയും മറ്റു പരിപാടികൾ അവതരിപ്പിക്കുകയും ചെയ്തിരുന്നത്.

1947 അവസാന മാസങ്ങളിൽ റേഡിയോ വാർത്തയിൽ വന്ന ഒരു പ്രധാന കാര്യം ലീഗ് ഓഫ് നാഷൻസ് എടുത്ത 'വിഭജന പ്രമേയം 181' ആയിരുന്നു. പലസ്തീൻ വിട്ടു പോവാനുള്ള ബ്രിട്ടീഷ് പട്ടാളക്കാരുടെ തീരുമാനവും അതോടൊപ്പം ഉണ്ടായി. 1948 മേയ് മാസം പതിനഞ്ചിനായിരുന്നു അത്.

യുദ്ധം തുടങ്ങി എന്ന വാർത്ത ഞങ്ങളെല്ലാവരെയും ഭയപ്പെടുത്തി. 'വിഭജന പ്രമേയം 181' പ്രഖ്യാപനത്തിന് മുമ്പ് തന്നെ ബെയ്സൻ പട്ടണവും,ടായ്ബാര പട്ടണവും ജൂതർ കയ്യേറിയിരുന്നു. എന്നാൽ വിഭജന പദ്ധതി പ്രഖ്യാപനത്തിന് ശേഷം അവർ കൂടുതൽ നഗരങ്ങൾ പിടിച്ചെടുത്തു. ഹൈഫ, സഫദ്, അക്രെ, നസരേത്, രാമള്ള, ലുധ്, യാഫ, ബീർ സബെ തുടങ്ങിയ പട്ടണങ്ങളെല്ലാം ഇക്കൂട്ടത്തിലുള്ളതാണ്. 1948 ഏപ്രിൽ ഒമ്പതിന് ജൂത പട്ടാളം ദേർ യാസ്സീനിൽ കൂട്ടക്കൊല നടത്തി.

അൽ മുതലത് പലസ്തീനിലെ ഏറ്റവും ഫലഭൂയിഷ്ടമായ ഒരിടമായിരുന്നു. ഏകദേശം പതിനഞ്ച് നഗരങ്ങളായിരുന്നു ഈ പ്രദേശത്തെ ചുറ്റിയുണ്ടായിരുന്നത്. ഈ മനോഹരമായ പ്രദേശം മുഴുവൻ ജൂതർക്ക് പതിച്ചുകൊടുത്തു. അമേരിക്കയുടെയും, ബ്രിട്ടന്റെയും എല്ലാ പിന്തുണയോടും കൂടിയായിരുന്നു സാമ്രാജ്യത്ത അധിനിവേശം. അവർക്ക് മധ്യ പൗരസ്ത്യ ദേശത്ത് ഒരു താവളം ആവശ്യമായിരുന്നു. അറബികൾ ഒന്നിക്കുകയും, എണ്ണ വരുമാനം കൊണ്ട് അവർ ആഗോള ശക്തിയാവുകയും ചെയ്താൽ അത് അധിനിവേശ താൽപര്യങ്ങൾക്ക് വെല്ലുവിളിയാവും എന്ന തോന്നലുകൊണ്ടാണ് അമേരിക്കയും, ബ്രിട്ടനും ഇത്തരം അധിനിവേശങ്ങൾക്ക് ഇസ്രായേലിനു പിന്തുണ നൽകുന്നത്.

ഞങ്ങളെ ഭീതിയിലാഴ്ത്തിയ മറ്റൊരു കാര്യം കൂടി നടന്നു. ഏഴ് അറബ് രാജ്യങ്ങളിൽ നിന്നുള്ള സുരക്ഷാ സേന ശ്രമിച്ചിട്ടും ഇർഗുൻ, ജൂവിഷ് ഗ്യാങ്ങുകളെ തടയാൻ കഴിഞ്ഞില്ല. പലസ്തീനികൾക്ക് ശക്തമായ ഒരു നേതൃത്വം ഇല്ലായിരുന്നു. ആകെയുണ്ടായിരുന്ന ഒരു നേതാവ്, ഗ്രാൻഡ് മുഫ്തി ഹജ് അമിൻ അൽ ഹുസൈനി, നേതൃത്വ ഗുണമുള്ളയാളും ജനകീയനുമായിരുന്നു. അതിനാൽ അദ്ദേഹം അയൽ രാജ്യങ്ങളുമായി സഹകരിച്ച് ദുരിതങ്ങൾക്ക് ഒരു പരിഹാരം ഉണ്ടാക്കും എന്ന് ന്യായമായും ഞങ്ങൾ വിശ്വസിച്ചു. അയാൾക്ക് മാത്രമേ അതിനു കഴിയുമായിരുന്നുള്ളൂ. എന്നിട്ടും അയാൾ അത് ചെയ്തില്ല. അങ്ങനെ വല്ലതും അന്ന് ചെയ്തിരുന്നെങ്കിൽ ഇപ്പോൾ ഞങ്ങൾക്ക് ഇത്രയും കഷ്ടപ്പെടേണ്ടി വരില്ലായിരുന്നു.

ഇന്നേക്ക് ഇരുപതു വർഷമായിട്ടും ഞങ്ങളുടെ പ്രശ്നങ്ങൾ മറ്റ് വേദികളിൽ എത്തിക്കാനോ, ദുരിതങ്ങൾക്ക് അറുതി വരുത്തുന്ന കാര്യങ്ങൾ ചെയ്യാനോ ഒന്നും അറബ് രാഷ്ട്രങ്ങൾ തയ്യാറല്ല. ജെറുസലേം കേന്ദ്രമായി ഒരു പലസ്തീൻ രാഷ്ട്രം എന്ന സ്വപ്നം പോവട്ടെ, അഭയാർഥികളായ ഞങ്ങളുടെ പ്രശങ്ങൾ പരിഹരിക്കാൻ പോലും അവർ തയ്യാറാവുന്നില്ല.

1948ൽ ഞങ്ങൾ ഭക്ഷണവും, ആയുധങ്ങളും സംഭരിക്കുവാൻ തീരുമാനിച്ചു. യുദ്ധം പൊട്ടിപ്പുറപ്പെടും എന്ന ഒരു ശ്രുതി എങ്ങും പരന്നിരുന്നു. സിറിയയിൽ നിന്നും ഈജിപ്റ്റിൽ നിന്നുമൊക്കെയായിരുന്നു ആയുധങ്ങൾ ശേഖരിച്ചത്. അതും കള്ളക്കടത്തായി.

അതെ സമയം ആയുധം കൈവശം വച്ചു എന്ന് പറഞ്ഞ് ബ്രിട്ടീഷ് പട്ടാളം ഞങ്ങളിൽ പലരെയും അകാരണമായി അറസ്റ്റ് ചെയ്യുകയും പീഡിപ്പിക്കുകയും ചെയ്തു. ജീവിതം നിശ്ചലമായി. ഭയം കാരണം ആരും പുറത്തിറങ്ങാതെയായി. ആരും ജോലിക്ക് പോലും പോവാതെയായി.

പോലീസ്, പട്ടാള അതിക്രമങ്ങളിൽ ധാരാളം പേർ കൊല്ലപ്പെടുകയും പലർക്കും മാരകമായ പരിക്കേൽക്കുകയും ചെയ്തു. അവരുടെ എല്ലാവരുടെയും പേരുകൾ ഇപ്പോൾ ഓർത്തെടുക്കാൻ കഴിയുന്നില്ല. എങ്കിലും ഒരു കാര്യം ഉറപ്പാണ്- ശത്രുവിനെ നേരിടാൻ പലസ്തീനികൾ ഓരോരുത്തരും അവരാൽ കഴിയുന്ന തരത്തിൽ പരിശ്രമിച്ചിരുന്നു.

ജൂതർ വിവിധ ഗ്യാങ്ങുകളായി വന്ന്, ആളുകളെ പല രീതിയിൽ ഭീഷണിപ്പെടുത്തി ഒഴിഞ്ഞു പോവാൻ ആവശ്യപ്പെടുന്നത് പലപ്പോഴും ഞാൻ കണ്ടിരുന്നു. എന്നാൽ അവരെ എതിരിടാനുള്ള ശക്തി ആർക്കും ഉണ്ടായിരുന്നില്ല. നാട്ടിലെ ചില യുവാക്കൾ ചേർന്ന് എതിരിടാൻ നോക്കിയെങ്കിലും അവരുടെ അത്യാധുനിക ആയുധങ്ങൾക്ക് മുമ്പിൽ ഒന്നും ചെയ്യാൻ കഴിയുമായിരുന്നില്ല. ഞങ്ങളുടെ നേതാക്കന്മാർ ഒരിക്കലും ഞങ്ങൾക്ക് വേണ്ട നിർദ്ദേശങ്ങൾ തന്നതുമില്ല.

പട്ടണങ്ങൾ മുഴുവൻ നശിപ്പിക്കപ്പെട്ടെന്നും, ആക്രമണങ്ങളിൽ കൊല്ലപ്പെട്ട സ്ത്രീകളുടെയും, കുട്ടികളുടെയും എണ്ണവും മറ്റും റേഡിയോ വാർത്തകളിലൂടെ കേട്ട് പലപ്പോഴും ഞങ്ങൾ ഞെട്ടി. വാർത്ത കേട്ട് പേടിച്ച ഗ്രാമീണരിൽ ചിലർ നാട് വിട്ടു പോയി. മിക്കവാറും ഗ്രാമങ്ങൾ എല്ലാം ശൂന്യമായി. അത്തരം ശൂന്യമായ ഗ്രാമങ്ങളും, ലുദ്, ഹൈഫ, രാമള്ള, ലട്രൗൻ, ദേർ യാസീൻ മുതലായ പല നഗരങ്ങളും ജൂത സൈന്യം പിടിച്ചെടുത്തു. അവയിൽ ഹൈഫയും, ദേർ യാസീനും നിർദയമായ കൂട്ടക്കൊലയിൽ വിറങ്ങലിച്ചു. ഇവിടങ്ങളിലെ മുഴുവൻ ആളുകളെയും ആ പ്രദേശത്ത് നിന്നും തുടച്ചു നീക്കി. ദേർ യാസീൻ പൂർണമായും തകർക്കപ്പെട്ടു. ഒരുപാട് ആളുകളെ അറസ്റ്റ് ചെയ്യുകയും, പലർക്കും സാരമായ പരിക്കേൽക്കുകയും ചെയ്തു.

ഞങ്ങൾ നാട് വിടുവാൻ തന്നെ തീരുമാനിച്ചു. അച്ഛനും അമ്മയും സഹോദരനും സഹോദരിയും എല്ലാവരും കൂടെ യാതൊരു

നിശ്ചയവുമില്ലാത്ത യാത്ര. ചിലർ പക്ഷെ അവിടെത്തന്നെ നിന്നു. മരണ മാണെങ്കിൽ അത് ഇവിടെത്തന്നെയാവട്ടെ എന്ന് തീരുമാനിച്ച ഒരുകൂട്ടം ആളുകൾ. അവർ ആരൊക്കെ എന്ന് ഇപ്പോൾ ഓർമ കിട്ടുന്നില്ല.

ഞങ്ങൾ ലബനോനിലേക്കായിരുന്നു പോയത്. അവിടെ ആറ് മാസത്തോളം താമസിച്ചു. പിന്നെ സിറിയ- അവിടെ എട്ട് മാസത്തോളം. അത് കഴിഞ്ഞ് ജോർദാൻ, അവസാനം നാബ്ലുസിലും. വിവിധ ഇടങ്ങ ളിലെ ജീവിതം ഓർക്കുമ്പോൾ ഇപ്പോഴും വേദന തോന്നുന്നു. സിറിയയി ലെയും ലബനോനിലെയും ആളുകൾ എല്ലാം വളരെ നല്ലവരായിരുന്നു. അഭയാർഥികൾ എന്ന നിലക്ക് അവർ എല്ലാ സഹായവും ഞങ്ങൾക്ക് ചെയ്തു തന്നു.

1967ലെ യുദ്ധത്തിന് ശേഷം ഞാൻ ഒരിക്കൽ പഴയ വീട് സന്ദർശിച്ചു. അത് പൂർണമായും നശിപ്പിക്കപ്പെട്ടിരിക്കുന്നു. ആ രൂപത്തിൽ എന്റെ വീട് കാണാൻ ഞാൻ ഒരിക്കൽ പോലും ഇഷ്ടപ്പെട്ടിരുന്നില്ല. ആ മുറ്റവും അവിടെ ഓടിക്കളിച്ച കുട്ടിക്കാലവും എന്റെ മനസ്സിലേക്ക് ഓടിവന്നു. ആ മനോഹര ദിവസങ്ങളെക്കുറിച്ച് ഓർക്കുമ്പോൾ മനസിന്റെ ഏതോ കോണിൽ നിന്നും ഒരു വിങ്ങൽ അനുഭവപ്പെട്ടു. ഞങ്ങളിൽ നിന്നും പിഴുതെറിയപ്പെട്ട മനോഹരമായ ആ ബാല്യകാലം എപ്പോഴും ഞാൻ ഓർക്കാറുണ്ട്.

പേര്: ജവാദത് അലി ഇസ്സ അബു സരയ്യ.

ജനനം: : 1942

ജന്മസ്ഥലം: ശേഖ് എംവനെസ്, യാഫ ജില്ല.

ഇപ്പോൾ താമസം: - അസ്കർ അഭയാർഥി ക്യാമ്പ്, നാബ്ലസ്.

ഞങ്ങളുടെ ഭൂമി ഞങ്ങൾക്ക് തിരികെ വേണം. അത് ലഭിക്കുന്നത് വരെ ഞങ്ങൾ ശബ്ദിച്ചു കൊണ്ടേയിരിക്കും. ഞങ്ങളുടെ മക്കളും അവരുടെ മക്കളും മരിച്ചു വീഴുന്നത് വരെ അവകാശത്തിനായുള്ള പോരാട്ടം തുടരും.

ഞങ്ങൾ വീട് വിട്ടു പോരുമ്പോൾ ഒന്നും എടുത്തിരുന്നില്ല. ഭക്ഷണമോ, പാത്രങ്ങളോ ഒന്നും തന്നെ. കുറച്ച് ദിവസങ്ങൾക്കകം തന്നെ തിരികെ വരാൻ പറ്റും എന്ന വിശ്വാസം അത്രക്കുണ്ടായിരുന്നു. താൽകാലികമായി നിർമ്മിച്ച ഒരു കുടിലിൽ ആയിരുന്നു ഞങ്ങൾ എല്ലാവരും താമസിച്ചിരുന്നത്. UNRWA അഭയാർഥി ക്യാമ്പുകൾ പണിയുന്നത് വരെ ഈ കുടിലിൽ തന്നെയായിരുന്നു താമസിച്ചിരുന്നത്. 1950ൽ മഞ്ഞു കാലത്ത് ഞങ്ങൾ അനുഭവിച്ച ദുരിതം പറഞ്ഞറിയിക്കാൻ പോലും കഴിയില്ല. ഒരു രാത്രി കനത്ത മഞ്ഞു വീഴ്ചയിൽ ഞങ്ങളുടെ കൊച്ചു കുടിൽ മൂടിപ്പോയി. അവിടെയുണ്ടായിരുന്ന ചിലർ ഞങ്ങളുടെ വീട് കാണാതെ സംശയം തോന്നി അവിടെ എത്തുകയും ആളുകളെ വിളിച്ച് കൂട്ടി മഞ്ഞ് പാളികൾ നീക്കം ചെയ്ത് ഞങ്ങളെ രക്ഷിക്കുകയുമായിരുന്നു.

1948ലെ നക്ബക്ക് ശേഷം വെസ്റ്റ് ബാങ്കിൽ ജോലി സാധ്യത കുറഞ്ഞ് വന്നു. അങ്ങേയറ്റം അസഹനീയമായ അവസ്ഥയായിരുന്നു എല്ലായിടത്തും. ഒരു നേരത്തെ ഭക്ഷണത്തിന് വേണ്ടിപ്പോലും വളരെയധികം കഷ്ടപ്പെടേണ്ടി വന്നു. UNRWA ക്യാമ്പിൽ ഗോതമ്പും പഞ്ചസാരയും എല്ലാം വിതരണം ചെയ്തിരുന്നു. കുട്ടികൾക്കായി ഒരു സ്കൂളും തുറന്നു. 1949ൽ എന്നെയും സ്കൂളിൽ ചേർത്തു. പുസ്തകവും പേനയും എല്ലാം സ്കൂളിൽ നിന്നും സൗജന്യമായി വിതരണം ചെയ്തിരുന്നു. എന്നാൽ ധരിക്കാൻ ചെരുപ്പോ, വസ്ത്രമോ, വിശപ്പ് മാറ്റാനുള്ള ഭക്ഷണമോ ഒന്നും തന്നെ ലഭിച്ചിരുന്നില്ല.

1948 വരെ സ്വന്തം മണ്ണിൽ കൃഷി ചെയ്യുകയും വളരെ മെച്ചപ്പെട്ട ജീവിതം നയിക്കുകയും ചെയ്ത ഞങ്ങൾക്ക് വന്ന ഈ ഗതി ഒരിക്കൽ പോലും മറ്റൊരാൾക്ക് വരരുതേ എന്നാണ് ഇപ്പോൾ പ്രാർത്ഥന. ഞങ്ങൾ കൃഷി ചെയ്ത പച്ചക്കറികൾ ഇപ്പോൾ വിളവെടുക്കുന്നത് ജൂതരാണ്. അത് പോലും ഞങ്ങൾ പണം കൊടുത്തു വാങ്ങണം.

ഞങ്ങളുടെ ഭൂമി ഞങ്ങൾക്ക് തിരികെ വേണം. അത് ലഭിക്കുന്നത് വരെ ഞങ്ങൾ ശബ്ദിച്ച് കൊണ്ടേയിരിക്കും. ഞങ്ങളുടെ മക്കളും അവരുടെ മക്കളും മരിച്ചു വീഴുന്നത് വരെ അവകാശത്തിനായുള്ള പോരാട്ടം തുടരും. വരും തലമുറയോട് ജൂതർ ചെയ്ത അനീതിയുടെ കഥകൾ ഞങ്ങൾ പറയും. അവർ അവരുടെ മക്കളോടും. അവസാന ശ്വാസം വരെ പോരാട്ടം തുടരും. എന്റെ ഭൂമിക്ക് പകരമായി മറ്റൊന്നും എനിക്ക് സ്വീകാര്യമല്ല. അവസാന നീതി ലഭിക്കുന്നത് വരെ ഞങ്ങൾ കാത്തിരിക്കും.

പേര്: ഒം ഹസ്സൻ അൽ-അബിദ്

ജനനം: : 1942

ജന്മസ്ഥലം: യാസൂർ വില്ലേജ്, യാഫ .

ഇപ്പോൾ താമസം: - അൽ-ഈൗൻ അഭയാർഥി ക്യാമ്പ്, നാബ്ലസ് സിറ്റി.

എവിടെ ജനാധിപത്യബോധവും, നീതിയും ? അവർ ഞങ്ങളെ അടക്കി ഭരിക്കുകയാണ്.

1948ൽ നക്ബയുടെ കാലത്ത് എനിക്ക് ആറു വയസ് പ്രായം എങ്കിലും യാസൂരിനെ കുറിച്ചുള്ള ഓർമ്മകൾക്ക് ഇന്നും മങ്ങലേറ്റിട്ടില്ല. യാസൂരിൽ പ്രശ്നങ്ങൾ തുടങ്ങിയ ശേഷം ഞങ്ങളുടെ ആദ്യ യാത്ര ബെദ്ധോ ഗ്രാമത്തിലേക്കായിരുന്നു. മൂന്ന് മാസത്തോളം അവിടെ താമസിച്ചു. അപ്പോഴേക്കും അവിടേക്ക് ജൂത സൈന്യം എത്തുകയും അവിടെയുള്ളവരെ ഒഴിപ്പിക്കുകയും ചെയ്തു. അതിന് ശേഷം ഞങ്ങൾ പോയത് നലീൻ എന്ന കൊച്ചു ഗ്രാമത്തിലേക്കായിരുന്നു. അവിടെയും വളരെ കുറച്ചു നാളുകൾ മാത്രമേ താമസിക്കാൻ സാധിച്ചുള്ളൂ. അപ്പോഴേക്കും പ്രശ്നങ്ങൾ തുടങ്ങി. തുടർന്ന് ഞങ്ങൾ ദേർ അമ്മാറിലേക്ക് മാറി. വീടും നാടും നഷ്ടപ്പെട്ട ഞങ്ങൾ മനസ്സമാധാനം തേടിയുള്ള യാത്ര തുടർന്നുകൊണ്ടിരുന്നു. അക്കാലത്ത് കൗണ്ട് ബെർണാഡ് എന്നൊരാളെ പറ്റി ധാരാളം കേട്ടിരുന്നു. പലസ്തീനിൽ പ്രഖ്യാപിച്ച 'വിഭജന പ്രമേയം 181' നടപ്പിലാക്കുന്നുണ്ടോ എന്ന് പരിശോധിക്കാൻ ലീഗ് ഓഫ് നാഷൻസ് അയച്ച പ്രതിനിധിയായിരുന്നു അദ്ദേഹം.

എന്നാൽ ഇസ്രയേൽ അധികൃതർ കൂടുതൽ ഭൂമി കയ്യേറുന്നുണ്ടെന്നും, വിവരിക്കാൻ കഴിയാത്ത രീതിയിലുള്ള മനുഷ്യാവകാശ ധ്വംസനം നടത്തുന്നുണ്ടെന്നും അയാൾ റിപ്പോർട്ട് ചെയ്തു. എന്നാൽ വളരെ താമസിയാതെ 'ലെഹി ഗ്രൂപ്പ്' എന്നറിയപ്പെടുന്ന ജൂത തീവ്രവാദികളാൽ അദ്ദേഹം കൊല്ലപ്പെട്ടു.

ആദ്യം യാത്ര തുടങ്ങിയപ്പോൾ ഇത് ഒരു താൽക്കാലിക പ്രശ്നം മാത്രമാണെന്നാണ് ഒരു ഇറാഖി കമാണ്ടർ ഞങ്ങളോട് പറഞ്ഞത്. എത്രയും വേഗം തിരികെ വരാൻ കഴിയുമെന്ന അയാളുടെ വാക്കുകൾ വെറും വാക്കുകളായി. ഇപ്പോൾ അൻപത്തിയേഴ് വർഷം കഴിഞ്ഞു. തിരികെ പോവാൻ കഴിയും എന്നുള്ള വിശ്വാസം കുറയുകയല്ലാതെ കൂടിയിട്ടില്ല. പിന്നീടുള്ള കാലങ്ങളിൽ അവർ കൂടുതൽ പ്രദേശങ്ങൾ വെട്ടിപ്പിടിക്കുകയല്ലാതെ പിടിച്ചെടുത്ത ഒരിടം പോലും വിട്ടുകൊടുത്തിരുന്നില്ല. വെസ്റ്റ് ബാങ്ക്, ഗാസാ, ഗോലാൻ കുന്നുകൾ, കിഴക്കേ ജെറുസലേം- ഇവിടങ്ങളിലെല്ലാം 1967 മുതൽ തുടങ്ങിയ അധിനിവേശം ഇപ്പോഴും തുടർന്നുകൊണ്ടിരിക്കുന്നു.

ഞങ്ങൾ ദേർ-അമ്മാനിൽ കുറച്ച് കാലം കഴിഞ്ഞു. ലീഗ് ഓഫ് നാഷൻസ് ഓരോ കുടുംബത്തിനും ഓരോ ടെന്റുകൾ അനുവദിച്ചിരുന്നു. അവിടെ പത്തു വർഷത്തോളം താമസിച്ചു. UNRWA ഞങ്ങൾക്ക് ഭക്ഷണവും എണ്ണയും പഞ്ചസാരയും എല്ലാം തരുമായിരുന്നു. അവർ നിർമ്മിച്ച ടെന്റുകൾ പിന്നീട് റൂമുകളാക്കി മാറ്റി.

1967ൽ ആറു ദിന യുദ്ധത്തിന് ശേഷം ഞാൻ യാസൂർ സന്ദർശിക്കാൻ പോയി. ഇന്നത്തേതടക്കം ഇത് എഴാം തവണയാണ് യാസൂർ സന്ദർശിക്കുന്നത്. യാസൂർ പൂർണമായും വിജനമായിരിക്കുന്നു. അവിടെയുണ്ടായിരുന്ന ശ്മശാനം തകർക്കപ്പെട്ടു. എങ്കിലും ഒരു ശവക്കല്ലറ മാത്രം തകർക്കാതെ വച്ചിരിക്കുന്നു. അവിടെ ഒരു ചെറിയ ഫാക്ടറി പുതുതായി പ്രവർത്തനം തുടങ്ങിയിട്ടുണ്ട്. എല്ലാ വീടുകളും തകർക്കപ്പെട്ടിരിക്കുന്നു. എത്ര ശ്രമിച്ചിട്ടും ഞങ്ങൾ താമസിച്ചിരുന്ന വീട് മാത്രം കണ്ടുപിടിക്കാൻ കഴിഞ്ഞില്ല. അവിടെ ഉണ്ടായിരുന്ന പോലീസ് സ്റ്റേഷന് ഒന്നും സംഭവിച്ചിട്ടില്ല. എനിക്ക് സ്വയം നിയന്ത്രിക്കാൻ കഴിഞ്ഞില്ല. ഞാൻ അവിടെയിരുന്ന് അൽപനേരം കരഞ്ഞു. കരഞ്ഞ് കഴിഞ്ഞപ്പോൾ മനസിലെ ഭാരം എല്ലാം ഇറക്കിവച്ച പോലെ ചെറിയ ഒരാശ്വാസം. ഞാൻ അവിടെ നിന്നും അൽപം മണ്ണ് ഒരു കടലാസിൽ പൊതിഞ്ഞെടുത്ത് വീട്ടിലേക്ക് കൊണ്ടുവന്നു. അത് ഇപ്പോഴും എന്റെ വീട്ടിലുണ്ട്.

കുറച്ച് ദിവസങ്ങൾക്ക് മുമ്പ് ഒരു അന്തരാഷ്ട്ര സംഘടനയുടെ ആളുകൾ ഇവിടെ വന്നിരുന്നു. അവർക്ക് 1948ലെ അഭയാർഥികളുടെ അനുഭവക്കുറിപ്പുകൾ വേണമായിരുന്നു. എന്നാൽ ആരും അതിന് തയ്യാറായില്ല. 'നിങ്ങളുടെ ഈ സംഘടനകൾ ഞങ്ങൾക്ക് നീതി ലഭിക്കുന്നതിനു വേണ്ടി എന്ത് ചെയ്തു?' എന്നായിരുന്നു പലരുടേയും ചോദ്യം. 'നിങ്ങളുടെ രാജ്യങ്ങളിൽ സ്വാതന്ത്ര്യവും ജനാധിപത്യവും സമത്വവും എല്ലാം ഉണ്ടാവും. നിങ്ങൾക്ക് ആവശ്യമുള്ള നിയമങ്ങൾ നിങ്ങൾക്ക് ഉണ്ടാക്കുകയും ചെയ്യാം. എന്നാൽ എന്ത് കൊണ്ട് അതേ നിയമങ്ങൾ നിങ്ങൾ ഇസ്രയേലിന് ബാധകമാക്കുന്നില്ല?. അവർ ഞങ്ങളോട് ചെയ്തുകൂട്ടുന്ന അതിക്രമങ്ങൾ എന്തുകൊണ്ട് നിങ്ങൾ കണ്ടില്ലെന്നു നടിക്കുന്നു?" എന്റെ ചോദ്യത്തിന് അവരിൽ ഒരാൾ മറുപടി പറയാൻ തുടങ്ങി.

"ഇസ്രയേൽ അവരുടെതായ എല്ലാ വിധ സ്വാധീനവും ഉപയോഗിച്ച് പടിഞ്ഞാറൻ മീഡിയകളെ വരുതിയിലാക്കുന്നു. എല്ലാ വാർത്തകളും അവർക്ക് വേണ്ട വിധം അവർ ഉപയോഗിക്കുന്നു. ഇസ്രയേലിനെയോ, സിയോണിസത്തെയോ വിമർശിക്കുന്ന ഒരു വാർത്തയും ആരും നൽകില്ല.

അവർ ചെയ്തുകൂട്ടുന്ന അക്രമങ്ങൾ ഒന്നും തന്നെ മാധ്യമങ്ങൾ പുറത്തറിയിക്കില്ല. ഇനിയത് ഉണ്ടാവില്ല ഇസ്രയേലിനെക്കുറിച്ചുള്ള വാർത്തകൾ ഇനി ഞങ്ങൾ നൽകും. യൂറോപ്യൻ യൂണിയനിൽ അവർക്കെതിരെ പ്രതിഷേധിക്കും.' എനിക്ക് മനസ്സിലാവാത്ത ഒരു കാര്യം, എന്തിനാണ് പലസ്തീൻ ജനതയുടെ സ്വാതന്ത്ര്യ പോരാട്ടത്തെ പടിഞ്ഞാറൻ മാധ്യമങ്ങൾ ഒസാമ ബിൻ ലാദന്റെ തീവ്രവാദവുമായി ബന്ധപ്പെടുത്തുന്നത്?

അവർ ജനങ്ങളെ വിഡ്ഢികളാക്കുകയാണ്. എവിടെയാണ് നീതിയും സത്യവും ജനാധിപത്യവും ഒക്കെ. തീർത്തും അടിച്ചമർത്തപ്പെട്ടവരായല്ലേ ഞങ്ങൾ ജീവിക്കുന്നത്. ഞങ്ങൾ എന്തിന് ഇത്തരം ഒരവസ്ഥയിൽ ജീവിക്കണം? എഫ്-16 ബോംബർ വിമാനങ്ങൾ ഞങ്ങൾക്കെതിരെ ഉപയോഗിക്കാൻ അവർക്കെന്തധികാരം? എവിടെ മനുഷ്യാവകാശം? എന്റെ വീട് കൊള്ളയടിക്കപ്പെട്ടിരിക്കുന്നു. അവർ ഞങ്ങൾക്ക് മേൽ ബോംബ് വർഷിക്കുന്നു. എന്നിട്ടും ഞങ്ങളെ തീവ്രവാദികളാക്കുന്നു. ഇത്തരം താരതമ്യം തന്നെ വൃത്തികേടാണ്.

ഈ കാലം ശക്തിയുള്ളവരുടേതാണ്. ജൂതരാണ് ഇപ്പോൾ ശക്തർ. എന്നാൽ അവരോട് ഞങ്ങൾ ഒരിക്കലും ക്ഷമിക്കാൻ പോകുന്നില്ല. ഞങ്ങളുടെ അവകാശങ്ങൾ ഒരിക്കലും ഞങ്ങൾ വിട്ടുകൊടുക്കുകയുമില്ല. അവർ ഭൂമി കൊള്ളയടിച്ചു, ഭീതി വിതച്ചു, ഭയം കൊണ്ട് മാത്രമാണ്

അവിടം വിട്ടു പോന്നത്. അത് ഏറ്റവും വലിയ അബദ്ധമായെന്ന് ഇപ്പോൾ തോന്നുന്നു. ജീവിത കാലം മുഴുവൻ ഞങ്ങൾ അഭയാർഥിക ളായി കഴിയുമെന്ന ചിന്ത ആർക്കും വേണ്ട.

അമേരിക്കയും, യൂറോപ്യൻ രാജ്യങ്ങളും ഇതിനൊരു പരിഹാരം കണ്ടേ തീരൂ. കാരണം കാര്യങ്ങൾ ഇത്രക്കും വഷളാക്കിയത് അവർ മാത്രമാണ്. ജൂതർക്ക് ഞങ്ങളുടെ രാജ്യം പതിച്ചുനൽക്കാൻ അവർക്ക് ആരാണ് അധികാരം നൽകിയത്? യൂറോപ്യരാണ് ജൂതരെ ആട്ടിയോ ടിച്ചത്. അവരുടെ ഇരട്ടത്താപ്പ് അവസാനിപ്പിച്ചേ തീരൂ. കുവൈത്തിൽ നിന്നും പിന്മാറാൻ ഇറാഖിനോട് ആവശ്യപ്പെട്ടത് പോലെ പലസ്തീനിൽ നിന്നും പിന്മാറാൻ ഇസ്രയേലിനോടും ആവശ്യപ്പെടണം. മധ്യ പൗരസ്ത്യ ദേശത്ത് സമാധാനം ഉണ്ടാവാൻ ഇതല്ലാതെ മറ്റൊരു മാർഗവുമില്ല.

പേര്: രധെയേ ഹുസൈൻ മെരി

ജനനം: : 1942

ജന്മസ്ഥലം: അൽ-മൻസിയ ഹൈഫ .

ഇപ്പോൾ താമസം: - ജെനിൻ അഭയാർഥി ക്യാമ്പ് / ജെനിൻ.

തൊടിയിൽ നിന്നും അല്പം മണ്ണെടുത്ത് ഞാൻ ക്യാമ്പിലേക്ക് പോയി. ഇടയ്ക്കിടെ അതെടുത്ത് മണത്തു നോക്കും. എന്റെ ഗ്രാമത്തിന്റെ ആത്മാവിനെ ഞാൻ അടുത്തറിയും.

ഹൈഫയിൽ ഉണ്ടാവാറുള്ള വെടിവപ്പിന്റെയും ഷെല്ലാക്രമണത്തിന്റെയും ശബ്ദം കേട്ട് ഞങ്ങൾ പലപ്പോഴും പേടിച്ച പോയിട്ടുണ്ട്. ജൂതർ കയ്യേറാൻ വരുന്നതിനു മുമ്പേ തന്നെ ഇവിടം വിട്ടു പോയാലോ എന്ന് ഞങ്ങൾ ആലോചിക്കാൻ തുടങ്ങി. അടുത്ത ഗ്രാമങ്ങളിൽ നിന്നും എല്ലാം ആളുകൾ ഒഴിഞ്ഞു പോകുന്ന വാർത്തകൾ കേട്ടിരുന്നു. ജൂത കയ്യേറ്റത്തെ

എതിർക്കാനോ എതിർക്കുന്നവരുടെ കൂടെച്ചേരാനോ ആദ്യമൊന്നും ഞങ്ങളുടെ നാട്ടുകാർ തയ്യാറായിരുന്നില്ല. ഞങ്ങളിൽ അധിക പേരും സാധാരണക്കാരായ കർഷകരായിരുന്നു. റേഡിയോ മാത്രമായിരുന്നു വാർത്തകൾ കേൾക്കാനുള്ള ഏക ആശ്രയം. അവർ ഞങ്ങളുടെ ഗ്രാമത്തോടടുക്കുന്നു എന്ന് കേട്ടതോടെ ആളുകൾ നാട് വിട്ടു പോകുവാൻ തുടങ്ങി. രാത്രിയിൽ ആരും കാണാതെ, വസ്ത്രം പോലും എടുക്കാതെ

ഞങ്ങൾ യാത്രയായി. ഒന്നോ രണ്ടോ ദിവസത്തിനകം പ്രശ്നങ്ങൾ തീരുമെന്ന വിശ്വാസത്തിലായിരുന്നല്ലോ എല്ലാവരും.

ഞങ്ങൾ ലാജോൻ ഗ്രാമത്തിലേക്ക് പോയി. അവിടെ ഞങ്ങളുടെ ബന്ധുക്കൾ ഉണ്ടായിരുന്നു. കുറച്ച് ദിവസങ്ങൾക്ക് ശേഷം ഞങ്ങൾ അവിടുന്നും യാത്രയായി. ഇത്തവണ പോയത് സുൽഫ എന്ന മറ്റൊരു ഗ്രാമത്തിലേക്കായിരുന്നു. അപ്പോഴേക്കും സുൽഫയിലും ആക്രമണ പരമ്പര ആരംഭിച്ചിരുന്നു. സുൽഫയിലുണ്ടായിരുന്ന ഗ്രാമത്തലവനെ കണ്ട് ആക്രമണം കുറക്കുന്നതിന് ജൂതരുമായി ഒരു സന്ധി സംഭാഷണം നടത്താൻ അഭ്യർഥിച്ചെങ്കിലും ആ നിർദേശം അദ്ദേഹത്തിന് സ്വീകാര്യമായില്ല. തുടർന്ന് അവിടെ നിന്ന് ഞങ്ങൾ വീണ്ടും മറ്റൊരിടത്തേക്ക് യാത്രയായി.

ആ യാത്രക്കിടെ ഗർഭിണിയായ ഒരു സ്ത്രീ എവിടെനിന്നോ ഞങ്ങളുടെ കൂടെ ചേർന്നു. യാത്രയിൽ തന്നെ അവർ പ്രസവിക്കുകയും ചെയ്തു. അവർക്ക് നൽകാൻ ഞങ്ങളുടെ കയ്യിൽ നല്ല വസ്ത്രമോ, ഭക്ഷണമോ ഒന്നുമില്ലായിരുന്നു. തുടർന്ന് ആ സ്ത്രീയെയും കുഞ്ഞിനേയും കൂട്ടി ഞങ്ങൾ ലാജോനിലേക്ക് യാത്രയായി. ലാജോനിൽ എത്തുന്നത് വരെ അവർ തന്റെ വസ്ത്രത്തിനുള്ളിൽ പൊതിഞ്ഞ് പിടിച്ച് കുഞ്ഞിന് ചൂട് പകർന്നു നൽകി. ലാജോനിൽ എത്തിച്ചേർന്നപ്പോൾ അവിടെ നിന്നും ഒരു സ്ത്രീയെ ഞങ്ങൾക്ക് സഹായത്തിന് കിട്ടി. ലാജോനിൽ എത്തി അൽപ ദിവസത്തിനകം ഹൈഫ ജൂതർ കീഴടക്കി. കെട്ടിടങ്ങൾ മുഴുവൻ തകർത്തു. മരങ്ങളും, കൃഷിയിടങ്ങളും നശിപ്പിച്ചു. ഹൈഫ താറുമാറായി.

ലാജോനിൽ കുറച്ച കാലം താമസിച്ചു. അതിനു ശേഷം വീണ്ടും സുൽഫയിലേക്ക് പോയി. ഒരു മാസത്തോളം സുൽഫയിൽ. കൂട്ടത്തിൽ ചിലർ അവരുടെ കൃഷിഭൂമിയിൽ നിന്നും വിളകൾ ശേഖരിക്കുന്നതിന് വേണ്ടി കൃഷിയിടങ്ങളിലേക്ക് പോയി. എന്നാൽ അവയെല്ലാം ജൂതർ കയ്യടക്കിയിരുന്നു. മാത്രമല്ല മിക്കയിടങ്ങളിലും മൈനുകൾ കുഴിച്ചിട്ടിരുന്നു. മൈനുകൾ പൊട്ടി പലർക്കും മാരക പരിക്കുകൾ പറ്റി, ചിലർ മരണപ്പെട്ടു. മരണ ഭാഗ്യം ലഭിക്കാത്തവർ പലരും ജൂത സൈനികരുടെ പിടിയിലായി. അവർ അതിക്രൂരമായ പീഡനങ്ങൾ ഏറ്റുവാങ്ങി മരണത്തിന് കീഴടങ്ങി.

സുൽഫയിലെ താമസത്തിന് ശേഷം ഞങ്ങൾ രുമാനെയിലേക്ക് പോയി. അവിടുന്ന് തായ്ബ -പേരോർക്കുന്നതും ഓർക്കാത്തതുമായ ഒരുപാടിടങ്ങൾ - ഒരിടത്ത് നിന്നും മറ്റൊരിടത്തേക്ക് യാത്ര തുടർന്ന് കൊണ്ടേയിരുന്നു. ജെനിൻ അഭയാർഥി ക്യാമ്പിൽ എത്തുന്നത് വരെ

ക്യാമ്പിൽ ടെന്റ് കെട്ടി താമസിക്കുകയായിരുന്നു. അച്ഛൻ അടുത്തുള്ള കൃഷിയിടത്തിൽ പോയി ജോലി ചെയ്ത് കിട്ടുന്ന ചെറിയ തുക കൊണ്ട് ഞങ്ങൾ ജീവിതം തള്ളിനീക്കി. അടുത്ത ബന്ധുക്കളും, കൂട്ടുകാരും എല്ലാം വിവിധയിടങ്ങളിലേക്ക് കുടിയേറി. ഇപ്പോൾ ആരെയും കാണാറില്ല. കുറച്ച് വർഷങ്ങൾക്ക് മുമ്പ് സ്ത്രീകളും പുരുഷന്മാരും ഉൾപ്പെടെ കുറച്ചു പേർ ഹൈഫയിലേക്ക് പോയി. 1990ൽ ആയിരുന്നു അത്.

ഞങ്ങളുടെ ബാല്യകാലം കഴിച്ചുകൂട്ടിയ സുന്ദരമായ ഹൈഫ ആകെ നശിപ്പിക്കപ്പെട്ടിരിന്നു. ജൂതർക്ക് വേണ്ടി നിർമ്മിക്കുന്ന കെട്ടിടങ്ങൾ ഒരു ഭാഗത്ത്, മറുഭാഗത്ത് നശിപ്പിക്കപ്പെട്ടുകൊണ്ടിരിക്കുന്ന അറബ് പൈതൃകം. അവിടെ കൂടുതലും റഷ്യയിൽ നിന്നും കുടിയേറിയവരായിരുന്നു. ഞാൻ തൊടിയിൽ നിന്നും അൽപം മണ്ണെടുത്ത് ക്യാമ്പിലേക്ക് പോയി. ഇടയ്ക്കിടെ അതെടുത്ത് മണത്തു നോക്കും. എന്റെ ഗ്രാമത്തിന്റെ ആത്മാവിനെ ഞാൻ അടുത്തറിയുകയായിരുന്നു. ആദ്യമായും അവസാനമായും ഞാൻ എന്റെ ഗ്രാമം സന്ദർശിച്ച ദിവസമായിരുന്നു അത്.

പേര്: റുശ്ധെയ അവധ് ജബജി

ജനനം: : 1929

ജന്മസ്ഥലം: ലിഡ.

ഇപ്പോൾ താമസം: - അസ്കർ അഭയാർഥി ക്യാമ്പ് - നാബ്ലസ്.

ഞങ്ങൾക്ക് ഉറപ്പുണ്ടായിരുന്നു ഒരിക്കൽ തിരികെ പോവാൻ കഴിയുമെന്ന്. വീട്ടിൽ ഞങ്ങളുടെ എല്ലാം അരുമയായ ഒരു ആട്ടിൻകുട്ടിയുണ്ടായിരുന്നു. വാതിൽ അടച്ച് പുറത്തേക്കിറങ്ങുമ്പോൾ അവന്റെ മുമ്പിലേക്ക് അൽപം ഭക്ഷണം വക്കാൻ ഞാൻ മറന്നില്ല.

1948, എനിക്ക് പത്തൊമ്പത് വയസ്. അന്ന് സംഭവിച്ചതൊക്കെയും ഇന്നും ഞാനോർക്കുന്നു. അറബികളും ജൂതരും തമ്മിലുള്ള സംഘർഷം. ജൂതരെ നേരിടാൻ ഞങ്ങളുടെ കയ്യിൽ ആയുധങ്ങൾ ഒന്നുമില്ല. സ്ത്രീകളുടെ ആഭരണങ്ങൾ വിറ്റ് കിട്ടുന്ന കാശുകൊണ്ടായിരുന്നു ചിലർ ആയുധങ്ങൾ വാങ്ങിയത്. പക്ഷെ യാതൊരുവിധ ഗുണനിലവാര വുമില്ലാത്ത, ഉപയോഗശൂന്യമായതായിരുന്നു മിക്കവയും.

ഞങ്ങളുടെ കൃഷിയൊക്കെ വിളവെടുക്കാറായ സമയത്തായിരുന്നു സംഘർഷം തുടങ്ങിയത്. എന്നാൽ നാട് വിട്ടു പോവുന്നതിന് മുമ്പ് വിളവെടുക്കാൻ ഞങ്ങൾക്ക് കഴിഞ്ഞില്ല. സംഘർഷം തുടങ്ങി കുറച്ചു ദിവസങ്ങൾക്കു ശേഷം വെടിനിർത്തൽ പ്രഖ്യാപിച്ചു. എന്നാൽ അറബികൾക്ക്

മാത്രമേ ആ നിയമം ബാധകമായിരുന്നുള്ളൂ. ജൂതർ പലനിലക്കും വെടി നിർത്തൽ കരാർ ലംഘിക്കുകയും കൂടുതൽ പ്രദേശത്തേക്ക് കുടിയേറ്റം വ്യാപിപ്പിക്കുകയും ചെയ്തു.

ഒരിക്കൽ 'ബെയ്ത്ത് ശേമേൽ' കോളനിയിൽ നിന്നും കുറച്ച് ജൂതർ ലിഡിലേക്ക് വരികയും ആളുകൾക്ക് നേരെ വെടിയുതിർക്കുകയും ചെയ്തു. എന്റെ കുടുംബവും കുറച്ച് അയൽവാസികളും അടുത്തുള്ള പള്ളിയിലും ചർച്ചിലും ഒക്കെയായി അഭയം പ്രാപിച്ചു. മൂന്ന് ദിവസം വരെ അവർക്ക് അവിടെ ഒളിച്ച് താമസിക്കേണ്ടി വന്നു. എന്റെ ഭർത്താവും അക്കൂട്ട ത്തിലുണ്ടായിരുന്നു. എന്നാൽ ഞങ്ങളുടെ ചെറുത്ത് നിൽപ്പ് അതി ദയനീമായിരുന്നു. അതുകൊണ്ട് തന്നെ വളരെ വേഗം പരാജയം ഏറ്റു വാങ്ങി. ഞങ്ങളെ അവർ നാട്ടിൽ നിന്നും പുറത്താക്കി. പള്ളികൾക്കും ചർച്ചുകൾക്കും നേരെ ജൂതർ വെടിവെപ്പാരംഭിച്ചു. എന്റെ ഭർത്താവിനെ കുറിച്ച് യാതൊരു വിവരവും ഇല്ലായിരുന്നു.

പിന്നീട് കുറെ ദിവസങ്ങൾക്ക് ശേഷം നലീൻ ഗ്രാമത്തിൽ വച്ച് അഭയാർഥികളുടെ കൂട്ടത്തിൽ അദ്ദേഹത്തെ ഞാൻ കണ്ടു. ജീവിത ത്തിൽ ഒരിക്കലും മറക്കാൻ കഴിയാത്ത ഒരു കൂടിച്ചേരലായിരുന്നു അത്. നാട് വിട്ട് പോരുന്ന സമയം ഞാനോർക്കുന്നു. അതൊരു റംസാൻ മാസമായിരുന്നു. അന്ന് ഒരു വയസ് പ്രായമുള്ള ഒരു മകനുണ്ടായിരുന്നു എനിക്ക്. കുടിക്കുവാൻ വെള്ളമോ, കഴിക്കുവാൻ ഭക്ഷണമോ ഒന്നും ആവശ്യത്തിനു കിട്ടിയിരുന്നില്ല. വിശപ്പ് കൊണ്ടും, ദാഹം കൊണ്ടും എല്ലാവരും ക്ഷീണിച്ചു. പലരും തളർന്നു വീണു. ദാഹജലത്തിനായി ആളുകൾ പരക്കം പാഞ്ഞു. ഞങ്ങൾ നലീനിലേക്ക് യാത്ര തുടർന്നു. അവിടെ പന്ത്രണ്ട് ദിവസം താമസിച്ചു. തുടർന്ന് ചിലരുടെ നിർദ്ദേശ പ്രകാരം ജെറികോയിലേക്ക് പോയി. ആ തീരുമാനം നല്ലതായി തോന്നിയെങ്കിലും കഠിനമായ ചൂടുള്ള ഒരിടമായിരുന്നു അത്.

ജെറികോയിൽ ഒരു മരത്തിന് കീഴിലായിരുന്നു കുറച്ച് ദിവസം താമസിച്ചത്. പിന്നെ നാട്ടുകാർ ഞങ്ങൾക്ക് ടെന്റുണ്ടാക്കാനുള്ള സഹാ യങ്ങൾ ചെയ്ത് തന്നു. ടെന്റുകളിലെ ജീവിതം ദുസ്സഹമായിരുന്നു. ആളുകൾ വിവിധയിടങ്ങളിലേക്ക് മാറി താമസിക്കാൻ തുടങ്ങി. ചിലർ ജോർദാനി ലേക്ക് പോയി. ഞങ്ങൾ അഖബൈറ്റ് അഭയാർഥി ക്യാമ്പിലേക്ക് മാറി. പതിനാറ് വർഷം ക്യാമ്പിൽ താമസിച്ചു. എങ്കിലും ജെറികോയിൽ ഭർത്താവിന് നല്ലൊരു ജോലി കണ്ടുപിടിക്കാൻ വളരെ ബുദ്ധിമുട്ടി. മാത്രമല്ല രോഗവും അവശതയും കൊണ്ട് ഭർത്താവ് വളരെയധികം പ്രയാസപ്പെട്ടു. പിന്നീട് ഞങ്ങൾ നാബ്ലൂസിലേക്ക് പോയി. പതിനാറ് വർഷത്തോളം നാബ്ലൂസിൽ തന്നെയായിരുന്നു.

1967ന് ശേഷം ഞങ്ങൾ ലിഡിലേക്ക് പോയി. അവിടെ ഞങ്ങളുടെ കുറച്ച് കുടുംബക്കാർ ഉണ്ടായിരുന്നു. കണ്ടതും പരസ്പരം ആലിംഗനം ചെയ്ത് എല്ലാവരും പൊട്ടിക്കരയുകയായിരുന്നു. 1948ൽ ഞങ്ങൾ നാടു വിട്ടപ്പോൾ ഉണ്ടായിരുന്ന തെരുവുകൾ പോലെ തന്നെ, ഇപ്പോഴും അവയ്ക്കൊന്നും യാതൊരു മാറ്റവുമില്ല. ഞാനും എന്റെ ബന്ധുവും കൂടി ആ തെരുവിലൂടെ നടന്നു. അവൻ ഓരോ കടയുടെയും ഉടമസ്ഥരുടെ പേരുകൾ വിളിച്ചു പറയുവാൻ തുടങ്ങി. ഇത് അൽ ഹാഫിയുടെ കട, ഇത് അബു ഹസന്റെ .. അക്കൂട്ടത്തിൽ പതിവായി പോവാറുണ്ടായിരുന്ന അൽ ഖുദ്സിയുടെയും, അബ്ദുൽ ഹാലിം ഹസോവിന്റെയും കടകൾ മാത്രം ഞാൻ തിരിച്ചറിഞ്ഞു.

എന്റെ മാതാപിതാക്കൾ ജോർദാനിൽ വച്ച് മരണപ്പെട്ടു. സഹോദരങ്ങൾ ഇപ്പോൾ ജോർദാനിൽ താമസിക്കുന്നു. ലിഡയിൽ നിന്നും വീട് വിട്ട് പോരുമ്പോൾ വാ തിൽ പൂട്ടി താക്കോൽ ഞാനായിരുന്നു പിടിച്ചിരുന്നത്. ഞങ്ങൾക്ക് ഉറപ്പുണ്ടായിരുന്നു രണ്ടോമൂന്നോ ദിവസത്തിനകം തിരികെ പോവാൻ കഴിയുമെന്ന്. വീട്ടിൽ ഞങ്ങളുടെ എല്ലാവരുടെയും അരുമയായ ഒരു ആട്ടിൻകുട്ടിയുണ്ടായിരുന്നു. വാതിൽ അടച്ച് പുറത്തേക്കിറങ്ങുമ്പോൾ അവന്റെ മുമ്പിലേക്ക് അൽപം ഭക്ഷണം വക്കാൻ ഞാൻ മറന്നില്ല. ലിഡ യിലേക്ക് ഒരിക്കൽ മടങ്ങാൻ കഴിയുമെന്ന് ഞാൻ ഇപ്പോഴും വിശ്വസിക്കുന്നു. പക്ഷെ അതെപ്പോഴായിരിക്കും സംഭവിക്കുക?

പേര്: ശാകിർ മഹമൂദ് ധാർവിഷ് ആബിദ്

ജനനം: : 1936

ജന്മസ്ഥലം: അൽ ഫലോജ .

ഇപ്പോൾ താമസം: - അസ്കർ അഭയാർഥി ക്യാമ്പ്- നാബ്ലസ്

മറ്റൊരു ഗ്രാമത്തിലേക്ക് കാൽനടയായി പോയി വേണമായിരുന്നു കുടിവെള്ളം ശേഖരിക്കാൻ. അതുകൊണ്ട് തന്നെ അലക്കുവാനും കുളിക്കുവാനും മറ്റും ആഴ്ചയിൽ ഒരു ദിവസം ഞങ്ങൾ എല്ലാവരും അവിടേക്ക് പോവുകയായിരുന്നു പതിവ്.

അൽ ഫലോജ, മെയിൻ റോഡിന് സമീപം സ്ഥിതി ചെയ്തിരുന്ന ഒരു ചെറിയ പട്ടണമായിരുന്നു. ആളുകൾ ആഴ്ച ചന്ത നടത്തിയിരുന്നത് ഇവിടെയായിരുന്നു. അതുകൊണ്ട് തന്നെ നാടിന്റെ വിവിധ ഭാഗങ്ങളിൽ നടക്കുന്ന എല്ലാ സംഭവങ്ങളും റേഡിയോയോ പത്രമോ ഇല്ലാതിരുന്നിട്ടു കൂടി ഞങ്ങളറിഞ്ഞു. എങ്കിലും അടുത്തുണ്ടായിരുന്ന ചായക്കടയിൽ നിന്നും വാർത്തകൾ കേൾക്കാൻ ആളുകൾ കൂടി നിന്നു. അന്ന് ഞാൻ നാലാം ക്ലാസ്സിൽ പഠിക്കുകയായിരുന്നു. 'തമ്മാം കോഫീ ഷോപ്പ്' എന്ന് പേരിട്ടിരുന്ന ആ കടയും അതിന്റെ ഉടമസ്ഥൻ അബു അബിദ് അൽതയ്യിബിന്റെ വെളുത്ത് മെലിഞ്ഞ രൂപവും ഇപ്പോഴും മനസ്സിൽ നിന്നും മാഞ്ഞിട്ടില്ല. നിയർ ഈസ്റ്റ് റേഡിയോ സ്റ്റേഷനിൽ നിന്നുള്ള വാർത്തകൾ ആയിരുന്നു അധികവും അയാൾ വച്ചിരുന്നത്.

ബ്രിട്ടീഷുകാർ നടപ്പിലാക്കാൻ പോവുന്ന പുതിയ പദ്ധതികൾ വിശദീകരിച്ചും, പലസ്തീനികളെ നാടുവിട്ടു പോവാൻ പ്രോത്സാഹിപ്പിച്ചും വിവിധ പ്രോഗ്രാമുകൾ അവർ പ്രക്ഷേപണം ചെയ്തിരുന്നു.

കാര്യങ്ങൾ അത്ര പന്തിയല്ല എന്ന് തോന്നിയ അച്ഛനും നാടുവിട്ട് എങ്ങോട്ടെങ്കിലും പോവാൻ തന്നെ തീരുമാനിച്ചു. വളരെ കുറച്ച് കാലത്തേക്കുള്ള ഒരു മാറി നിൽപ്, അത്ര മാത്രമേ അച്ഛൻ ഉദ്ദേശിച്ചിരുന്നുള്ളൂ. വീട് വിട്ട് പോവാൻ മടിച്ചിരുന്ന അമ്മയോട് അച്ഛൻ അത് ഇടയ്ക്കിടെ പറയുകയും ചെയ്യുമായിരുന്നു. കൂടിയാൽ ഒരാഴ്ച അതായിരുന്നു അച്ഛന്റെ കണക്കു കൂട്ടൽ. അതുകൊണ്ട് തന്നെ കൂടുതൽ സാധനങ്ങൾ ഒന്നും ഞങ്ങൾ കരുതിയിരുന്നില്ല. നല്ല വായനക്കാരനായ അച്ഛന് ധാരാളം പുസ്തകങ്ങൾ നിറഞ്ഞ ഒരു ലൈബ്രറി തന്നെ സ്വന്തമായി ഉണ്ടായിരുന്നു. പുസ്തകങ്ങളെ അത്രമാത്രം സ്നേഹിച്ച അച്ഛൻ എന്നിട്ടും പുറപ്പെട്ടപ്പോൾ ഒരു പുസ്തകം പോലും കയ്യിൽ കരുതിയിരുന്നില്ല.

ഞങ്ങളിൽ ആയുധങ്ങൾ ഉപയോഗിക്കാനുള്ള പരിശീലനം ലഭിച്ചവർ ആരും ഉണ്ടായിരുന്നില്ല. ആരും അതിനു ശ്രമിച്ചില്ല എന്ന് മാത്രമല്ല യോദ്ധാവായി അറിയപ്പെടാൻ ഞങ്ങൾക്കാർക്കും താത്പര്യവുമില്ലായിരുന്നു. എങ്കിലും മറ്റ് മാർഗമൊന്നും ഇല്ലാതെ ആയുധങ്ങൾ ഉപയോഗിക്കാൻ ഞങ്ങൾ നിർബന്ധിതരായി. ആയുധങ്ങൾ ബിർസാബിൽ നിന്നും എത്തി. പക്ഷെ തുടക്കത്തിൽ വലിയ പ്രശ്നങ്ങൾ ഒന്നുമില്ലാഞ്ഞതിനാൽ ആർക്കും ആയുധങ്ങളുമായി പോരാടേണ്ടി വന്നില്ല. അതുകൊണ്ട് തന്നെ ആരും വീട് വിട്ടു പോയതുമില്ല. എന്നാൽ ദിവസങ്ങൾ കഴിയവേ കാര്യങ്ങൾ നിയന്ത്രണാതീതമായി. ഞങ്ങളും അയാളവാസികളുമെല്ലാം വീട് വിട്ടു പോവാൻ നിർബന്ധിതരായി.

ഞങ്ങൾ പോയതിന് ശേഷവും അമ്മാവനും മറ്റും ഫലോജയിൽ തന്നെ തങ്ങിയിരുന്നു. ജൂതർ പലസ്തീൻ പിടിച്ചെടുത്ത് ആറ് മാസത്തിന് ശേഷമാണ് കാര്യങ്ങൾ മാറിയത്. ആളുകൾക്ക് നേരെ ഉണ്ടായ ആക്രമണങ്ങൾക്ക് അവർ മറുപടി കൊടുക്കാൻ തുടങ്ങി. എന്റെ അമ്മാവനും ഒരു പോരാളി ആയിരുന്നു. അവർക്ക് നേരെ ഒരിക്കൽ മോർടാർ ആക്രമണം ഉണ്ടായെങ്കിലും അമ്മാവൻ പരിക്കൊന്നും പറ്റാതെ രക്ഷപെട്ടു. അതിനു ശേഷം അമ്മാവൻ ഹെബ്രോനിലേക്ക് പോയി. 1948 ഒക്ടോബർ മാസം വരെ ഇസ്രയേൽ ഫലോജയിൽ ആക്രമണങ്ങൾ അഴിച്ചുവിട്ടു. പലസ്തീൻ പ്രതിരോധത്തിൽ മുമ്പന്തിയിൽ ഉണ്ടായിരുന്ന ഈജിപ്ഷ്യൻ കമാണ്ടർ താഹ ടണലുകൾ നിർമ്മിക്കുന്നതിനെ കുറിച്ച് ആലോചിച്ചു. അത്തരം യുദ്ധമുറകളെല്ലാം ഇസ്രയേലിന് എതിരെ

ഉപയോഗിക്കുന്നത് വലിയ പ്രയോജനം ഒന്നും ചെയ്യാൻ പോകുന്നില്ല. കാരണം ഇസ്രയേൽ ഞങ്ങൾക്കെതിരെ ഉപയോഗിക്കുന്നത് അത്യാധുനികമായ ആയുധങ്ങളും വിമാനങ്ങളും ഒക്കെയാണ്. അതിനെതിരെ ടണലുകൾ കുഴിച്ചുള്ള യുദ്ധം ഒന്നും എവിടെയും എത്താൻ പോകുന്നില്ല. ഓരോ ദിവസവും മോർടാർ ആക്രമണത്തിൽ മാത്രം എത്രയോ പലസ്തീനികൾ കൊല്ലപ്പെടുന്നു. അതിലേറെ പേർ പരിക്ക് പറ്റുന്നു.

1952ൽ ഈജിപ്തിൽ നടന്ന വിപ്ലവത്തോടനുബന്ധിച്ച് വ്യാജ ആയുധവിൽപനയും ശക്തി പ്രാപിച്ചു. എന്നാൽ ആളുകൾ സ്വയ രക്ഷാർത്ഥം വാങ്ങിയ പല ആയുധങ്ങളും ഗുണനിലവാരം കുറഞ്ഞതായിരുന്നു. പലപ്പോഴും വെടിയുണ്ട തോക്കിൽ വച്ച് തന്നെ പൊട്ടി അതുപയോഗിച്ചവർക്ക് പരിക്ക് പറ്റി, വളരെയധികം പേർ മരണപ്പെടുകയുണ്ടായി.

ആളുകൾക്ക് പലായനം ചെയ്യാതെ പറ്റില്ല എന്നവസ്ഥ താമസിയാതെ എത്തിച്ചേർന്നു. കൂട്ടം കൂട്ടമായി അവർ ഫലോജയിൽ നിന്നും ഗാസയിലേക്ക് യാത്രയായി. ബ്രിട്ടീഷ് പട്ടാളക്കാർ പിൻവലിഞ്ഞ ഉടനെ ആ ഇടം ജൂത പട്ടാളക്കാർ കയ്യേറി. അവർ പലതും നശിപ്പിച്ചു. ഫലോജയിൽ ഉണ്ടായിരുന്ന ഗോതമ്പ് ഫാക്ടറിയും, ശുദ്ധജല വിതരണ പദ്ധതിയും അതിൽ ചിലത് മാത്രം.

കലാപങ്ങളുടെ തുടക്കത്തിൽ തന്നെ ഞങ്ങൾ ഫലോജ വിട്ട് യസൂരിലേക്ക് പോയി. യസൂരിൽ അച്ഛന് കുറെ കാലം ജോലി ചെയ്തതിന്റെ പരിചയം ഉണ്ടായിരുന്നു എന്ന് മാത്രമല്ല അച്ഛന് അറിയാവുന്ന ഒരുപാട് പേർ അവിടെ ഉണ്ടായിരുന്നു.

അതിനിടെ ബ്രിട്ടീഷ് പട്ടാളക്കാർ വിട്ടിട്ട് പോയ ടെൽ-ഹഷ്മോർ മിലിട്ടറി ക്യാമ്പ് ഏറ്റെടുക്കാൻ അറബ് സേന എത്തുന്നതിന് തൊട്ടു മുമ്പ് ഇസ്രയേൽ സേന അത് കയ്യേറി. ശരിക്കും അറബ് സേനക്ക് അവകാശപ്പെട്ട ഇടമായിരുന്നു അത്. അറബ് സേനക്ക് വേണമെങ്കിൽ ജൂത സേനയെ നേരിടാമായിരുന്നു. എന്നിട്ടും എന്തുകൊണ്ടോ അവരത് ചെയ്തില്ല.

ബ്രിട്ടീഷുകാർ പലസ്തീനികളെ ഒറ്റുകൊടുക്കുകയായിരുന്നു. അവർ ജൂതരെ പല വിധത്തിലും സംരക്ഷിക്കുന്നുണ്ടായിരുന്നു. കാരണം ജെറുസലേമിൽ നിന്നും ടെൽ അവീവിലേക്ക് പോവുന്ന കാരവനുകൾക്ക് അകമ്പടിയായി എപ്പോഴും ബ്രിട്ടീഷ് സൈനികരെ കാണാമായിരുന്നു. കുടിയേറുന്ന ജൂതർക്ക് സംരക്ഷണം നൽകാൻ മാത്രമായിരുന്നു അത്. ഒരിക്കൽ യസൂരിൽ ഒരു മൈൻ പൊട്ടി മൂന്ന് ജൂതർ മരണപ്പെട്ടു. അതിനു

പ്രതികാരമായി അടുത്ത ദിവസം യസൂരിന്റെ പ്രവേശന കവാടത്തിൽ ഉണ്ടായിരുന്ന ഐസ് ഫാക്ടറി ജൂതർ ബോംബ് വച്ച് തകർത്തു. ശേഷം ഗ്രാമം മുഴുവൻ ബോംബെറിഞ്ഞ് പരിഭ്രാന്തി പരത്തി. ജൂതർ കൂട്ടമായി ഗ്രാമത്തെ ആക്രമിക്കാൻ തുടങ്ങി. താമസിയാതെ വിവിധ ഭാഗങ്ങൾ കയ്യേറാനും തുടങ്ങി.

അത് പല വിധ പ്രശ്നങ്ങൾക്കും തുടക്കം കുറിച്ചു. തങ്ങളുടെ ചിരകാല സമ്പാദ്യമായ വസ്തുവകകൾ കയ്യേറുന്നത് കണ്ടുനിൽക്കാനാവാതെ പലസ്തീനികൾ ചെറുത്തു. പക്ഷെ തോക്കുകളും ബോംബുകളുമായി ജൂതർ അവരെ നേരിട്ടു. പലരും മരിച്ചു വീണു. ഇരട്ടകുട്ടികളുടെ അമ്മയായ എന്റെ അയൽവാസിയും അവരുടെ ഒരു മകനും ഷെല്ലാക്രമണത്തിൽ കൊല്ലപ്പെട്ടു. മറ്റൊരു മകൻ സലിഹ് അബ്ദുൽ നബിയെ എന്റെ സഹോദരി രക്ഷപെടുത്തി. പിന്നീടുള്ള കാലം അവൻ ഞങ്ങളോട് കൂടെ വളർന്നു. വളർന്ന് വലുതായി വിവാഹം കഴിച്ച് നല്ല ഒരു ജീവിതം തുടങ്ങിയതായിരുന്നു. എന്നാൽ ഒന്നാം ഇൻതിഫാദയിലുണ്ടായ വെടിവപ്പിൽ സലിഹും കൊല്ലപ്പെട്ടു.

കലാപം രൂക്ഷമായപ്പോൾ ഞങ്ങൾ യാസൂർ വിട്ട് ലിഡയിലേക്ക് പോയി. മൂന്ന് മാസത്തോളം അവിടെ താമസിച്ചു. ആയിടക്കായിരുന്നു മറ്റൊരു സംഭവം. കലാപത്തിൽ ഭയന്ന ആളുകൾ ദഹമേഷ് പള്ളിയിലേക്ക് ജീവ രക്ഷാർത്ഥം ഓടിക്കയറി. എന്നാൽ ജൂതപ്പട്ടാളം പള്ളിയുടെ നേരെ ആക്രമണം അഴിച്ചുവിട്ടു. ബോംബും തോക്കും കൊണ്ട് അവിടെ കൂടിയിരുന്ന മുഴുവൻ പേരെയും കൂട്ടക്കൊല ചെയ്തു. അതിനു ശേഷം കാര്യങ്ങൾ ആകെ മാറി. ആളുകൾ കൂടുതൽ അരക്ഷിതാവസ്ഥയിലേക്ക് വഴുതി വീണു. ജീവിതം കൂടുതൽ ദുസ്സഹമായി. ആയുധധാരികളായ ജൂത പട്ടാളത്തെ നേരിടാൻ പലസ്തീനികൾ തീർത്തും അശക്തരായിരുന്നു. അവർ വീടുകളിൽ കയറി സ്ത്രീകളുടെ സ്വർണവും വിലപിടിച്ച പല ഉപകരണങ്ങളും കൊള്ളയടിച്ചു. എന്റെ അമ്മാവൻ ആബിദിനെ പിടിച്ചുകൊണ്ടു പോയി.

അദ്ദേഹത്തെ പലവിധത്തിലും പീഡിപ്പിച്ചു. ജീവിക്കാൻ യാതൊരു നിവൃത്തിയുമില്ല എന്ന അവസ്ഥയിൽ ഞങ്ങൾ ലിഡയിൽ നിന്നും അടുത്ത യാത്ര ആരംഭിച്ചു. ഇത്തവണ പോയത് രാമള്ളക്കടുത്ത് ദേർ അബു മിശാൽ എന്ന ഗ്രാമത്തിലേക്കായിരുന്നു. അവിടുത്തെ ജീവിതം എല്ലാരീതിയിലും ഞങ്ങളുടെ ദുരിതം വർദ്ധിപ്പിച്ചു. ഏറ്റവും ബുദ്ധിമുട്ടിയത് വെള്ളത്തിനായിരുന്നു. കുടിവെള്ളത്തിനായി വളരെ ദൂരെയുള്ള ഒരു മലയടിവാരത്തിലേക്ക് പോവണമായിരുന്നു. അലക്കുവാനും

കളിക്കുവാനും ആഴ്ചയിൽ ഒരുദിവസം എല്ലാവരും അവിടേക്ക് പോയി. ദിവസവും അവിടെ പോയി അലക്കുകയും കുളിക്കുകയും ചെയ്യുക എന്നത് പ്രയോഗികമല്ലായിരുന്നു. നാല് മാസത്തെ ദുരിതം നിറഞ്ഞ ജീവിതത്തിന് ശേഷം ഞങ്ങൾ നാബ്ലൂസിലേക്ക് മാറി. അവിടെ മുനി സിപ്പൽ സ്റ്റേഡിയത്തിന് സമീപം ടെന്റ് കെട്ടി താമസിച്ചു. അതിനിടെ എല്ലാവർക്കും ചിക്കൻപോക്സ് പിടിപെട്ടു.

അസുഖം മാറി കുറെ ദിവസങ്ങൾ കഴിഞ്ഞപ്പോൾ ഞങ്ങൾ നാബ്ലൂസിലെ ബലാത്ത അഭയാർഥി ക്യാമ്പിലേക്ക് മാറി. ക്യാമ്പിൽ താമസിക്കവേ എനിക്ക് നാബ്ലൂസിൽ ചെറിയ ഒരു ജോലികിട്ടി. അതിനിടെ ഞാൻ ഹീബ്രു ഭാഷ പഠിച്ചു. ആ കാരണം കൊണ്ട് തന്നെ ഹൈഫയിൽ 1990 വരെ ഞാൻ ജോലി ചെയ്തു.

1967 യുദ്ധത്തിന് ശേഷം ഒരു ദിവസം ഞാനും അമ്മയും കൂടി അൽ-ഫലോജയിലേക്ക് പോയി. അവിശ്വസനീയവും വേദനാജനക വുമായ കാഴ്ചകൾ ആയിരുന്നു അവിടം മുഴുവനും. ഒരു പള്ളി ഒഴികെ എല്ലാം തകർക്കപ്പെട്ടിരിക്കുന്നു. മാത്രമല്ല അവിടെ 'ഖുരിയത് ഖാറ്റ്' എന്ന പേരിൽ ഒരു ജൂത കോളനിയും സ്ഥാപിതമായിരിക്കുന്നു. അതിന് ശേഷം യാസൂർ തുടങ്ങി, ഞങ്ങൾക്കറിയാവുന്ന ബന്ധുക്കൾ താമസിച്ചി രുന്ന ഗ്രാമങ്ങളിലേക്ക് പോയി. ഇപ്പോൾ ഈ പ്രദേശങ്ങൾ പലസ്തീൻ എന്നല്ല ഇസ്രയേൽ എന്നാണറിയപ്പെടുന്നത്.

അമ്മക്ക് ഫലോജയിലെ ഞങ്ങളുടെ വീട് കാണണം എന്നുണ്ടായിരു ന്നു. അതിനാൽ ഞങ്ങൾ പഴയ വീട്ടിലേക്കു പോയി. ആ വീട് ഇപ്പോൾ ഒരു ജൂതന്റെ കൈവശമാണ്. ഞങ്ങൾ വീട് വിട്ടുപോരുമ്പോൾ അമ്മ കുറച്ച് സ്വർണാഭരണങ്ങൾ വീടിന് വെളിയിൽ വേലിക്കരികിലായി കുഴിച്ചിട്ടിരുന്നു. അവിടെ നിന്നും ആഭരണങ്ങൾ തിരിച്ചെടുക്കുക എന്നതും ഞങ്ങളുടെ യാത്രോദ്ദേശ്യം ആയിരുന്നു. വീടിന് മുമ്പിലെത്തിയതും അമ്മ പൊട്ടിക്കരയാൻ തുടങ്ങി.

ഞാൻ സമാധാനിപ്പിച്ചെങ്കിലും അമ്മയുടെ കരച്ചിൽ ശമിച്ചില്ല. വാതിലിൽ മുട്ടി. ഒരാൾ കതക് തുറന്ന് പുറത്തേക്ക് വന്നു. "ഇത് ഞങ്ങളുടെ വീടായിരുന്നു, ഇതൊന്നു കാണാൻ ഞങ്ങളെ അനുവദിക്കുമോ" ഞാൻ ചോദിച്ചു. എന്നാൽ അയാൾ അതിന് സമ്മതിച്ചില്ല. "ഈ വീട് ഞങ്ങൾ ക്ക് സർക്കാർ തന്നതാണ്. ഇപ്പോൾ ഇത് ഞങ്ങളുടെ സ്വന്തം ആണ്" എന്നൊക്കെയായിരുന്നു അയാളുടെ മറുപടി. ഞങ്ങൾ എത്ര കേണ പേക്ഷിച്ചിട്ടും അതിനകത്ത് കയറുവാൻ മാത്രം അനുവദിച്ചില്ല. വീടിന് പുറകുവശം അമ്മ കുറച്ച് ആഭരണങ്ങൾ കുഴിച്ചിട്ടിരുന്നു എന്നും അത്

എടുക്കാൻ അനുവദിക്കണമെന്നും പറഞ്ഞപ്പോൾ അയാൾ അതിന് മാത്രം സമ്മതിച്ചു. ഞങ്ങൾ രണ്ടു പേരും പലയിടത്തും കുഴിച്ച് നോക്കിയെങ്കിലും ഒന്നും കണ്ടില്ല. വേദനയും, നിരാശയും, അപമാനവും കൊണ്ട് തകർന്നുപോയ ഞങ്ങൾ വൈകുന്നേരത്തോടെ ബലാത ക്യാമ്പിൽ തിരിച്ചെത്തി.

ഫലോജയിൽ മരിക്കാൻ അനുവദിക്കുക; ഇതുമാത്രമാണ് ഇപ്പോൾ ഒരു വിധം എല്ലാവരുടെയും പ്രാർത്ഥന. ഈ ക്യാമ്പ് വിട്ട് ഫലോജയിൽ എവിടെ ആയാലും വേണ്ടില്ല, താമസിക്കാൻ ഞങ്ങൾ തയ്യാറാണ്. എന്റെ ജന്മസ്ഥലം എനിക്ക് അത്രക്കും ഇഷ്ടമാണ്. എല്ലാവർക്കും അങ്ങനെ തന്നെ എന്നാണ് എന്റെ വിശ്വാസം. കുറച്ച് കാലം സൗദി അറേബ്യയിൽ ജോലി ചെയ്തിരുന്നു എങ്കിലും ഫലോജ എനിക്ക് മറക്കാൻ കഴിയില്ല. വീട് പോലെ സുന്ദരമായ ഒരിടം വേറെയില്ല. എന്റെയും അമ്മയുടെയും എന്റെ മക്കളുടെയും എല്ലാം ഒരേ ഒരു പ്രാർത്ഥന ഫലോജയിലേക്കുള്ള തിരിച്ചുപോക്കാണ്.

പേര്: അബ്ദുൽ റഹ്മാൻ അവാദ്

ജനനം: : 1936

ജന്മസ്ഥലം: ലിഡ സിറ്റി

ഇപ്പോൾ താമസം: - അസ്കർ അഭയാർഥി ക്യാമ്പ്, നാബ്ലസ്.

അവർ എന്റെ സ്വത്തും, ജീവിതവും കൊള്ളയടിച്ചു, അവർ എന്നെ വീട്ടിൽ നിന്നും പുറത്താക്കി. അവർ എന്നെ ഒരഭയാർഥിയാക്കി.

ലിഡയിൽ ഞങ്ങൾക്ക് 10 ദുനം ഭൂമിയുണ്ടായിരുന്നു (ഏകദേശം പതിനായിരം ചതുരശ്ര മീറ്റർ). അവിടെ ഒലീവും മറ്റ് പച്ചക്കറികളും എല്ലാം ധാരാളമായി കൃഷി ചെയ്തിരുന്നു.

അക്കാലമത്രയും യാതൊരു വിധ സംഘർഷങ്ങളും അവിടെ ഉണ്ടായിരുന്നില്ല. ജൂതർ പട്ടാള വാഹനങ്ങളുമായി വന്ന് ആക്രമണം ആരംഭിച്ചു. തിരിച്ചൊന്ന് പ്രതിരോധിക്കാൻ പോലും ഞങ്ങളുടെ കയ്യിൽ ഒന്നുമില്ലായിരുന്നു. തീർത്തും അവിചാരി തമായിരുന്നു ഈ സംഭവങ്ങൾ എല്ലാം. ഒന്ന് ചിന്തിക്കാൻ സമയം കിട്ടുന്നതിനും മുമ്പേ തന്നെ ഞങ്ങൾക്ക് വീട് വിട്ട് പോവേണ്ടി വന്നു. ഞങ്ങളുടെ പ്രതിരോ ധമെല്ലാം വെറുതെയായി. കയ്യിലുണ്ടായിരുന്ന കാലപ്പഴക്കം ചെന്ന ആയുധ ങ്ങൾക്ക് അവരുടെ ആധുനിക ആയുധങ്ങളുമായി ഏറ്റുമുട്ടാൻ ഒരിക്കലും കഴിയുമായിരുന്നില്ല. അവരുടെയും ഞങ്ങളുടെയും ശക്തി താരതമ്യം ചെയ്യാൻ പോലും കഴിയില്ല. അല്ലെങ്കിലും എന്ത് കുറ്റം ചെയ്താലും ശിക്ഷിക്കപ്പെടില്ല എന്ന

ആത്മവിശ്വാസം ജൂതരെ അതിക്രൂരരാക്കി മാറ്റി.

ലിഡക്ക് ചുറ്റുമുള്ള എല്ലാ ഗ്രാമങ്ങളും ജൂതർ കീഴടക്കി. ഞങ്ങൾ എല്ലാവരും ലിഡയിൽ നിന്നും നലീൻ ഗ്രാമത്തിലേക്ക് പോയി. നാബ്ലുസിലേക്ക് പോവുന്നതിന് മുമ്പ് രണ്ടു വർഷത്തോളം നലീനിൽ താമസിച്ചു. അവിടെ നിന്നും ലുധയിലേക്ക് പോയി. ദിവസങ്ങൾക്കകം ലുധയും അവർ കീഴടക്കി. ഈ സമയത്ത് ഞാൻ അച്ഛന്റെ വീട്ടിലായിരുന്നു.

വൃദ്ധരും, സ്ത്രീകളും, കുട്ടികളും എല്ലാം അപ്പോഴേക്കും പലായനം തുടങ്ങിയിരുന്നു. ഞങ്ങളും വീട് പൂട്ടി പുറത്തിറങ്ങി. ആ വീടിന്റെ താക്കോൽ ഇപ്പോഴും എന്റെ കയ്യിലുണ്ട്.

നാടുവിട്ടപ്പോൾ കയ്യിൽ കുറച്ച് കാശുണ്ടായിരുന്നു. അതുകൊണ്ട് ഞങ്ങൾ ഒരു ഫ്ലാറ്റ് വാടകയ്ക്ക് എടുത്തു. എന്നാൽ കുറച്ച് ദിവസങ്ങൾ കൊണ്ട് തന്നെ കയ്യിലുള്ള പണം മുഴുവൻ തീർന്നു. തുടർന്ന് അഭയാർഥി ക്യാമ്പിലേക്ക് മാറി. ക്യാമ്പിലെ ജീവിതം ദുരിതപൂർണമായിരുന്നു. എങ്കിലും നാല് വർഷത്തോളം അവിടെത്തന്നെ കഴിച്ചു കൂട്ടി. അവിടെ ഒരു ചെറിയ ജോലി കിട്ടാൻ പോലും വളരെ പ്രയാസമായിരുന്നു.

ലിദ്ദയിൽ എനിക്ക് അമ്മ വഴി ഒരു ബന്ധു മാത്രമേ ബാക്കിയുള്ളൂ. അവൾ അവിടെത്തന്നെ വിവാഹം കഴിച്ച് കുട്ടികളുമായി കഴിയുന്നു. മറ്റ് പല ബന്ധുക്കളും ജോർദാൻ, ജെറുസലേം, ഈജിപ്ത്, വെസ്റ്റ് ബാങ്ക് അങ്ങനെ പല സ്ഥലങ്ങളിലുമായി താമസിക്കുന്നു. 1967ന് ശേഷം ഞാൻ രണ്ട് തവണ ലിഡ സന്ദർശിക്കുകയുണ്ടായി. ലിഡയിൽ കഴിഞ്ഞ മുഴുവൻ സമയവും ഞാൻ പേടികൊണ്ട് വലഞ്ഞു. 1948ലെ നക്ബയുടെ ഓർമ്മകൾ എന്നെ പിടികൂടി. എന്തുകൊണ്ടോ കൂടുതൽ സമയം അവിടെ ചിലവഴിക്കാൻ എനിക്ക് കഴിഞ്ഞില്ല.

ഞങ്ങൾക്ക് തിരിച്ച് ഒന്നും ചെയ്യാൻ കഴിഞ്ഞില്ല എന്ന വേദനയും, അഭിമാനക്ഷതവും ഇപ്പോഴും എന്നെ വേട്ടയാടാറുണ്ട്. ഇസ്രയേലികൾ ഇവിടെ ജീവിക്കുന്നത് എനിക്ക് ഒട്ടും ഇഷ്ടമുള്ള കാര്യമായിരുന്നില്ല. അവർ ഞങ്ങളുടെ ഭൂമിയും വീടും തെരുവും എല്ലാം കൊള്ളയടിച്ചു. അവർ ഞങ്ങളെ വീട്ടിൽ നിന്നും അടിച്ചിറക്കി അഭ യാർഥിയാക്കി. മാറ്റി. ജൂതർ എന്താണ് ഞങ്ങളിൽ നിന്നും പ്രതീക്ഷിക്കുന്നത്? എനിക്ക് എന്റെ വീട്ടിലേക്ക് തിരികെ പോവണം. പക്ഷെ അത് ഒരിക്കലും നടക്കാത്ത ഒരു കാര്യമാണെന്ന് തോന്നുന്നു. ഇനി തിരിച്ചു പോകാൻ ശ്രമിച്ചാൽ തന്നെ അവർ എന്നെ ജയിലിലിടുകയോ കൊല്ലുകയോ ചെയ്യാം. എന്റെ ജന്മനാട്ടിലേക്ക് പോവാൻ ഞാൻ എന്താണ് ഇനി ചെയ്യേണ്ടത്?

പേര്: അബു ഉമർ ലിഡാവി

ജനനം: : 1930

ജന്മസ്ഥലം: ലിഡ

ഇപ്പോൾ താമസം: - അസ്കർ അഭയാർഥി ക്യാമ്പ് - നാബ്ലസ്

ധഹ്മഷ് പള്ളി നാല് ഭാഗത്ത് നിന്നും ജൂതർ വളഞ്ഞു, അവിടെ അഭയം പ്രാപിച്ചവർക്ക് നേരെ വെടിവപ്പാരംഭിച്ചു. ആ വെടി വെപ്പിൽ എൺപതോളം പേർ മരിച്ചു.

ബ്രിട്ടീഷ് അധിനിവേശമാണ് ഒരുതരത്തിൽ പറഞ്ഞാൽ ജൂത കുടിയേറ്റത്തിനും, അതുവഴി കയ്യേറ്റത്തിനും വഴിയൊരുക്കിയ മുഖ്യ ഘടകം. അവരായിരുന്നു ലോകത്തിലെ വിവിധ ഭാഗങ്ങളിൽ നിന്നുള്ള ജൂതരെ പലസ്തീനിലേക്ക് കുടിയേറാൻ അനുവദിച്ചത്. അവർ ഞങ്ങളുടെ ഭൂമിയിൽ വിരുന്ന് വന്നവർക്ക് സകല അധികാരവും നൽകി. പതുക്കെ പതുക്കെ അവർ യജമാനരും, ഞങ്ങൾ അടിമകളുമായി.

1948ന് മുമ്പ് വളരെ നല്ല ജീവിതം നയിച്ചവരായിരുന്നു ഞങ്ങൾ. അന്നും യൂറോപ്പിൽ നിന്നുള്ള ജൂത കുടിയേറ്റം ആരംഭിച്ചിരുന്നു. എങ്കിലും അത് ഞങ്ങൾ അത്ര കാര്യമാക്കിയിരുന്നില്ല. അവരുമായി കാര്യമായ പ്രശ്നങ്ങളും ഉണ്ടായിരുന്നില്ല. എന്തിനേറെ ഞങ്ങളുടെ ഗ്രാമത്തിന് സമീപം 'ബെയ്റ്റ് ശേമേൽ' എന്ന ജൂത കോളനി പോലുമുണ്ടായിരുന്നു.

എന്നാൽ 1948ന് ശേഷം കാര്യങ്ങൾ എല്ലാം മാറി. വിരുന്ന് വന്നവർ വേട്ടക്കാരായി. അവർ അതിന് വേണ്ടി ആയുധങ്ങൾ, അതും ആധുനിക ആയുധങ്ങൾ, സംഭരിക്കുവാൻ തുടങ്ങി. എന്നാൽ ഞങ്ങൾ ഇതൊന്നും അറിഞ്ഞതുമില്ല, യുദ്ധത്തിനുള്ള തയ്യാറെടുപ്പുകളൊന്നും നടത്തിയതുമില്ല. മാത്രമല്ല ആയുധങ്ങൾ സംഭരിക്കുന്നതിൽ നിന്നും പലസ്തീനികളെ ബ്രിട്ടീഷ് ഭരണാധികാരികൾ വിലക്കുകയും ചെയ്തിരുന്നു. ആ സമയത്ത് ഞങ്ങൾ താമസിച്ചിരുന്നത് ലിഡയിലായിരുന്നു. ആ ജൂലൈ മാസത്തിലെ അവസാന ദിവസം ഞാൻ ജോലി കഴിഞ്ഞ് വീട്ടിലേക്ക് വരികയായിരുന്നു. പെട്ടെന്നായിരുന്നു ആളുകളുടെ ബഹളവും വെടിവക്കുന്ന ശബ്ദവും കേട്ടത്. ശരിക്കും പറഞ്ഞാൽ വെടിനിർത്തൽ നിലവിലുള്ള സമയമായിരുന്നു. പക്ഷെ എന്തു പറയാൻ? അത് അനുസരിക്കാൻ ബാധ്യസ്ഥർ പലസ്തീനികൾ മാത്രമായിരുന്നു. ജൂതർ ഇത്തരം വെടിനിർത്തൽ കരാറുകൾ ലംഘിച്ചുകൊണ്ടിരുന്നു. ഭയചകിതരായ ആളുകൾ അടുത്തുണ്ടായിരുന്ന ധഹ്മഷ് പള്ളിയിലേക്ക് ജീവരക്ഷാർത്ഥം ഓടിക്കയറി. ധഹ്മഷ് പള്ളിയെ നാല് ഭാഗത്ത് നിന്നും ജൂതർ വളഞ്ഞു, അവിടെ അഭയം പ്രാപിച്ചവർക്ക് നേരെ വെടിവപ്പാരംഭിച്ചു. എൺപതോളം പേർ ആ വെടിവപ്പിൽ മരിച്ചു. ദൈവം എനിക്ക് കൂടുതൽ ആയുസ്സ് തന്നു എന്ന് തോന്നുന്നു. കാരണം ധഹ്മഷ് പള്ളിയിലേക്ക് പോയവരുടെ കൂട്ടത്തിൽ ഞാനും ഉണ്ടായിരുന്നു. പള്ളിയുടെ പുറകുവശമുള്ള മറ്റൊരു വഴിയിലൂടെയാണ് ഞങ്ങൾ രക്ഷപ്പെട്ടത്. കുറേ നേരം കഴിഞ്ഞ്, ലിഡയിൽ നിന്നും ആളുകൾ എത്രയും പെട്ടന്ന് ഒഴിഞ്ഞു പോവണം എന്ന് ലൗഡ്സ്പീക്കറിലൂടെ അവർ നിർദേശം കൊടുത്തതായി അറിഞ്ഞു.

പല കുടുംബങ്ങളും ജീവനും കൊണ്ട് ഓടുകയായിരുന്നു. പലരും പലവഴിക്ക് പിരിഞ്ഞു. വർഷങ്ങളോളം ഒന്നിച്ച് താമസിച്ചവർ ഇപ്പോൾ പലയിടങ്ങളിലാണ്.

എല്ലായിടത്തും അപരിചിതരായ ആളുകൾ. കുട്ടികൾ നഷ്ടപ്പെട്ട അമ്മമാർ, ഭർത്താക്കന്മാരെ നഷ്ടപ്പെട്ടവർ, അച്ഛനെ നഷ്ടപ്പെട്ടവർ തുടങ്ങി എല്ലായിടത്തും ഒരേ അവസ്ഥ. അവസാനം എത്തിയയിടത്തോ എല്ലാവരും പരസ്പരം അപരിചിതരും. ആരൊക്കെ എവിടെയൊക്കെ ആണെന്ന് പോലും ആർക്കും അറിയില്ല. ഭാഗ്യമുള്ള ചിലർ പലയിടങ്ങളിൽ വച്ച് കണ്ടുമുട്ടി. അതില്ലാത്തവർ ജീവിതത്തിൽ എന്നന്നേക്കുമായി വേർപിരിഞ്ഞു. ആളുകൾ ഓടിപ്പോവുന്ന വഴികളിലും ജൂതർ നിലയുറപ്പിച്ചിരുന്നു. അവർ ആളുകൾക്ക് നേരെ തോക്ക് ചൂണ്ടി ഭയപ്പെടുത്തി. അനുസരിക്കാത്തവരെ വെടിവച്ച് കൊന്നു. എന്റെ നേരെയും തോക്ക്

ച്ചുണ്ടി. പക്ഷെ എന്റെ പേടി എങ്ങോട്ടോ പോയിരുന്നു. മരണമെങ്കിൽ മരണം എന്ന ബോധം എപ്പോഴോ കുറച്ച് ധൈര്യം എനിക്കുണ്ടാക്കി. കുറെ നേരത്തിന് ശേഷം അവർ തോക്ക് പിൻവലിച്ചു.

കുറ്റിക്കാട്ടുകൾക്കിടയിലൂടെ രക്ഷപെടാനായിരുന്നു ആളുകളുടെ ശ്രമം. അത് അതിലും ദുർഘടം പിടിച്ചതായിരുന്നു. പലരുടെയും കാലുകൾ മുറിഞ്ഞ് ചോരയൊലിക്കുവാൻ തുടങ്ങി.

വഴികളിൽ കാത്ത് നിന്ന ജൂതർ ആളുകൾക്ക് നേരെ പിന്നെയും വെടിവച്ചു. പലരും വഴിയിൽ മരിച്ച് വീണു. ജീവിതം എത്ര ഭയാനകം എന്ന് തോന്നിയ നിമിഷങ്ങളായിരുന്നു അത്. ആളുകളുടെ ദുരിതം നാൾക്കുനാൾ വർധിച്ചു വന്നു. കുടിവെള്ളമോ ഭക്ഷണമോ ഇല്ലാതെ, അതും റംസാൻ മാസത്തിൽ, കൊടിയ വേനലിൽ, ലക്ഷ്യമില്ലാത്ത യാത്ര ഞങ്ങളെ മാനസികമായും ശാരീരികമായും തളർത്തി.

ജൂത കുടിയേറ്റത്തെ ഏറ്റവും നന്നായി ചെറുത്ത് നിന്നത് ലിഡ നിവാസികൾ ആയിരുന്നു. ഒരു പരിധി വരെ ജൂതരുടെ കയ്യേറ്റത്തെ ചെറുത്ത് നിർത്താൻ ലിഡയ്ക്ക് കഴിഞ്ഞു എങ്കിലും അവസാനം ലിഡയും വീണു. ജൂതർ ഉച്ചഭാഷിണിയിലൂടെ ആളുകളോട് ലിഡ പിടിച്ചെടുത്ത വിവരം അറിയിച്ചു കൊണ്ടിരുന്നു. പലസ്തീനികളോട് പർഫിലിയ ഗ്രാമത്തിലേക്ക് പോവാനുള്ള നിർദ്ദേശവും ഇടയ്ക്കിടെ നൽകുന്നുണ്ടായിരുന്നു. പർഫിലിയ വെള്ളത്തിന് വളരെയധികം ക്ഷാമമുള്ള ഇടമായതിനാൽ അങ്ങോട്ട് പോവാതെ നലീനിലേക്ക് പോവാൻ ഞങ്ങൾ തീരുമാനിച്ചു. മെയിൻ റോഡിലൂടെ അല്ലാതെ കാടും മലകളും കയറി ഞങ്ങൾ നലീനിൽ എത്തി. നലീനിൽ നിന്നും ജോർദാനിലേക്ക് ആളുകളെ കൊണ്ട് പോവുന്ന ഒരു കാർ ഞങ്ങൾ കണ്ടു. എങ്കിലും ജോർദാനിലേക്ക് പോവാൻ എനിക്ക് തോന്നിയില്ല. ഞങ്ങൾ രാമള്ളയിലേക്ക് പോയി. പിന്നീട് ഒരുപാട് കാലം രാമള്ളയിലായിരുന്നു താമസം.

അമേരിക്കയിൽ താമസമാക്കിയ ഒരു കുടുംബത്തിന്റെ വീട്ടിൽ കുറേ കാലം വാടകയ്ക്ക് താമസിച്ചു. വേറൊരാൾ അയാളുടെ തോട്ടം സംരക്ഷിക്കാനും അതിൽ നിന്ന് ഭക്ഷ്യസാധനങ്ങൾ ശേഖരിക്കാനും എന്നെ ഏൽപ്പിച്ചു. എന്നാൽ മറ്റ് അഭയാർഥികൾ എല്ലാവരും ക്യാമ്പിൽ തന്നെയായിരുന്നു താമസം. ഒരു വർഷത്തിന് ശേഷം ഞങ്ങൾ നാബ്ലസിലേക്ക് പോയി. അവിടെ ഒരു ജോലി കണ്ടെത്താൻ വളരെയധികം ബുദ്ധിമുട്ടി. എങ്കിലും കുറേ നാളത്തെ അലച്ചിലിനൊടുവിൽ ജോലി കിട്ടി ഞങ്ങൾ വാടക കുറഞ്ഞ ഒരു ഫ്ലാറ്റിലേക്ക് മാറുകയും ചെയ്തു. അതിന് ശേഷം ഞാൻ ജോർദാനിൽ ഒരു ഡിസ്ട്രിബ്യൂട്ടർ കമ്പനിയിൽ ജോലിക്ക്

കയറി. ചില സാധനങ്ങൾ അറബ്-ഗൾഫ് ഭാഗത്തേക്കും, ലബനോനിലേക്കും എല്ലാം കയറ്റി അയക്കുകയായിരുന്നു പ്രധാന ജോലി.

1967ന് ശേഷം ഞാൻ ഒരിക്കൽ ലിഡയിലേക്ക് പോയി. ഇരുപത് വർഷങ്ങൾക്ക് ശേഷവും വീട് കണ്ടുപിടിക്കാൻ എനിക്ക് യാതൊരു ബുദ്ധിമുട്ടും ഉണ്ടായില്ല. വീട് കണ്ടതും എന്റെ സകല നിയന്ത്രണങ്ങളും വിട്ടു, കരച്ചിലിന്റെ വക്കത്തെത്തി. ഞാൻ ആ വീട്ടിലേക്ക് പോയി.

വാതിലിൽ മുട്ടിയതും ഒരു ജൂതൻ വന്ന് വാതിൽ തുറന്നു. എന്നാൽ വീടിന്റെ അകം കാണാനുള്ള എന്റെ ആഗ്രഹം അയാൾ നിഷേധിച്ചു. മാത്രമല്ല എനിക്ക് നേരെ തോക്ക് ചൂണ്ടി വെടിവക്കുമെന്ന് ഭീഷണിപ്പെടുത്തുകയും ചെയ്തു.

രണ്ടു വർഷം കഴിഞ്ഞ് അവിചാരിതമായി എനിക്ക് ലിഡ സന്ദർശിക്കേണ്ടി വന്നു. ഇപ്പോൾ എന്റെ വീട് നിന്ന സ്ഥലം ആകെ മാറിയിരിക്കുന്നു. എന്റേതടക്കം പഴയ വീടുകൾ എല്ലാം പൊളിച്ച് മാറ്റി അവിടെ പുതിയ കെട്ടിടങ്ങൾ ഉയർന്നു. യൂറോപ്പിന്റെ പല ഭാഗത്ത് നിന്നും ആളുകൾ കുടിയേറി ലിഡ ഒരു ജൂത കോളനിയായി മാറി.

ലിഡയിലെ സെമിത്തേരിയിലേക്ക് പോയി. അവിടുത്തെ കൊച്ചു പള്ളിയിൽ ഇരുന്ന് അൽപനേരം ഖുറാൻ പാരായണം ചെയ്തു. ഈ സെമിത്തേരി ഇപ്പോൾ ഉപയോഗിക്കാറേ ഇല്ല എന്ന് തോന്നുന്നു. അതിനടുത്ത് താമസിച്ചിരുന്ന ആളുകൾ എല്ലാം ഒഴിഞ്ഞ് പോയി. പള്ളിയിലും ആരും ഇല്ല. എത്രയോ വർഷങ്ങളായി പള്ളിയുടെ മിനുക്ക്പണികൾ പോലും ചെയ്തിട്ടില്ല. ഇതില്ലാതാവാൻ ഇനി അധിക കാലം വേണമെന്ന് തോന്നുന്നില്ല. ഈ പ്രദേശങ്ങളിൽ മുമ്പ് എഴുപതിനായിരത്തിനടുത്ത് ആളുകൾ താമസിച്ചിരുന്നു. ഇപ്പോൾ അമ്പതോളം പലസ്തീനി കുടുംബങ്ങൾ മാത്രമേ ലിഡയിൽ ഉള്ളൂ. ഞങ്ങളുടെ ഭൂമി അവർ കവർന്നെടുത്തു. ഞങ്ങളോ? തെരുവിലേക്ക് വലിച്ചിഴക്കപ്പെട്ടു. അവർ ഞങ്ങളെ ചതിക്കുകയായിരുന്നു. 'തിരിച്ചുപോകാനുള്ള' അവകാശം യു.എൻ. ഞങ്ങൾക്കനുവദിച്ച് തന്നതാണ്. എന്നിട്ടും ജന്മഭൂമി വീണ്ടെടുക്കാൻ ഇസ്രയേൽ ഞങ്ങളെ അനുവദിക്കുന്നില്ല. റഷ്യ യിൽ നിന്നും യൂറോപ്പിൽ നിന്നും ആളുകൾ കുടിയേറുന്നു. എന്നിട്ട് ഞങ്ങൾ വായ മൂടിക്കെട്ടണം എന്നും പറയുന്നു. ഇതെന്ത് നീതിയാണ്? ലിഡയിലേക്ക് പോവുന്നതിന് പകരം ഒരു സ്വർഗ്ഗവും ആരും ഞങ്ങൾക്ക് വാഗ്ദാനം ചെയ്യേണ്ടതില്ല. ഞങ്ങൾക്ക് ഞങ്ങളുടെ നാട് മാത്രം മതി.

പേര്: മുഹമദ് അഹമദ് ഹ്വൈധി

ജനനം: : 1930

ജന്മസ്ഥലം: അബു കിശേക് വില്ലേജ് യാഫ .

ഇപ്പോൾ താമസം: – അസ്കർ അഭയാർഥി ക്യാമ്പ് നാബ്ലസ്.

എന്റെ വേദനകൾക്കും കണ്ണീരിനുമെല്ലാം നഷ്ടപരിഹാരം തന്നു തീർക്കാമെന്നത് നിങ്ങളുടെ വ്യാമോഹം മാത്രമാണ്. എനിക്ക് എന്റെ ഭൂമി തിരികെ വേണം. പുണ്യസ്ഥലമായ സിദി അലി സന്ദർശിക്കണം. പക്ഷേ അവിടേക്ക് പോവാനുള്ള വഴി നിങ്ങൾ അടച്ചിരിക്കുകയല്ലേ?

1948ലായിരുന്നു എന്റെ വിവാഹം. ഖാൽകിലിയ പട്ടണത്തിന് സമീപം ഹബ്ലെഹ് വില്ലേജിൽ നിന്നായിരുന്നു വധു. അവിടെ ഞങ്ങൾക്ക് തോട്ടമുണ്ടായിരുന്നു. ആയിടക്ക് ബാൽഫോർ ഉടമ്പടി എന്നൊക്കെ ആളുകൾ പറയുന്നുണ്ടായിരുന്നു. പലസ്തീനെ വിഭജിച്ച് ജൂതർക്ക് ഒരു ഭാഗം നൽകുക എന്നതായിരുന്നു അത്. ആ സമയത്തൊന്നും ജൂതർ ഒരു രാഷ്ട്രീയ ശക്തിയേ ആയിരുന്നില്ല. ന്യൂനപക്ഷമായിരുന്നു അവർ. എങ്കിലും ബാൽഫോർ ഉടമ്പടിയുടെ ഭാഗമായി അവർ ആയുധ ശേഖരണം നടത്തിയിരുന്നു. പലസ്തീനികളെ സംബന്ധിച്ച് ഒരാളുടെ കൈവശവും നല്ലത് എന്ന് പറയാൻ കൊള്ളാവുന്ന ഒരായുധവും ഉണ്ടായിരുന്നില്ല. അല്ലെങ്കിലും ആയുധം ശേഖരിക്കുക എന്നത് എളുപ്പം പറ്റുന്ന ഒരു കാര്യവും ആയിരുന്നില്ല.

എങ്കിലും പലപ്പോഴായി പലരും ഈജിപ്റ്റിൽ നിന്നും ലബനോനിൽ നിന്നുമൊക്കെ ആയുധങ്ങൾ കള്ളക്കടത്തായി കൊണ്ട് വന്നിരുന്നു. അതൊക്കെ വളരെ വില കൂടിയതാണെങ്കിലും അറു പഴഞ്ചനായിരുന്നു. പലസ്തീനികളുടെ കാര്യത്തിൽ ആയുധം കൈവശം വക്കുന്നത് തന്നെ വലിയ കുറ്റകൃത്യമാണ്. അറിഞ്ഞാൽ പോലീസോ പട്ടാളമോ അറസ്റ്റ് ചെയ്തു കൊണ്ട് പോകും. അതേസമയം ജൂതർക്ക് അത് നിയമപരമായി അനുവദനീയവും ആയിരുന്നു.

എല്ലാ ജൂതരും ഒരു പോലെയായിരുന്നില്ല. ഞങ്ങളുടെ വീടിന് സമീപത്തെ ഒരു ജൂതൻ ഞങ്ങൾ വീട് വിട്ടുപോവുന്നതിനെ എതിർത്ത ആളായിരുന്നു. ഒരിക്കലും വീട് വിട്ടു പോവരുതെന്നും, പോയാൽ നിങ്ങൾക്ക് തിരികെ വരാൻ കഴിയില്ലെന്നും ഒക്കെ അയാൾ പറയുന്നുണ്ടായിരുന്നു. എങ്കിലും അയാളെ മാത്രം വിശ്വസിച്ച് നാട്ടിൽ തങ്ങുന്നത് അത്ര പന്തിയല്ല എന്നെനിക്കു തോന്നി. അയാളെ കൂടുതൽ വിശ്വസിക്കുന്നത് അപകടം വിളിച്ചുവരുത്തലാവും. കാരണം അയാൾ പറയുന്നതായിരിക്കില്ലല്ലോ നാട്ടിൽ നടപ്പിലാകാൻ പോവുന്നത്.

ആളുകൾ വിവിധ ഇടങ്ങളിൽ നിന്നും ഒഴിഞ്ഞു പോവാൻ തുടങ്ങി. യാഫ യിൽ നിന്നായിരുന്നു തുടക്കം. പിന്നെ സലാമ, അതിന് ശേഷം ശേഖ് എമവനെസ് അങ്ങനെ പലയിടത്ത് നിന്നും പലായനം തുടർന്ന് കൊണ്ടേയിരുന്നു. ആളുകൾ തങ്ങളുടെ കൈവശമുള്ള ഗുണനിലവാരം കുറഞ്ഞ തോക്കുകൾ കൊണ്ട് തിരിച്ചടിക്കാൻ ശ്രമിക്കുന്നുണ്ടായിരുന്നു. എങ്കിലും അത് അത്ര വിജയകരമായ കാര്യം ആയിരുന്നില്ല. ജൂതരുമായി താരതമ്യം ചെയ്യുമ്പോൾ പലസ്തീനികൾക്ക് ആയുധമോ നല്ല പരിശീലനമോ ഒന്നുമില്ലായിരുന്നു. പലസ്തീനികളുടെ എതിർപ്പിന് ശക്തി പോരായിരുന്നു. അവർ കൂട്ടം കൂട്ടമായി മരിച്ചു വീണുകൊണ്ടിരുന്നു. യാഫ, സലാമ, എമവനെസ്-എല്ലാ ഗ്രാമങ്ങളും മനുഷ്യ കബന്ധങ്ങൾ കൊണ്ട് നിറഞ്ഞു.

വീട് വിട്ട് പോരുമ്പോൾ ഉണ്ടാക്കിവച്ചിരുന്ന തൈരും, പശുവിൻ പാലും എല്ലാം അവിടെ തന്നെ ഒരു പാത്രത്തിൽ മൂടിവക്കുകയായിരുന്നു. ഒന്നോ രണ്ടോ ദിവസത്തിനകം പ്രശ്നങ്ങൾ എല്ലാം തീർന്ന് തിരികെ വരാൻ പറ്റുമെന്നായിരുന്നു ഞങ്ങൾ എല്ലാം വിശ്വസിച്ചിരുന്നത്. കൊയ്തെടുത്ത ഗോതമ്പ് മുറ്റത്ത് നിന്നും വാരി അകത്തേക്ക് കൊണ്ടുപോയി വച്ചു. വൈക്കോൽ മുറ്റത്ത് തന്നെ ഇട്ടു. തിരികെ വന്ന് മുറ്റം വൃത്തിയാക്കാം എന്ന ഉദ്ദേശത്തിൽ വീട് പൂട്ടി താക്കോലും കയ്യിൽ വച്ച് ഞങ്ങൾ വീടിന് വെളിയിൽ ഇറങ്ങി. ഇന്ന് പോവും , നാളെ പോവും

എന്ന വിചാരത്തിൽ ഇപ്പോൾ വർഷങ്ങൾ തന്നെ എത്രയോ കഴിഞ്ഞിരിക്കുന്നു.

വീട് വിട്ട് പോവുന്നവരെ നോക്കി ജൂതർ പാട്ട് പാടുകയും തെരുവിൽ നൃത്തം വക്കുകയും ചെയ്തു. ഞങ്ങൾ സ്വമേധയാ പോവണമെന്നായിരുന്നു അവർ ആഗ്രഹിച്ചത്. ദിവസങ്ങൾക്കകം മിക്കവാറും എല്ലാവരും അവരുടെ സ്വന്തം വീട് വിട്ട് ദൂരേക്ക് പോയി.

അതിന് ശേഷം കുറേ പഴയ ചാക്കുകൾ തുന്നിക്കെട്ടി അമ്മ ഉണ്ടാക്കിയ ടെന്റിലായിരുന്നു ഞങ്ങൾ ഏറെ നാൾ കഴിഞ്ഞത്. ഞങ്ങൾക്ക് എഴുപത്തിയഞ്ച് ദുനം വിസ്തൃതിയിൽ കൃഷിസ്ഥലം ഉണ്ടായിരുന്നു. അവയിൽ എല്ലാം ഗോതമ്പും ചോളവും മറ്റ് പച്ചക്കറികളും കൃഷി ചെയ്തിരുന്നു. നല്ല ഫലഭൂയിഷ്ഠമായ സ്ഥലം. എല്ലാ കൃഷിയും നന്നായി വിളവെടുത്തിരുന്നു. എന്റെ സഹോദരങ്ങൾ എല്ലാം ഇപ്പോൾ വിവിധ സ്ഥലങ്ങളിലാണ്. ഒരാൾ ജോർദാനിൽ, മറ്റൊരാൾ കുവൈത്തിൽ, വേറൊരാൾ അമേരിക്കയിലും, ഞാൻ ഖാൽകിലിയയിലും. ഞങ്ങൾ പരസ്പരം കാണാറേ ഇല്ല. എന്ത് ദുരിതം നിറഞ്ഞ ജീവിതമാണ്. ഞങ്ങളുടെ പശുക്കളും ആടുകളും ഇപ്പോൾ ഞങ്ങളുടെ തൊടിയിൽ ഉണ്ടോ എന്നാർക്കറിയാം?

ഖാൽകിലിയയിൽ ഒരു നല്ല ജോലി കിട്ടാൻ വളരെ പ്രയാസപ്പെട്ടു. എവിടെയെങ്കിലും ഇത്തിരി സ്ഥലം കിട്ടിയാൽ അവിടെ അൽപം കൃഷി ചെയ്യാമെന്ന മോഹവും പൊലിഞ്ഞു.

വെള്ളത്തിന് വളരെ ക്ഷാമമുള്ള സ്ഥലമാണ് ഖാൽകിലിയ. മണ്ണാണെങ്കിൽ കൃഷിക്ക് അനുയോജ്യവുമല്ല. ഞങ്ങൾ കൃഷി ചെയ്ത ഓറഞ്ച് ഇപ്പോൾ വിളവെടുക്കാൻ പാകമായി നിൽക്കുകയാണെങ്കിലും അതിന് ഞങ്ങൾക്ക് അനുവാദമില്ല. ചിലർ യാഫയിലേക്ക് പോയി ഓറഞ്ച് പറിക്കാൻ നോക്കിയെങ്കിലും ജൂത പട്ടാളക്കാരുടെ പിടിയിൽ പെട്ട് ജയിലിലാവുകയോ, അവരുടെ തോക്കി നിരയാവുകയോ ചെയ്തു.

നാബ്ലുസിലേക്ക് മാറിയതിന് ശേഷം എനിക്ക് ഒരു ഫാമിൽ ജോലികിട്ടി. മക്കളെ പഠിപ്പിക്കാനും മറ്റും അതിൽ നിന്നുള്ള വരുമാനം കഷ്ടിച്ച് തികയുമായിരുന്നു. പിന്നീട് UNRWA യുടെ വിതരണ കമ്പനിയിൽ ജോലിക്ക് ചേർന്നു. എനിക്ക് വരുമാനം കൂടുതൽ ലഭിച്ചു. 1967ന് ശേഷം ഞാൻ ടെൽ അവീവിലേക്ക് പോയി ഒരു നിർമ്മാണകമ്പനിയിൽ ചേർന്നു. പിന്നീട് വർഷങ്ങളോളം അവിടെ തന്നെയായിരുന്നു.

ചില ബന്ധുക്കൾ ഇപ്പോഴും ലിഡയിൽ തന്നെയുണ്ട്. അവർക്ക് ഇസ്രയേൽ പൗരത്വം കിട്ടി. എന്നാൽ യാഫ പൂർണമായും നശിപ്പിക്കപ്പെട്ടിരിക്കുന്നു. അവിടേക്ക് ആർക്കും പ്രവേശനം അനുവദിച്ചിരുന്നില്ല. അവിടെയുള്ള സിദി അലി പുണ്യസ്ഥലത്ത് ഒരിക്കൽ പോയി മനസ്സ് നിറഞ്ഞ് പ്രാർത്ഥിച്ചു. എന്റെ പ്രാർത്ഥനയ്ക്ക് ദൈവം ഒരിക്കൽ ഉത്തരം തരാതിരിക്കില്ല.

എനിക്ക് നഷ്ടപ്പെട്ടതെല്ലാം നഷ്ടപരിഹാരം തന്ന് തീർക്കാമെന്നത് നിങ്ങളുടെ വ്യാമോഹം മാത്രമാണ്. എനിക്ക് എന്റെ ഭൂമി തിരികെ വേണം, പുണ്യസ്ഥലമായ 'സിദി അലി' സന്ദർശിക്കണം. അവിടേക്ക് പോവാനുള്ള വഴി പക്ഷേ നിങ്ങൾ അടച്ചിരിക്കുകയല്ലേ?

പേര്: അബ്ദുള്ള അൽ ഹലക്

ജനനം: : 1938

ജന്മസ്ഥലം: ശൈബ് വില്ലേജ് / അക്ര.

ഇപ്പോൾ താമസം: - അൽ-ഈൻ അഭയാർഥി ക്യാമ്പ് - നാബ്ലസ്

എവിടെ യുദ്ധമുണ്ടോ അവിടെ ജീവിതം അവസാനിച്ചു. വിളവെടുക്കാറായ ഗോതമ്പ് പാടവും ഒലിവും ചോളവും എല്ലാം ഉപേക്ഷിച്ച് ഞങ്ങൾ യാത്രയാവുകയാണ്. ഞങ്ങളിൽ ഇപ്പോൾ അവശേഷിക്കുന്നത് ഭയം മാത്രം.

ആദ്യ കലാപം പൊട്ടിപ്പുറപ്പെട്ടത് 1947 അവസാന മാസങ്ങളിലാണ്. ആളുകളുടെ പലായനവും കുടിയേറ്റവും വാർത്തകളിൽ നിറഞ്ഞ് നിൽക്കുന്ന സമയം. ഹഗാന എന്ന ജൂത സൈനിക വിഭാഗം നടത്തുന്ന ആക്രമണങ്ങളും കൂട്ടക്കൊലകളും മറ്റും പത്രങ്ങളിലും റേഡിയോ വാർത്തകളിലും തുടരെത്തുടരെ ഇടം പിടിച്ച സമയം. ഞങ്ങൾ എല്ലാവരും ഭയന്ന് വിറച്ചു.

അറബികളുടെ പ്രതിരോധം ഒന്നുമല്ല എന്ന് തെളിയിച്ചു കൊണ്ട് ഓരോ ഗ്രാമങ്ങളും, ജാഫ,യാസൂർ, സലാമ എല്ലാം ജൂതരുടെ പിടിയിലമർന്നു.

ഹൈഫയും അക്രയും വീണ സമയം ആളുകൾ കൂടുതൽ പരിഭ്രാന്തരായി. പ്രതിരോധം തീർത്തിരുന്നവർ നിരാശരായി. ഞങ്ങൾക്ക്

പട്ടാളത്തിന്റെയോ പോലീസിന്റെയോ സഹായം ഒന്നുമില്ലാതെ സൈനിക സജ്ജമായ ഒരു കൂട്ടത്തെ എങ്ങിനെ നേരിടാൻ കഴിയും? ഗറില്ല യുദ്ധമുറകളൊന്നും അവിടെ വിലപ്പോവില്ല.

ദിവസങ്ങൾക്കകം അക്ര, ശൈബ്, മജ്ദ് അൽ ക്രൂം തുടങ്ങിയ ഗ്രാമങ്ങളും ജൂതരുടെ കൈപ്പിടിയിലായി. വിവിധ ഇടങ്ങളിൽ നിന്നുള്ള അറബ് പോരാളികളെല്ലാം ശൈബ വില്ലേജിൽ ഒത്തുചേർന്നു. ഭാവി പരിപാടികൾ ആസൂത്രണം ചെയ്യുകയായിരുന്നു ഉദ്ദേശം. അബു ഇസാഫിനെ ഞാൻ ഇപ്പോഴും ഓർക്കുന്നു . അയാളായിരുന്നു ഗറില്ല യുദ്ധത്തിന് വേണ്ടി ആയുധങ്ങൾ സംഭരിക്കാൻ സിറിയയിലേക്ക് പോയത്.

ഗ്രാമങ്ങളെല്ലാം ജൂതരുടെ പിടിയിലമരുന്നത് ഞങ്ങളെ ഭയത്തിലും, നിരാശയിലും കൊണ്ടെത്തിച്ചു. എങ്കിലും ശൈബ് വിട്ടു പോവാൻ ആരും തയ്യാറായില്ല. യുദ്ധം ശൈബിൽ എത്തില്ല എന്ന മിഥ്യാ ബോധം ഞങ്ങളെ എല്ലാവരെയും പിടികൂടിയിരുന്നു. അറബ് സുരക്ഷാ സേന എത്തുന്നതോടെ കാര്യങ്ങൾ എല്ലാം ഞങ്ങൾക്കനുകൂലമാകും, വീട് വിട്ട് പോയവർക്ക് എത്രയും വേഗം തിരികെ വരാനാവുമെന്നൊക്കെ ഞങ്ങൾ വെറുതെ ആശ്വസിച്ചു.

ഞങ്ങൾ ഏകദേശം നാന്നൂറിനടുത്ത് സന്നദ്ധ ഭടന്മാർ ഉണ്ടായിരുന്നു. ആളുകളിൽ നിന്നും സംഭാവന പിരിച്ചാണ് ആയുധങ്ങൾ വാങ്ങാൻ പണം കണ്ടെത്തിയത്. എങ്കിലും ആയുധം ഉപയോഗിക്കുവാനുള്ള പരിശീലനമൊന്നും ആർക്കും ലഭിച്ചിരുന്നില്ല. യാതൊരുവിധ പരിശീലനമോ നേതൃത്വമോ ഇല്ലാതെയാണ് എല്ലാവരും പോരാടാൻ ഇറങ്ങിയത്.

അറബ് സുരക്ഷാ സേനയുടെ വരവ് ഞങ്ങളിൽ ആഹ്ലാദവും പ്രതീക്ഷയും വളർത്തി. അവർ ഹഗാന സൈന്യവുമായി ഏറ്റുമുട്ടി. ആളുകൾ മുഴുവൻ സുരക്ഷാ സേനയുടെ കൂടെ ചേർന്നു.

സ്ത്രീകൾ സൈനികർക്ക് ഭക്ഷണവും വെള്ളവും എത്തിച്ചു കൊടുക്കുന്ന സുന്ദരമായ കാഴ്ചകളും അവിടെ കാണാമായിരുന്നു. ഞങ്ങൾ സന്നദ്ധ ഭടന്മാരും സൈനികർക്കൊപ്പം യുദ്ധത്തിൽ പങ്കുചേർന്നു. ഇത്തവണ വിജയം ഞങ്ങളുടെ ഭാഗത്തായിരുന്നു. അൽ ബർവ പട്ടണം ജൂതരിൽ നിന്നും തിരിച്ച് പിടിച്ചു. കൂട്ടത്തിൽ മൂന്ന് പേർ വീരചരമമടഞ്ഞതിന്റെ ദുഃഖം ഉണ്ടായിരുന്നെങ്കിലും വളരെ പ്രതീക്ഷയും ആത്മവിശ്വാസവും നൽകിയ ഒരു സംഭവമായിരുന്നു അത്.

എങ്കിലും അധിക കാലം അൽ ബർവ ഞങ്ങൾക്ക് കൈവശം വെക്കാൻ കഴിഞ്ഞില്ല. കുറച്ച് ദിവസങ്ങൾ കഴിഞ്ഞപ്പോൾ ബർവ ഗ്രാമം ജൂതർക്ക് തന്നെ വിട്ട് കൊടുക്കേണ്ടതായി വന്നു. വളരെ വേദനാജനകമായിരുന്നു അത്. ഞങ്ങളുടെ സന്തോഷം എല്ലാം പോയ് മറഞ്ഞു.

അൽ ശൈബിൽ ഉണ്ടായ ഒരു സംഭവം ഇപ്പോഴും ഓർക്കുന്നു. ഞങ്ങൾ പന്ത്രണ്ട് പേർ ടൗണിൽ പോയി തിരികെ നടന്ന് വരികയായിരുന്നു. അപ്പോഴാണ് ഒരു വെടി പൊട്ടുന്ന ശബ്ദം കേട്ടത്. ഞങ്ങൾ പേടിച്ച് വിറച്ചു. 'നിലത്തു കിടക്കൂ' എന്ന് ഞങ്ങളുടെ കൂട്ടത്തിലെ ഒരാൾ ഉച്ചത്തിൽ വിളിച്ചു പറഞ്ഞു. എല്ലാവരും നിലത്തു കിടന്നു. വെടിവെപ്പിന്റെ ശബ്ദ കോലാഹലങ്ങൾ തീരുന്നത് വരെ അങ്ങനെ കിടന്നു.

സ്വാതന്ത്ര്യ പോരാളികളും അറബ് സുരക്ഷാ സേനക്കാരും തമ്മിൽ ചില കാര്യങ്ങളിൽ പ്രശ്നങ്ങൾ ഉണ്ടായിരുന്നു. പലപ്പോഴും അത് വാക്ക് തർക്കത്തിലും ചെറിയ അടിപിടിയിലും കലാശിച്ചു. അതുകൊണ്ട് തന്നെ ജൂതർക്ക് നേരെയുള്ള പോരാട്ടങ്ങൾ ഏകോപിപ്പിക്കുന്നതിൽ പലപ്പോഴും രണ്ട് കൂട്ടരും പരാജയപ്പെട്ടു.

ആ സമയങ്ങളിൽ 'നജ്ജധ' സ്കൗട്ട് വിഭാഗം പാടി നടന്ന ഒരു പാട്ട് ഇങ്ങിനെയായിരുന്നു: "നാടിൻ മഹത്വമേറ്റ പാടാൻ വരുന്നു ഞങ്ങൾ, വരുന്നു ഞങ്ങൾ നാടിൻ പ്രതീക്ഷയുയർത്തുവാനായ് വരുന്നു ഞങ്ങൾ, വരുന്നു ഞങ്ങൾ ദേശപതാക പാറിക്കാനായ് വരുന്നു ഞങ്ങൾ, വരുന്നു ഞങ്ങൾ തുലികയും പടവാളാക്കാനായി വരുന്നു ഞങ്ങൾ, വരുന്നു ഞങ്ങൾ മാതൃഭൂമിതൻ വിപ്ലവ മുത്തുകൾ, പോരാടനായ് വരുന്നു ഞങ്ങൾ'. പോരാട്ടം തുടങ്ങിയ ഭൂമിയിൽ ജീവിതം അസാധ്യമാണ്. ലോകത്തിന്റെ ഏതു കോണിലും ഇത് തന്നെയാണവസ്ഥ. ആരും അവരുടെ പാടങ്ങൾ കൊയ്തില്ല. ഗോതമ്പും, ഒലിവും, ചോളവും എല്ലാം വിളവെടുപ്പിന് തയ്യാറായി ദിവസങ്ങളായി. എവിടെയും നിറഞ്ഞു നിന്നത് ഭയം മാത്രം. വിപണികളിൽ അവശ്യ സാധനങ്ങളുടെ ലഭ്യത കുറഞ്ഞു, വിലകൂടി, ജീവിതം കൂടുതൽ ദുസ്സഹമായിക്കൊണ്ടിരുന്നു. ഒരു മാസത്തോളം ഞങ്ങൾ ശൈബിൽ താമസിച്ചു. തുടർന്ന് മജ്ദ് അൽ ക്രൂം എന്ന സ്ഥലത്തേക്ക് താമസം മാറ്റി.

ഞങ്ങൾ പോന്ന് കുറച്ച് ദിവസങ്ങൾക്കകം ശൈബ് ജൂതർ പിടിച്ചെടുത്തു. അറബ് സുരക്ഷാ സേന ജൂത പട്ടാളക്കാരുടെ മുമ്പിൽ കീഴടങ്ങി. അവിടേക്ക് അൽ ഹ്ലെ പ്രദേശത്തുള്ള ബിദൂൻ വിഭാഗത്തിൽ പെട്ട ചിലരെ കുടിയിരുത്തി. പല സ്ഥലത്ത് നിന്നും ആളുകൾ ഇപ്പോൾ ശൈബിലേക്ക് കുടിയേറിക്കൊണ്ടിരിക്കുന്നു. ചുരുക്കത്തിൽ ശൈബിൽ

ഇപ്പോൾ താമസിക്കുന്നവരിൽ മൂന്നിൽ രണ്ടുപേർ കുടിയേറ്റക്കാരാണ്.

മജ്ദ് അൽ ക്രൂമിലേക്ക് ഞങ്ങൾ നടന്നാണ് പോയത്. അതും ഒരു റംസാൻ മാസം. എല്ലാവരും നോമ്പ് നോറ്റിരുന്നു. ക്ഷീണം കൊണ്ട് തളർന്നെങ്കിലും യാത്ര അവസാനിപ്പിക്കാൻ കഴിയുമായിരുന്നില്ല. എങ്കിലും മജ്ദ് അൽ ക്രൂമിലെത്തിയപ്പോൾ അവിടുത്തുകാർ ഞങ്ങളോട് വളരെ സ്നേഹത്തോടും, സൗഹാർദ്ദപരമായും പെരുമാറി. അവരുടെ കനിവിൽ ഞങ്ങൾ കുറെ ദിവസം കഴിഞ്ഞു. മജ്ദ് അൽ ക്രൂമിലും അറബ് സുരക്ഷാ സേന അവരുടെ സാന്നിധ്യം അറിയിച്ചിരുന്നു. അവിടെ പൊതുവെ ശാന്തമായ ഒരന്തരീക്ഷയിരുന്നു. എന്നാൽ താമസിയാതെ എല്ലാം അവസാനിച്ചു. അൽ-ലയാത് കുന്നിൻ താഴ്‌വരകളിൽ വെടിവ പ്പാരംഭിച്ചു എന്ന വാർത്ത കേട്ടതും ആളുകളിൽ ഭയം നിറഞ്ഞു. അത് ജൂത സൈന്യവും അറബ് സുരക്ഷാ സേനയും തമ്മിലായിരിക്കുമെന്ന് ന്യായമായും ഞങ്ങൾ വിശ്വസിച്ചു. എന്നാൽ പിറ്റേന്ന് കാലത്ത് അറബ് സുരക്ഷാ സേന എങ്ങോട്ടോ അപ്രത്യക്ഷമായിരിക്കുന്നു എന്ന വാർത്ത യാണ് കേട്ടത്. അവർ തമ്മിൽ തമ്മിൽ തന്നെ വ്യാജ ഏറ്റുമുട്ടൽ നടത്തി രക്ഷപ്പെട്ടതാണോ എന്ന് സംശയിക്കേണ്ടിയിരിക്കുന്നു.

ജൂതരുമായുള്ള പോരാട്ട വീഥികൾ ഇപ്പോൾ ശൂന്യമായിരിക്കുന്നു. അവിടെ ഇനി ജൂത സൈനികർ മാത്രം. അതുകൊണ്ട് തന്നെ ഞങ്ങൾ അൽ-ലയാത് മലമുകളിൽ കയറി വെള്ളക്കൊടി പാറിച്ചു.

ഞങ്ങൾക്ക് സംഘട്ടനത്തിന് താത്പര്യമില്ല എന്ന് കാണിക്കാനുള്ള അടയാളമായിരുന്നു ഈ വെള്ളക്കൊടി. താമസിയാതെ മജ്ദ് അൽ ക്രൂം ജൂതർ കയ്യേറി. അവസാന നിമിഷം വരെയും പോരാടിയിരുന്ന ചിലരെ പട്ടാളക്കാർ അറസ്റ്റ് ചെയ്ത് ലബനോനിലേക്ക് നാടുകടത്തി. മജ്ദ് അൽ ക്രൂമിലെത്തിയ ജൂതർ ആളുകളെ ഭയപ്പെടുത്താൻ വേണ്ടി തുടർച്ചയായി വെടിയുതിർത്തു. വഴികളിൽ ചെക്ക്പോസ്റ്റുകൾ സ്ഥാപിച്ച് ദിവസങ്ങളോളം ഉപരോധം ഏർപ്പെടുത്തി. ആരും പേടിച്ച് വീടിന് വെളിയി ലിറങ്ങിയില്ല. മജ്ദ് അൽ ക്രൂമിൽ അഭയം തേടിയവരിൽ പലരും പിന്നീട് അയൽ ഗ്രാമങ്ങളിലേക്ക് കുടിയേറി.

ഒരിക്കൽ എല്ലാ പുരുഷന്മാരെയും ജൂത പട്ടാളം വീട്ടിൽ നിന്നും പുറത്തിറക്കി മെയിൻ റോഡിനു സമീപത്തുള്ള 'ഹനാന കഫെ' യുടെ അടുത്തേക്ക് കൊണ്ടുപോയി. അതിനു ശേഷം അവരിൽ ഏഴോ എട്ടോ പേരെ വരിവരിയായി നിർത്തി അവരുടെ കണ്ണുകൾ ഒരു തുണികൊണ്ട് കെട്ടി മുട്ട് കുത്തി നിൽക്കാൻ കൽപ്പിച്ചു. അവരിൽ 'അൽ ഗ്രബി' കുടും ബത്തിൽ പെട്ട ഒരാളുണ്ടായിരുന്നു. അയാളെ നിർദാക്ഷണ്യം വെടിവച്ചു

കൊന്നു. ശേഷം ബാക്കിയുള്ളവരെ വിട്ടയച്ചു. വീണ്ടും ഏഴു പേരെ തിരഞ്ഞെടുത്തു. എന്നാൽ അപ്പോഴേക്കും ഒരു അറബി വന്ന് ജൂതനോട് ഇംഗ്ലീഷിൽ എന്തോ സംസാരിച്ചു. അറബ് വിഭാഗത്തിൽ പെട്ട ചിലരും ജൂത കയ്യേറ്റത്തെ സഹായിക്കുന്നുണ്ട് എന്ന് എന്നിൽ സംശയം ജനിപ്പിച്ച ഒരു സംഭവമായിരുന്നു അത്. അന്ന് രാത്രി പുരുഷന്മാരിൽ ചിലരെ നിർബന്ധപൂർവ്വം ലബനോനിലേക്ക് നാടുകടത്തി.

അവരുടെ കയ്യിൽ പണമോ മാറ്റുവാനുള്ള വസ്ത്രമോ ഒന്നും തന്നെയില്ലായിരുന്നു. ഏകദേശം പിടിക്കപ്പെട്ട പകുതിയോളം ആളുകൾ ഇത്തരത്തിൽ നാടുകടത്തപ്പെട്ടു. ബാക്കി പകുതി പേരെ വിട്ടയച്ചു. ജൂതരുടെ വിളയാട്ടം തുടർന്നുകൊണ്ടിരുന്നു. പലപ്പോഴും സ്ത്രീകളെയും കുട്ടികളെയും പോലും അവർ പീഡനത്തിന് ഇരയാക്കി.

ഒരിക്കൽ ജൂത പട്ടാളം വീട്ടിൽ വന്നു. ഞാൻ അപ്പോൾ തറയിൽ ഇരിക്കുക യായിരുന്നു. അവർ അച്ഛനോട് പൗരത്വം തെളിയിക്കുന്ന രേഖകൾ ഹാജരാക്കാൻ കൽപ്പിച്ചു. എന്നാൽ അതെല്ലാം അച്ഛന്റെ കയ്യിൽ നിന്നും എപ്പോഴോ നഷടപ്പെട്ടിരുന്നു. അച്ഛന്റെ മുഖത്ത് വിയർപ്പ തുള്ളികൾ നിറയുന്നത് ഞാൻ കണ്ടു. ഞങ്ങളുടെ യാത്രയിൽ എവിടെയോ അത് നഷ്ടപ്പെട്ടതാണ്. അല്ലെങ്കിൽ നാട് വിട്ട് പോരുമ്പോൾ എടുക്കാൻ മറന്നതായിരിക്കണം. അച്ഛനെ അവർ അറസ്റ്റ് ചെയ്ത് കൊണ്ടു പോയി. അച്ഛനെ മാത്രമല്ല മറ്റു പലരെയും അവർ നാട് കടത്തി. ട്രക്കുകളി ലും മറ്റുമായി കുറേ ദൂരെയുള്ള ജെനിൻ, അമ്മാൻ തുടങ്ങിയ സ്ഥലങ്ങളിലേക്കായിരുന്നു അവരെ കൊണ്ടുപോയത്.

രണ്ട് മാസത്തിന് ശേഷം അവർ അച്ഛനെ വിട്ടയച്ചു. എങ്കിലും അച്ഛൻ വളരെ ക്ഷീണിതനായി കാണപ്പെട്ടു. അച്ഛൻ വരുന്നത് വരെ ഞങ്ങൾ അമ്മയുടെ ഒരു സുഹൃത്തിന്റെ വീട്ടിലായിരുന്നു താമസിച്ചിരുന്നത്. പിന്നീട് ഞങ്ങൾ അക്രയിലേക്ക് പോയി. എങ്കിലും അവിടെയും പൗരത്വം തെളിയിക്കുന്ന രേഖകൾ ആവശ്യമായിരുന്നു. രേഖകൾ ഇല്ലാത്തതിനാൽ അക്രയിൽ ഞങ്ങൾക്ക് പ്രവേശനം അനുവദിച്ചില്ല. 'അബ്ദുള്ളയുടെ അടുത്ത് പോകൂ' എന്ന് പറഞ്ഞ് ഞങ്ങളെ അവിടുന്ന് ഒരു മിലിട്ടറി ട്രക്കിൽ കയറ്റി ജെനിനു സമീപത്തുള്ള റൊമാനയിലേക്ക് കൊണ്ടുപോയി. പിന്നെ കുറേ കാലം റൊമാനയിൽ താമസിച്ചു. അച്ഛന് വയസും, ക്ഷീണവും കൂടിക്കൂടി വന്നു. നടുകടത്തപ്പെട്ടതിന്റെ ആഘാതവും അച്ഛന്റെ തളർച്ചക്ക് കാരണമായിരുന്നു. റൊമാനയിൽ എത്തി മൂന്ന് മാസങ്ങൾക്കകം അച്ഛൻ മരണത്തിനു കീഴടങ്ങി..

ഒടുക്കം ഈ പുസ്തകം പ്രസിദ്ധീകരിച്ചതിന് ശേഷമാണ് ഒരുപാട് ആളുകൾക്ക് പലസ്തീൻ പ്രശ്നത്തിന്റെ യഥാർത്ഥ അവസ്ഥ മനസ്സിലായത്. പലസ്തീൻ ഒരു 'ഒഴിഞ്ഞ' ഇടമല്ല. ഇസ്രയേൽ ഇപ്പോൾ അവകാശവാദം ഉന്നയിക്കുന്നത് പോലെ ആളുകളില്ലാത്ത ദേശമല്ല പലസ്തീൻ. ദേശമില്ലാത്ത ആളുകളെ കുടിയിരുത്താനുള്ള സ്ഥലവുമല്ല. പലസ്തീൻ തരിശുഭൂമിയാണെന്ന ഇസ്രയേൽ വാദവും പൊള്ളയാണ്. ഇപ്പോഴും യൂറോപ്പിലേക്കും മറ്റു പലയിടങ്ങളിലേക്കും പഴവർഗങ്ങളും മറ്റും കയറ്റുമതി ചെയ്യുന്നത് യാഫ, ഹൈഫ പോർട്ടുകളിൽ നിന്നാണ്.

പലസ്തീനികൾ അവരുടെ നാട് വിട്ടുപോയത് സ്വന്തം ഇഷ്ടപ്രകാരമല്ല. വളരെ കുറച്ചു നാളത്തേക്കുള്ള മാറി നിൽപ്പാണെന്ന് പറഞ്ഞ് അവരെ ചതിക്കുകയായിരുന്നു എല്ലാവരും. മാധ്യമങ്ങളും വളരെ പ്രതിലോമകരമായ വാർത്തകളായിരുന്നു കൊടുത്തിരുന്നത്. എല്ലാം ഇസ്രയേലിനു അനുകൂലം. അന്താരാഷ്ട്ര വേദികളിൽ പലസ്തീനികളെ തീവ്രവാദികളായി ചിത്രീകരിക്കാൻ അവർ നല്ലവണ്ണം ശ്രമിച്ചുകൊണ്ടിരിക്കുന്നു. കൂട്ടക്കൊലകളെ കുറിച്ചുള്ള വാർത്തകൾ അവർ പ്രസിദ്ധീകരിച്ചില്ല. തീർത്തും നിരക്ഷരരായ, കാർഷിക വൃത്തിയിൽ ഏർപ്പെട്ടിരുന്ന പലസ്തീനികൾക്ക് തങ്ങൾ ചതിക്കപ്പെടുകയായിരുന്നു എന്ന് മനസ്സിലാക്കാൻ കഴിഞ്ഞില്ല. പലസ്തീൻ വിട്ടുപോയവരിൽ ഏറെ പേരും കർഷകരോ കർഷക തൊഴിലാളികളോ ആയിരുന്നു. ഒരു പക്ഷെ അറബ്, പലസ്തീൻ മേഖലകളിലെ രാഷ്ട്രീയ-പട്ടാള വ്യവസ്ഥയുടെ പ്രാപ്തിക്കുറവ് ആയിരിക്കണം ഇത്തരം ഒരവസ്ഥ സൃഷ്ടിക്കപ്പെടാൻ കാരണം.

പലസ്തീനികൾ ഒരുപാട് അനുഭവിച്ചിരിക്കുന്നു. ഓട്ടോമൻ അടിച്ചമർത്തൽ, അതായിരുന്നു ആദ്യം. പിന്നീട് വന്ന ബ്രിട്ടീഷ് അധിനിവേശം, തുടർന്ന് ഇസ്രയേൽ അധിനിവേശം- തുടർച്ചയായ ഇത്തരം അധിനിവേശങ്ങൾ പാലസ്തീനിനെ പാടേ നശിപ്പിച്ചിരിക്കുന്നു.

ഈ പുസ്തകം തയ്യാറാക്കുന്നതോടൊപ്പം ചില നിർദ്ദേശങ്ങളും ഞങ്ങൾ മുന്നോട്ടു വക്കുന്നു. പല്സ്തീൻ ചരിത്രം പുതുതലമുറകൾക്ക് കൈമാറിയില്ലെങ്കിൽ ഇനിയും നക്ബകൾ ആവർത്തിക്കപ്പെടാം. പലസ്തീൻ പ്രശ്നങ്ങളെ കുറിച്ച് പഠിക്കുന്നതിന് രംഗത്തേക്ക് വരുന്ന ഏവരെയും ഞങ്ങൾ സ്വാഗതം ചെയ്യുന്നതോടൊപ്പം ചില നിർദേശങ്ങൾ താഴെ കൊടുക്കുന്നു.

- പാലസ്തീനിന്റെ വാമൊഴി ചരിത്രം എല്ലാ വിഭാഗത്തിൽ പെട്ട വിദ്യാർത്ഥികളേയും പഠിപ്പിക്കുക.

- അത്തരം ചരിത്ര ഗ്രന്ഥങ്ങൾ അറബിയിൽ നിന്നും ഇംഗ്ലീഷ് ഭാഷയിലേക്കും, ഇതര ഭാഷകളിലേക്കും വിവർത്തനം ചെയ്ത് പ്രസിദ്ധീകരിക്കാനുള്ള സംവിധാനം ഉണ്ടാക്കുക.
- അതുവഴി പലസ്തീൻ നേരിടുന്ന പ്രശ്നങ്ങൾ അറബികൾക്കിടയിൽ മാത്രമല്ല ലോകത്തിന്റെ മറ്റു ഭാഗങ്ങളിലേക്കും എത്തിച്ചേരും.
- ഇനിയും കണ്ടെത്തേണ്ടതായിട്ടുള്ള അഭയാർഥികളെ കണ്ടെത്തി അവരിൽ നിന്നും കൂടുതൽ വിവരങ്ങൾ ശേഖരിക്കുക.
- വാമൊഴി ചരിത്രം റേഡിയോ, ടെലിവിഷൻ, തുടങ്ങിയ മാധ്യമങ്ങളിലൂടെ പ്രക്ഷേപണം ചെയ്യാനുള്ള മാർഗങ്ങൾ കണ്ടെത്തുക.
- എല്ലാ അന്താരാഷ്ട്ര വേദികളിലും നക്ബ, അഭയാർഥികൾ, അവരുടെ പ്രശ്നങ്ങളെക്കുറിച്ചെല്ലാം ചർച്ച ചെയ്യുക.
- പലസ്തീൻ വിഭജനത്തിന്റെ ഉത്തരവാദിത്തം ഏറ്റെടുത്ത് ബ്രിട്ടൻ മാപ്പ് പറയണമെന്ന ആവശ്യം എല്ലാ വേദികളിലും ഉന്നയിക്കുക. ബ്രിട്ടീഷ് ജനവിഭാഗങ്ങളിൽ ബ്രിട്ടൻ ചെയ്ത അന്യായങ്ങളെ തുറന്ന് കാണിക്കുക. ഇപ്പോൾ പലസ്തീനിൽ നടക്കുന്ന അല്ലെങ്കിൽ ഇതുവരെ നടന്ന എല്ലാ ക്രൂരകൃത്യങ്ങൾക്കും ബ്രിട്ടനും ഒരു പങ്കുണ്ട്. അവർക്ക് അതിന്റെ ഉത്തരവാദിത്തത്തിൽ നിന്നും ഒഴിഞ്ഞു മാറാൻ കഴിയില്ല. യൂറോപ് ജൂതരോട് കാണിച്ച കൊള്ളരുതായ്മകൾക്ക് പലസ്തീൻ അല്ല നഷ്ടപരിഹാരം നൽകേണ്ടത്. പലസ്തീനികൾ ചരിത്രത്തിൽ ഇതുവരെ ആരെയും ദ്രോഹിച്ചിട്ടില്ല. ജൂതർ അനുഭവിച്ച ക്രൂരതകൾക്കും, വിവേചനങ്ങൾക്കും അവർ ചോദിക്കേണ്ടത് തീർച്ചയായും അത് ചെയ്തവരോട് തന്നെയാണ്. അതിൽ ഒരിടത്ത് പോലും പലസ്തീനികൾക്കോ, അറബികൾക്കോ പങ്കില്ല. അതുകൊണ്ട് തന്നെ പലസ്തീനികളുടെ ഭൂമിയും ജീവനും കവർന്നുകൊണ്ടുള്ള ഇത്തരം അധിനിവേശങ്ങൾക്ക് യാതൊരു ന്യായീകരണവുമില്ല.

അല അബു ദീർ
പലസ്തീൻ മീഡിയ യൂണിറ്റ് (സജൽ)
പബ്ലിക് റിലേഷൻസ് ഡിപാർട്മെൻറ്
അൽ-നജ നാഷണൽ യൂണിവേഴ്സിറ്റി
നാബ്ലസ് പലസ്തീൻ
info@zajel.org
www.zajel.org

അനുബന്ധം -1

ചോദ്യാവലി

നക്ബ ദുരന്തത്തിന് ദൃക്സാക്ഷിയായവരുടെ മുഖാമുഖത്തിനു വേണ്ടി തയ്യാറാക്കിയ ചോദ്യാവലി.

? പേര്

? വയസ്സ്

? ജന്മസ്ഥലം

? ഇന്റർവ്യൂ ചെയ്ത തീയ്യതി, സ്ഥലം.

? യുദ്ധ വാർത്തകൾ താങ്കൾ എങ്ങിനെയാണറിഞ്ഞത്? റേഡിയോ, വർത്തമാനപത്രങ്ങൾ, അല്ലെങ്കിൽ ആളുകൾ തമ്മിലുള്ള സംഭാഷണം.

? വാർത്തയിൽ താങ്കൾ എന്താണ് കേട്ടത്? അത് കേട്ടപ്പോൾ താങ്കളുടെ പ്രതികരണം.

? താങ്കളുടെ ഗ്രാമത്തിലും യുദ്ധം ഉണ്ടാവുമെന്ന് താങ്കൾ കരുതിയോ. അത് നക്ബയിലേക്ക് നയിക്കുമെന്ന് താങ്കൾ വിശ്വസിച്ചിരുന്നുവോ.

? യുദ്ധത്തിനായി താങ്കളുടെ ഗ്രാമം/സിറ്റി എന്തൊക്കെ തയ്യാറെടുപ്പുകളാണ് നടത്തിയത്. ആയുധ ശേഖരണം, ഭക്ഷണ ലഭ്യത ഉറപ്പുവരുത്തൽ, മറ്റു പ്രതിരോധ നടപടികൾ?

? താങ്കളുടെ ഗ്രാമത്തിൽ യുദ്ധത്തെക്കുറിച്ച് അറിയാവുന്നവർ ആരെങ്കിലും ഉണ്ടായിരുന്നുവോ? ആയുധങ്ങൾ എങ്ങനെ ശേഖരിച്ചു? ബ്രിട്ടീഷ് ഭരണാധികാരികൾ ഈ കാര്യത്തിൽ എന്ത് നിലപാടെടുത്തു?

? ആയുധം കൈവശം വച്ചവർക്കെതിരെ അധികാരികൾ എന്ത് നിലപാടെടുത്തു.

? താങ്കളുടെ ഗ്രാമത്തിൽ ഉണ്ടായ പ്രശ്നങ്ങൾ എന്തൊക്കെയായിരുന്നു.

? ഭക്ഷ്യവസ്തുക്കൾക്ക് വിലകൂടിയോ?

? താങ്കളുടെ ഗ്രാമത്തിൽ ബോംബ് സ്ഫോടനം, മിലിട്ടറി ആക്രമണം, പട്ടിണി, ജൂത അധിനിവേശം അങ്ങനെ എന്തെങ്കിലും നടന്നുവോ?

? താങ്കൾ വീട്ടിൽ നിന്നും പുറപ്പെട്ട തീയതി ഓർക്കുന്നുവോ? ഇല്ലെങ്കിൽ ഏതെങ്കിലും കാർഷിക വൃത്തിയുമായി ബന്ധപ്പെട്ട ഒരു സമയം ഓർത്തെടുക്കാൻ പറ്റുന്നുണ്ടോ?

? താങ്കൾ രാവിലെയോ അതോ രാത്രിയിലോ എപ്പോഴാണ് പുറപ്പെട്ടത്.

? താങ്കൾ താങ്കളുടെ ഗ്രാമമുഖ്യനുമായി സംസാരിക്കുച്ചിരുന്നോ ഇസ്രയേൽ അധിനിവേശത്തെ കുറിച്ച് ഏതെങ്കിലും കരാർ വാക്കാലോ മറ്റോ ഉണ്ടാക്കിയിരുന്നോ.

? അങ്ങനെ എന്തെങ്കിലും കരാറിനെ പറ്റി താങ്കൾ കേട്ടിരുന്നോ?

? താങ്കളോട് ആരെങ്കിലും ഇത്തരത്തിലുള്ള ഒരു കരാറിനെക്കുറിച്ച് സംസാരിച്ചിരുന്നുവോ

? ഇങ്ങനെ ഒരു കരാറിൽ ഒപ്പുവച്ചവർക്ക് ആ കരാർ പാലിക്കുന്നതായി തോന്നിയോ?

? യുദ്ധത്തിൽ താങ്കളുടെ സുഹൃത്തുക്കളോ ബന്ധുക്കളോ ആരെങ്കിലും മരണപ്പെടുകയോ, ആർക്കെങ്കിലും പരിക്ക് പറ്റുകയോ ചെയ്തോ? എങ്കിൽ അതിനിടയാക്കിയ സംഭവം എന്താണ്?

? താങ്കളുടെ ഗ്രാമം/സിറ്റി സംരക്ഷിക്കാൻ തയ്യാറായി എത്രപേർ രംഗത്ത് വന്നു.

? താങ്കളുടെ ഗ്രാമത്തിൽ താങ്കൾ ഇസ്രയേൽ പട്ടാളക്കാരെ കണ്ടുവോ? ഇല്ല എങ്കിൽ അവരെ പറ്റി എങ്ങനെയാണറിഞ്ഞത്?

? ഇസ്രയേൽ ആക്രമണ സമയത്ത് താങ്കളുടെ ഗ്രാമമുഖ്യന്റെ ഭാഗത്ത് നിന്ന് എന്തെങ്കിലും സഹായം ലഭിച്ചുവോ?

? അറബ് സുരക്ഷാ സേന താങ്കളെ സഹായിച്ചുവോ

? ജോർദാനിൽ നിന്നും, യുഗോസ്ലാവിയയിൽ നിന്നുമൊക്കെയുള്ള സന്നദ്ധ സേവകർ താങ്കളെ ഏതെങ്കിലും വിധത്തിൽ സഹായിച്ചുവോ? അവരുടെ സഹായം കൃത്യ സമയത്ത് തന്നെയായിരുന്നുവോ? അവർ എത്ര പേർ ഉണ്ടായിരുന്നു? ഇസ്രയേൽ പട്ടാളക്കാരെ നേരിടാൻ മാത്രം ആയുധങ്ങൾ അവരുടെ കൈവശം ഉണ്ടായിരുന്നോ? അവരുടെ സാന്നിധ്യം താങ്കൾക്ക് ഉപകാരപ്രദമായി തോന്നിയോ?

? നാട്ടുകാരും ഗ്രാമ മുഖ്യനും തമ്മിലുള്ള ബന്ധം എങ്ങിനെയായിരുന്നു. പോരാളികളുടെ ഭക്ഷണം, താമസം എവിടെയായിരുന്നു.

? അവർ പോരാടിയത് താങ്കളുടെ ഗ്രാമത്തിനു വേണ്ടിയോ അല്ലെങ്കിൽ അയൽ ഗ്രാമങ്ങൾക്ക് വേണ്ടിയോ?

? ഇസ്രയേൽ അധിനിവേശം നടന്നതിന് ശേഷമാണോ അതോ അതിനു മുമ്പാണോ പോരാളികൾ ഗ്രാമം വിട്ടുപോയത്.

? പോരാളികൾ ഗ്രാമം വിട്ട് പോയതിന് ശേഷം ജൂത കുടിയേറ്റം കൂടിയതായി തോന്നിയോ?

? ഇസ്രയേൽ ആക്രമണത്തിന് ശേഷം താങ്കളുടെ ഗ്രാമത്തിന് എന്ത് മാറ്റം സംഭവിച്ചു.

? താങ്കൾക്ക് വീടുവിട്ടുപോവാനുള്ള നിർദ്ദേശം നൽകിയത് ആരാണ്? ഇസ്രയേൽ സൈന്യം, റേഡിയോ വാർത്തകൾ, അല്ലെങ്കിൽ സുഹൃത്തുക്കൾ?

? താങ്കൾ ഗ്രാമം വിട്ടു പോയ തീയതി.

? ഇസ്രയേൽ പട്ടാളം നടത്തിയ കൊലപാതകം വല്ലതും താങ്കൾ നേരിൽ കണ്ടുവോ? എങ്കിൽ എങ്ങിനെയായിരുന്നു അത്.

? അവർ സ്ത്രീകളെ അപമാനിച്ചുവോ?

? യുദ്ധത്തെ കുറിച്ചുള്ള വാർത്തകൾ പ്രചരിച്ചിരുന്നത് എങ്ങനെയാണ്.?

? എപ്പോൾ എങ്ങനെയാണ് താങ്കളുടെ ഗ്രാമം അവർ കീഴ്പ്പെടുത്തിയത്. ഒരുപാട്ടു നാളത്തെ പോരാട്ടത്തിനു ശേഷമാണോ അതോ വളരെ എളുപ്പത്തിലായിരുന്നോ അത്?

? ഇസ്രയേൽ പട്ടാളം വരുന്നതിന് മുമ്പ് തന്നെ അവരെ നേരിടാനുള്ള തയ്യാറെടുപ്പുകൾ നടത്തിയിരുന്നോ? അതോ അവരുമായി ഏറ്റുമുട്ടുന്നത് കൊണ്ട് യാതൊരു പ്രയോജനവും ഇല്ല എന്ന് തീരുമാനിച്ചുവോ?

? ഇസ്രയേൽ പട്ടാളം ഗ്രാമത്തിലേക്ക് വന്നപ്പോൾ ആളുകൾ എല്ലാം അവിടെ ഉണ്ടായിരുന്നോ? എങ്കിൽ ആളുകളുടെ പ്രതികരണം എങ്ങിനെ യായിരുന്നു.

? വീട്ടിലെ മുതിർന്ന ആളുകളെ കൊണ്ട് പോവുന്നതിൽ നിങ്ങൾ എന്ത് തീരുമാനമാണ് എടുത്തത്.

? താങ്കളുടെ ഗ്രാമത്തിലുണ്ടായ നാശനഷ്ടങ്ങൾ അധിനിവേശം നടന്ന ഉടനെയാണോ അതോ അധിനിവേശം നടന്ന് കുറേ നാളുകൾക്ക് ശേഷമോ.

? ഇസ്രയേലി പട്ടാളം നിങ്ങളുടെ ഗ്രാമത്തെ പട്ടാള ക്യാമ്പാക്കി മാറ്റിയോ.

? ഗ്രാമത്തിൽ നിന്നും വിട്ടുപോയതിന് ശേഷം പിന്നീടെപ്പോഴെങ്കിലും താങ്കൾ താങ്കളുടെ ജന്മനാട് സന്ദർശിച്ചുവോ.

? താങ്കളുടെ കുടുംബം/അയൽവാസികൾ താങ്കളെ അനുഗമിച്ചോ അതോ ഒറ്റയ്ക്കാണോ പോയത്.

? 1948ന് ശേഷം താങ്കളോ/താങ്കളുടെ കുടുംബമോ/ അയൽവാസികളോ തിരിച്ചു പോകാൻ ശ്രമിച്ചുവോ?

? തിരിച്ചുപോകാൻ ശ്രമിച്ചവർക്ക് അപകടമോ/മരണമോ സംഭവിച്ചുവോ?

? തങ്ങൾ ഉപേക്ഷിച്ചു പോന്ന തോട്ടങ്ങളിൽ നിന്നും ഓറഞ്ച്, മറ്റു കാർഷിക വിഭവങ്ങൾ ശേഖരിക്കാൻ, അല്ലെങ്കിൽ ആട്, പശു തുടങ്ങിയ വളർത്തുമൃഗങ്ങളെ കൊണ്ട് വരാൻ ശ്രമിച്ചവർക്ക് എന്ത് സംഭവിച്ചു എന്നറിയുമോ?

? പെട്ടന്നുള്ള പുറപ്പെടൽ കാരണം കുട്ടികളെയോ, മറ്റുള്ളവരേയോ മറന്നു പോയവരെ പറ്റി താങ്കൾക്ക് അറിയുമോ?

? താങ്കൾക്ക് മുമ്പേ ആരെങ്കിലും ഗ്രാമം ഉപേക്ഷിച്ചുവോ?

? ഗ്രാമം ഉപേക്ഷിക്കാതെ അവിടെത്തന്നെ നിന്നവരെ പറ്റി വല്ലതും അറിയുമോ?

? താങ്കളാണോ ആദ്യം/അവസാനം ഗ്രാമം വിട്ടത്.

? ഗ്രാമം വിട്ടുപോവാൻ താങ്കളെ ആരെങ്കിലും പ്രേരിപ്പിച്ചുവോ?

? താങ്കൾ ഗ്രാമം വിട്ടുപോരുമ്പോൾ എന്തൊക്കെയാണ് കൊണ്ടുപോയത്? പണം, വസ്ത്രം, ആഭരണങ്ങൾ, പാത്രങ്ങൾ/ഫർണിച്ചറുകൾ, ബെഡ്, ഷീറ്റ്, ആട്/പശു അങ്ങനെ വല്ലതും?

? താങ്കൾ എങ്ങോട്ടാണ് ആദ്യം പോയത്? ആ പ്രദേശം തിരഞ്ഞെടുക്കാൻ കാരണം?

? താങ്കൾ എത്ര തവണ താമസം മാറി. സ്വന്തം ഗ്രാമത്തിൽ നിന്നും എത്ര അകലത്തിലായിരുന്നു അവ? അവിടെ എത്താൻ എത്ര സമയം എടുത്തു? എത്രകാലം വരെ അവിടെ താമസിച്ചു?

? താങ്കൾ എത്തിപ്പെട്ട സ്ഥലത്തെ ആളുകൾ അഭയാർഥികളെ എങ്ങിനെയായിരുന്നു സ്വീകരിച്ചത്.

? താങ്കളുടെ ഗ്രാമത്തിലുള്ള ആളുകൾ എല്ലാവരും ഒരേയിടത്തേക്കായിരുന്നോ പോയിരുന്നത്.

? താങ്കൾ എത്തിപെട്ട സ്ഥലത്ത് വേഗത്തിൽ ജോലി കണ്ടുപിടിക്കാൻ സാധിച്ചോ?

? 1967ന് ശേഷം താങ്കൾ വിട്ടേച്ചു വന്ന വീട്ടിലേക്ക് പിന്നീട് എപ്പോഴെങ്കിലും പോയിരുന്നോ? അവിടത്തെ താമസക്കാരുടെ പ്രതികര ണം എങ്ങിനെയായിരുന്നു? അവർ താങ്കളെ വീടുകാണാൻ അനുവദി ച്ചുവോ? അവർ താങ്കളോട് എങ്ങിനെയായിരുന്നു പെരുമാറിയത്?

ബാൽഫൂർ പ്രഖ്യാപനം

ജൂതന്മാർക്ക് പലസ്തീൻ നൽകുന്നതുമായി ബന്ധപ്പെട്ട് ബ്രിട്ടീഷ് വിദേശകാര്യ സെക്രട്ടറിയായിരുന്ന ആർതർ ജെയിംസ് ബാൽഫോർ തയ്യാറാക്കിയ കത്താണ് ബാൽഫോർ പ്രഖ്യാപനം എന്നറിയപ്പെടുന്നത്. 1917 നവംബർ രണ്ടിനാണ് ഇത് തയ്യാറാക്കിയത്. ബ്രിട്ടണിലെ ജൂത നേതാവായിരുന്ന വാൾട്ടർ റോത്ത്ഷിൽഡിനും ബാരോൺ റോത്ത്ഷീൽഡ് രണ്ടാമനുമാണ് ഈ കത്ത് അയച്ചത്.

വിദേശ കാര്യാലയം
2 നവംബർ 1917

പ്രിയ റോത്ത്ഷിൽഡ് പ്രഭുവിന്,

തിരുമനസിന്റെ അനുവാദത്തോടെ ഗവൺമെന്റിന്റെ ഭാഗത്ത് നിന്നും ഒരു സന്തോഷ വാർത്ത താങ്കളെ അറിയിക്കുന്നതിൽ ഞാൻ അത്യധികം അഭിമാനിക്കുന്നു. ജൂത സയണിസ്റ്റുകളുടെ ആവശ്യം മുൻനിർത്തി കാബിനറ്റ് താഴെ പറയുന്ന തീരുമാനം കൈക്കൊണ്ടിരിക്കുന്നു.

തിരുമനസിന്റെ സർക്കാർ ജൂതർക്ക് വേണ്ടി പലസ്തീനിൽ ഒരു ദേശം സ്ഥാപിക്കാൻ ആഗ്രഹിക്കുന്നു. ഈ ലക്ഷ്യം സഫലീകരിക്കുന്നതിനു വേണ്ട എല്ലാ ഉപാധികളും താങ്കൾ ഏറ്റവും നല്ല രീതിയിൽ പൂർത്തീകരിച്ചു നൽകുക. ഇപ്പോൾ പലസ്തീനിൽ താമസിക്കുന്ന ജൂതരല്ലാത്ത മറ്റു മതവിഭാഗങ്ങൾക്ക് വേണ്ട സാമൂഹികവും മതപരവും ആയ അവകാശത്തെ കുറിച്ച് ഞാൻ കൂടുതൽ വിശദീകരിക്കേണ്ടതില്ലല്ലോ. താങ്കൾ ഈ സന്തോഷ വാർത്ത സയണിസ്റ്റ് ഫെഡറേഷനെ അറിയിക്കുമല്ലോ.

എന്ന് സ്വന്തം
ആർതർ ജെയിംസ് ബാൽഫൂർ

www.ingramcontent.com/pod-product-compliance
Lightning Source LLC
LaVergne TN
LVHW100830051026
849519LV00006B/2245
* 9 7 8 9 3 9 0 5 3 5 7 4 3 *